பிரேம் (1965)

தமிழில் படைப்பிலக்கியத்திலும் கோட்பாட்டுத்தளத்திலும் இயங்கும் மிகச் சிலரில் ஒருவர். மார்க்சியத்துடன் பின்நவீனத்துவ, பின்காலனிய, விளிம்புநிலை அரசியல் கோட்பாடுகளையும் விவாதங்களையும் முன்னெடுத்துச் செல்வதுடன் அவற்றின் செயல்பாடுகளிலும் பங்கெடுத்துவருபவர்.

புதுச்சேரி மாநிலத்தில் பிறந்த இவரது இயற்பெயர் பிரேமானந்தன்.

1985–89 காலப்பகுதியில் வெளிவந்த 'கிரணம்' படைப்புகள் தொடங்கி இன்றுவரை படைப்பிலக்கியம், கோட்பாட்டாக்கம் என்பவற்றை இணைத்து தொடர்ந்து எழுதி வருபவர். அம்பேத்கர், அயோத்திதாசர் பயிற்சி வகுப்புகள், தலித் நாடக இயக்கம் ஆகியவற்றின் அமைப்பாளராக, 1994–2002 காலப்பகுதியில் புதுவை தலித் இயக்கங்களின் செயல்பாடுகளில் பங்காற்றியவர். நாவல்கள், சிறுகதைகள், கட்டுரைகள், கவிதைகள், நாடகங்கள், மொழிபெயர்ப்புகள் என 30 நூல்கள் வெளியாகியுள்ளன. தில்லி பல்கலைக்கழக நவீன இந்திய மொழிகள் மற்றும் இலக்கிய ஆய்வுகள் துறையில் இந்திய இலக்கியம் மற்றும் ஒப்பிலக்கியத்துக்கான பேராசிரியர்.

அயோத்திதாசர் தொடங்கி வைத்த அறப்போராட்டம்

பிரேம்

எதிர்
வெளியீடு

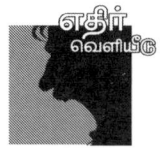

அயோத்திதாசர் தொடங்கி வைத்த அறப்போராட்டம்
பிரேம்

முதல் பதிப்பு: மே 2019
இரண்டாம் பதிப்பு: ஜனவரி 2023

எதிர் வெளியீடு,
96, நியூ ஸ்கீம் ரோடு, பொள்ளாச்சி - 642 002
தொலைபேசி: 98948 75084, 99425 11302

விலை: ரூ. 250

Ayothidhasar Thodangivaitha Arapporaattam
Prem

Copyright © Prem
First Edition: May 2019
Second Edition: January 2023

Published by
Ethir Veliyeedu, 96, New Scheme Road, Pollachi - 642 002
Email: ethirveliyedu@gmail.com
www. ethirveliyeedu.com

Cover Design: Narendran
Front Cover Sculpture: Chandru
ISBN : 978-93-87333-56-7
Printed at Jothy Enterprises, Chennai.

All rights reserved. No part of this book may be reprinted or reproduced or utilised in any form or by any electronic, mechanical or other means, now known or hereafter invented, including photocopying and recording, or in any information storage or retrieval system, without permission in writing from the Publisher.

இந்த நூல்

அடங்க மறுக்கும்
எம் பிள்ளைகளுக்கும்
அடக்கி வைப்பது பெரும் அநீதி என உணரும்
அனைத்துப் பிள்ளைகளுக்கும்

உள்ளடக்கம்

முன்னுரை: தொல்.திருமாவளவன் ... 9
நூல்கள் வழி உருவான நூலின் வரலாறு ... 13
அயோத்திதாசரின் அறப்போராட்டம் ... 18

பகுதி: ஒன்று
தொடக்கத்திலிருந்து மீண்டும்

வரலாற்றிலிருந்து விடுவித்தவர் வரலாற்றையும் விடுவித்தவர் ... 27
வரலாற்றைத் திருத்தியெழுதுதலும் அடங்க மறுத்தலின் தொடக்கமும் ... 34
வீர சுதந்திரமா வெறிபிடித்த சாதியமா ... 42
நவயான பௌத்தமும் நவீன அரசியலும் ... 50
கொலைகாரர்கள் கூடிக்கட்டிய கோவில் இது ... 55
பிராமணியம், பிற சாதிகள்: தொடரும் பின்னோக்கு அரசியல் ... 64
அம்பேத்கர், பௌத்தம், மொழி அரசியல் ... 72
தலித் அரசியல்: கருத்தியலும் உடலும் ... 80
அம்பேத்கர் கண்டெடுத்த நவீன இந்தியா ... 90
விடுதலை அறிவும் விடுதலை அரசியலும் ... 98
தலித் அரசியலும் உலகக் களமும் ... 104
விடுதலைக்கான அறிவியல் ... 112
புத்தரா, கார்ல் மார்க்ஸா அல்லது அம்பேத்கரா ... 128

பகுதி: இரண்டு

குறிப்புகள் விளக்கங்கள்

புத்த நெறியைப் புதுப்பித்த அண்ணல் ... 145

இந்துத்துவம், இந்து தேசியம் என்பவை இந்துக்களுக்கும் எதிரானவை ... 151

வைதிகம் அழிந்த இந்து மதம் சாத்தியமா? ... 161

தலித் அரசியலும் தமிழ் இலக்கியப் புறப் பரப்பும் ... 166

பெரியார்-பெரியாரியம் ... 170

அயோத்திதாசரின் உடைப்புகளும் உருவாக்கங்களும் ... 175

குறிப்பு நூல்கள் ... 181

நன்றி ... 184

முன்னுரை

தொல். திருமாவளவன்

அயோத்திதாசர்: சாதி அடையாளமல்ல; கோட்பாட்டு அடையாளம்

கடந்த சில பத்தாண்டுகளாக இந்திய அரசியல் அரங்கில் 'தலித் அரசியல்' என்பது ஒரு பேசுபடு பொருளாக விளங்குகிறது. தலித் அரசியல் மட்டுமின்றி, தலித் இலக்கியம், தலித் பண்பாடு, தலித் கலை போன்ற பல்வேறு பரிமாணங்களில் இந்த உரையாடல்கள் விரிவடைந்துள்ளன. இதனால், தலித்துகள் தத்தமது அடையாளங்களைத் தேடுவதிலும், தமது விடுதலைக்கான புதிய அடையாளங்களைக் கட்டமைப்பதிலும், அதற்கான ஆற்றல்வாய்ந்த அரசியல் சக்தியாய் அணிதிரளுவதிலும் தீவிர ஈடுபாடு கொண்டுள்ளனர். இதனால், இந்திய அளவில் புதிய புதிய சமூக இயக்கங்களும் அரசியல் அமைப்புகளும் உருவாகி இயங்கி வருகின்றன. அரசியல், சமூகம், பொருளாதாரம், கலை, இலக்கியம், பண்பாடு போன்ற பல்வேறு தளங்களில் இத்தகைய இயக்கங்கள் பெரும் தாக்கத்தை உருவாக்கியுள்ளன.

அந்த வகையில், தமிழகத்திலும் தலித் அரசியல், தலித் இயக்கம், தலித் பண்பாடு போன்றவை விரிவான உரையாடல்களுக்கு உள்ளாயின. இதன் விளைவாக, இங்கேயும் ஏராளமான இயக்கங்களும், போராட்டங்களும் வெடித்தன. இவற்றின் தொடர்ச்சியாக, வரலாற்றுத் தேடல்களும், ஆய்வுகளும், படைப்புகளும், பல்கிப் பெருகின. இவ்வாறான வரலாற்றுத் தேடல்களிலிருந்து கிடைக்கப்பெற்ற அளப்பரிய கொடைதான் பண்டிதர் அயோத்திதாசர் ஆவார்.

பண்டிதர் அயோத்திதாசர், ஒடுக்கப்பட்டோரின் விடுதலைக்கான புரட்சிகர அரசியலை முன்மொழிந்தவர்! புரட்சியாளர் அம்பேத்கர், தந்தை பெரியார் போன்ற மாபெரும் தலைவர்களுக்கும் முந்தைய கருத்தியல் முன்னோடி! தமிழக அரசியலரங்கில் அவரது பங்களிப்பு

மகத்தானது! சாதியவாத, மதவாத, பிற்போக்குச் சக்திகளின் ஆதிக்கப் போக்குகளால் அவரது சிந்தனைகளும் செயற்பாடுகளும் திட்டமிட்டே புறக்கணிக்கப்பட்டு புதைக்கப்பட்டன. எனினும், பண்டிதர் அயோத்திதாசர் மீண்டெழுந்து, விண்ணுக்கும் மண்ணுக்குமாய் விரிந்து, பேருரு கொண்டு நிமிர்ந்து நிற்கிறார். விளிம்புநிலை சமூகங்களின் விடுதலைக் களத்தில் அவரது சிந்தனைகளே இன்று போர்க் கருவிகளாய்க் கூர்தீட்டப்படுகின்றன.

அந்தவகையில், தோழர் பிரேம் அவர்கள், 'நமது தமிழ்மண்' இதழில் எழுதிய 'அயோத்திதாசரின் அறப் புரட்சி' என்னும் தொடர், அயோத்திதாசரின் சிந்தனைகளை, சமகாலக் கருத்தாக்கங்களுடன் ஒப்பாய்வு செய்கிறது. குறிப்பாக, பழமைவாத இந்துத்துவக் கருத்தியலுக்கு எதிராக அயோத்திதாசர் முன்னெடுத்த கருத்தியல் போராட்டங்களையும் அது ஏற்படுத்திய தாக்கங்களையும் தோழர் பிரேம் அவர்கள் மிக ஆழமாகவும் விரிவாகவும் ஆய்வு செய்கிறார்.

அயோத்திதாசர் எத்தகைய தாக்கத்தை ஏற்படுத்தியிருக்கிறார் என்பதை தோழர் பிரேம் அவர்கள் பின்வருமாறு பதிவு செய்கிறார், "தமிழக, இந்திய வரலாற்றில் ஆதிக்கச் சக்திகளின் பொய்யுரிமைகளை, போலித் தகுதிகளை இல்லாமலாக்கி, பார்ப்பன, வைதீக - வரலாற்றுப் பொய்மைகளைத் தகர்த்து, 'இந்தியப் பூர்வீகக் குடிகளின்' வரலாற்றை மறு உருவாக்கம் செய்கிறார்" - எனக் கூறுகிறார்.

அதாவது, தமிழக அளவில் மட்டுமல்ல; இந்திய அளவில் பூர்வீகக் குடிகளின் விடுதலைக்கான கோட்பாட்டை வழங்கியிருக்கிறார் அயோத்திதாசர் என்பதை உறுதிப்படுத்துவதுடன், வரலாற்றை மீளுருவாக்கம் செய்யும் வல்லமை வாய்ந்தவராகவும் பழமைவாத ஒடுக்குமுறைக் கருத்தியலைத் தகர்க்கும் பேராற்றல் வாய்ந்தவராகவும் அயோத்திதாசர் விளங்குகிறார் என்பதையும் தெளிவுப்படுத்துகிறார் தோழர் பிரேம்!

அத்துடன், வரலாற்றை மீளுருவாக்கம் செய்திட அவர் கையேந்திய பேராயுதம் பௌத்தம் என்பதையும் அழுத்தமாகப் பதிவு செய்துள்ளார். புரட்சியாளர் அம்பேத்கர் அவர்கள் பின்னாளில் பௌத்தத்தைத் தழுவியதற்கு அடிப்படையாக அமைந்தது அயோத்திதாசரின் அறப்புரட்சியே என்றும் தோழர் பிரேம் உறுதிப்படுத்துகிறார்.

இவ்வாறு, இந்திய சமூகக் கட்டமைப்பில் பண்டிதர் அயோத்திதாசரின் சிந்தனைகள் எத்தகைய தாக்கத்தை ஏற்படுத்தியிருக்கின்றன என்பதை பல்வேறு கோணங்களில், உலக அளவிலான புரட்சிகர சிந்தனைகளுடன் ஒப்பாய்வு செய்திருக்கிறார் தோழர் பிரேம்! குறிப்பாக, கௌதம புத்தரின் வாழ்வியல் நெறிமுறைகள், கார்ல் மார்க்சின் சிந்தனைகள் போன்ற மகத்தான கோட்பாடுகளுடன் அயோத்திதாசரின் சிந்தனைகளை ஒப்பீடு செய்திருக்கிறார். ஏராளமான வரலாற்றுச் சான்றுகளுடன் பண்டிதர்

அயோத்திதாசரை ஒடுக்கப்பட்டோரின் விடுதலைக்கான ஒரு 'கோட்பாட்டு அடையாளமாக' நிறுவுகிறார்.

தோழர் பிரேம் அவர்களின் இந்தப் படைப்பு பண்டிதர் அயோத்திதாசரை ஒரு புதிய பரிமாணத்தில் படம் பிடித்துக் காட்டுகிறது. தமிழக அரசியல் களத்தில், குறிப்பாக, தலித் அரசியல் அரங்கில் இந்நூல் குறிப்பிடும்படியான தாக்கத்தை ஏற்படுத்தும்! பண்டிதர் அயோத்திதாசர் குறிப்பிட்ட ஒரு சாதிக்கான அடையாளம் அல்ல; ஒடுக்கப்பட்ட சமூக விடுதலைக்கான கோட்பாட்டு அடையாளம் என்பதை இந்நூல் அழுத்தமாக அடையாளப்படுத்துகிறது.

வாழ்த்துகளுடன்,

தொல். திருமாவளவன்

நூல்கள் வழி உருவான நூலின் வரலாறு

1980-களில் விடுதலை அரசியல், சாதியழிப்பு அரசியல் பற்றிய பேச்சுகளில் அண்ணல் அம்பேத்கர், ஆசான் அயோத்திதாசர் இருவர் பெயரும் உணர்ச்சி அடையாளங்களாக இருந்த அளவுக்கு அறிவின் அடையாளங்களாக என்னைப் போன்ற பலருக்கு அறிமுகமாகவில்லை.

1972-76 கால கட்டத்தில் புதுவையின் கவர்னராக இருந்த சேத்திலால் அரசு வேலைகளில் இடஉரிமை, கல்வியில் சிறப்பு உதவிகள் திட்டத்தை முறையாகச் செயல்படுத்திய போது சாதித் தமிழர்கள் வெறுப்பு நிறைந்த பேச்சுகளில் அம்பேத்கர் என்ற பெயர் ஒலித்ததை நான் கேட்டிருக்கிறேன். எனது தோழர்கள் வாழ்ந்த தெருக்களில் கொண்டாடப்பட்ட அண்ணலின் பிறந்தநாள் நிகழ்வுகளில் அவரின் பெருமைகளைப் பேசிய பெரியவர்கள் அவரது வாழ்க்கை வரலாற்றை அறிமுகப்படுத்தினார்கள். ஒடுக்கப்பட்ட மக்களுக்கான மனைப்பட்டாக்கள் 'ஊருக்கு வெளியே' வழங்கப்பட்டபோது உருவான புதிய நகர்களுக்கு அம்பேத்கர் நகர் எனப் பெயர் வைக்கப்பட்டன. அவரை அரசியல் சட்டம் அளித்த மேதை என்று சில ஆசிரியர்கள் அறிமுகப்படுத்தினர்.

அந்தத் தலைமுறை தலித் தலைவர்கள் அம்பேத்கரின் வாழ்வைப் பற்றி எடுத்துரைத்த அளவுக்கு அவரது கருத்தியல்கள், தத்துவ, அரசியல், வரலாற்று ஆய்வுகள் பற்றி விளக்க இயலாத நிலையில் இருந்தனர், அதற்கு வாய்ப்புகளும் குறைவு. அண்ணலின் சாதியொழிப்பு நூலும், பூனா ஒப்பந்தமும் தமிழில் பேசப்பட்ட அளவுக்கு வேறு நூல்கள் பேசப்படவில்லை. மார்க்சியத்தின் வழி வளர்ந்த என் போன்றோருக்குத் தீண்டாமை, சாதி இரண்டும் வர்க்கப் புரட்சியின் வழி அழிந்துவிடும் என்ற நம்பிக்கை ஊட்டப்பட்டிருந்தது.

பெரியார் வழியாக அறிந்து கொண்ட அண்ணல் வேறு ஒரு தோற்றத்தில் இருந்தார். பாபாசாகேப் பெரியாரின் வடநாட்டு வடிவம் என்ற அளவில் மதிப்பை அது உருவாக்கியிருந்தது. பெரியாரின் நண்பர் என்ற மனப்பதிவு பலகாலம் இருந்தது. பெரியாரின் தோளில் கைவைத்து நின்ற உலக பௌத்த மாநாட்டுப் படம் (3-12-1954) என் மனதில் இரு பெரியார்கள் என்ற பதிவையே உருவாக்கியிருந்தது.

"டாக்டர் அம்பேத்கர் அவர்களுக்குச் சமமாக இந்தியாவில் யாரையும் சொல்லமுடியாது. இன்று மட்டுமல்ல; முப்பது ஆண்டுகளுக்கு முன்பாகவே இதை நான் கூறியிருக்கிறேன். 1930 முதலே எனக்குத் அவரைத் தெரியும்."

"மறைந்த டாக்டர் பாபசாகேப் டாக்டர் அம்பேத்கர் அவர்களும் நானும் நெடுநாட்களாக நண்பர்கள் என்பது மாத்திரமல்ல; பல விஷயங்களில் எனது கருத்தும் அவரது கருத்தும் ஒரே மாதிரியாகத்தான் இருக்கும். சாதி ஒழிப்பு என்ற விஷயத்தில் மாத்திரமே நாங்கள் ஒத்த கருத்துடையவர்கள் என்பது அல்ல. இந்து மதம், இந்து சாஸ்திரங்கள், இந்துக் கடவுள்கள், தேவர்கள் என்பவர்கள் பற்றிய- இந்துமதப் புராணங்கள் இவைகளைக் குறித்தும்கூட எங்கள் இரண்டு பேர்களின் கருத்தும் ஒரே மாதிரியாகத்தான் இருக்கும். அது மட்டுமல்ல, அவைகளைப் பற்றி நான் எவ்வளவு உறுதியாகவும் பலமாகவும் எனது அபிப்பராயங்களைக் கொண்டிருக்கிறேனோ அவ்வாறுதான் அவரும் மிகவும் உறுதியாகவும் பலமாகவும் இலட்சியங்களைக் கடைபிடித்தார்."

"1925ஆம் வருஷத்திலே இந்த நாட்டில் சுயமாரியாதை இயக்கம் தோன்றியது. வடநாட்டில்... இந்த உணர்ச்சியைக் கிளப்புவதென்றால் கடினமான காரியமாகும். ஆனால் அங்கேயே 1927, 1928-லேயே அம்பேத்கார் சுயமரியாதைக் கொள்கைகளைப் பேசியிருக்கிறார். நாசிக்கில் கூடிய ஒரு மாநாட்டிலேயே இராமாயணத்தைப் போட்டுக் கொளுத்தியிருக்கிறார்." (பெரியார் ஈ.வெ.ரா. சிந்தனைகள் 2 : 1033-1036) என்ற பெரியார் வழியாக, அம்பேத்கர் மாபெரும் ஆளுமை என்பது தெரிய வந்திருந்தது.

அண்ணலை பெருமதிப்புடன், தெய்வம் எனக்கொண்டாடிய நம் மக்கள் தலைவர்கள் சிலர் சொல்வதும் "அவர்களுக்குச் சமமாக இந்தியாவில் யாரையும் சொல்லமுடியாது" என்று பெரியார் குறிப்பிட்டிருந்ததும் பொருந்திப் போவதைப் புரிந்துகொள்ள முடிந்தது.

ரெட்டைமலை சீனிவாசனார் (1859-1945), க. அயோத்திதாச பண்டிதர் (1845-1914), எம்.சி.ராஜா (1885-1943) என்ற முப்பெரும் தலைவர்கள் பற்றி நம் "மக்கள் தலைவர்கள்" பேசிவந்தனர். இந்தப் பேச்சுகளில் இருந்து அயோத்திதாசர் பற்றிச் சில வரலாற்றுக் குறிப்புகள் தவிர வேறு எதையும் அறிந்துகொள்ள முடியாத நிலையே இருந்தது.

1990-க்குப் பிறகு நிலைமை மாறியது தமிழ்ச் சமூக அளவிலும் என் அளவிலும். அண்ணலின் நூல்கள் மறுபதிப்புகளாகவும் முழு தொகுதிகளாகவும் கிடைக்கத் தொடங்கியபோது எனக்குள் பெரும் திகைப்பும் வியப்புமே உருவானது.

அண்ணல் அரசியல் தலைவர், விடுதலைப் போராளி மட்டுமல்ல மாபெரும் கருத்தியல் ஆய்வாளர், சிந்தனையாளர், தத்துவவியலாளர்

இத்துறைகளில் "அவர்களுக்குச் சமமாக இந்தியாவில் யாரையும் சொல்லமுடியாது" என்பது எனக்குப் புரிந்தது.

நான் முதன் முதலாக மொழிபெயர்த்த ஒரு முழு கட்டுரை "புத்தரா, கார்ல் மார்க்ஸா?" பிறகு "புத்தரும் அவர் தம்மமும்" சில பகுதிகள் மட்டும். இவை கையெழுத்துப் படிகளாக அம்பேத்கர் வகுப்புகளிலும், தலித் கூட்டமைப்பின் பயிற்சிப் பட்டறைகளிலும் படிக்கப்பட்டன. பிறகு தமிழில் அம்பேத்கர் நூல் தொகுதிகள் வரத்தொடங்கியவுடன் நான் மொழிபெயர்ப்பை நிறுத்திவிட்டேன்.

அண்ணலின் எழுத்துகள் என்னை முற்று முழுதாக மாற்றியமைத்தன, அவரது ஆங்கிலத்தை வாசித்து நான் செய்த பயிற்சியே என்னை ஆங்கிலத்தில் கற்பிக்கும் பல்கலைக்கழக ஆசிரியனாக இருக்கத் தகுதிப்படுத்தின. உள்ளும் வெளியுமாக இரண்டு வகைகளிலும் அண்ணல் என்னை முழுமையாக மாற்றியமைத்தார். அண்ணலின் தொகுதிகளை 1985 காலகட்டத்தில் படித்திருந்தால் நான் இன்று இழந்துபோன பல நட்புகளையும் உறவுகளையும் இழக்காமல் இருந்திருப்பேன். ஆனாலும் அண்ணல் வழியாகவே எனக்குப் பெருமதி கொண்ட இந்நாளைய நட்புகளும் தோழமைகளும் உருவாகின.

1985-90 காலகட்டத்தில் ஆய்வாளர் பேராசிரியர் ராஜ் கௌதமன் வழியாக அம்பேத்கர், தலித் கருத்தியல், சாதி உளவியல் பற்றிய உணர்ச்சிச் செறிவுடைய அறிவு எனக்குள் பதிவானது. அவருடைய துறையில் நான் மாணவனாக இருந்தேன், ஆனால் வகுப்புகளில் இன்றி வெளியில்தான் சந்திப்பு. அவரைப் பார்த்து ஆசிரியர்கள் மிரண்டனர். அவரது ஆங்கிலமும் அவரது தோரணைகளும் அவர் சிகரெட் பிடிக்கும் பாங்கும், வண்டி ஓட்டிவரும் லாவகமும் மாணவர்களைக் கவர்ந்தவை.

நெடிய உரையாடல்கள், விவாதங்கள், கேலிகள், கிண்டல்கள், மாற்றுப் பார்வைகள் என நீண்ட மாறுதல் காலம் அது. அவரது விரிந்த வாசிப்பும் தர்க்கத் திறனும் பெரும் ஊக்கம் தருவன. மீளமுடியாத பெரும் இழப்புகளை தன் வாழ்வில் சந்தித்த பின்னும் அவரது சிந்தனைத் திறனும் படைப்பாற்றலும் சக்தி மிக்கதாக இருந்துவருவதை இன்றும் கவனித்து வருகிறேன்.

எனது குடிவழிப் பெயரும் அவரது குடிவழிப் பெயரும் ஒன்று என்பதை அவர் சில சமயம் கேலியாகவும், சில சமயம் வாஞ்சையுடனும் குறிப்பிடுவார். "பிரேம் இதைப் படிச்சியா?" என அவரும் "நீங்க அதைப் படிச்சிப்பாருங்க" என நானும் ஒரு போட்டியுணர்வுடன் கற்ற நாட்கள் அவை. அவர் சில சமயம் சொல்லுவார், "இந்த மனநிலையை உங்களால் (உன்னால்) உணரமுடியாது, அறியத்தான் முடியும்." அது சாதி நீங்கிய மனநிலைக்கும் சாதி அடையாளம் சுமத்தப்பட்ட மனநிலைக்கும் இடையில் உள்ள வேறுபாடு பற்றியது. அவருடனான உரையாடல்களைப்

பின்னாட்களில் நினைவு கொண்டு நான் பல உள்ளார்ந்த தெளிவுகளைப் பெற்றிருக்கிறேன்.

அவர் தலித் அரசியல், கலை இலக்கியம், மாற்றுப் பண்பாடு பற்றியெல்லாம் பின்னாட்களில்தான் விரிவாக எழுதினார், ஆனால் அதற்கு முன்பு என்னிடம் அனைத்தையும் பேசியிருக்கிறார். எனது சிந்தனை, வாசிப்பு, எழுத்து அனைத்தையும் பெருமிதப்படுத்தியபடி மதிப்பீடும் செய்த அவர் அத்துடன் தலித் அரசியலும் இணைந்தால்தான் முழுமையான அர்த்தம் கிடைக்கும் என்று உள்ளூடாகப் புரியவைத்தார். அவர் அதனை மிக இயல்பாக, மனதுடன் பழகிச் செய்தார். அந்தப் பழக்கமே என்னை 1991 கால கட்டத்தில் தலித் நாடக இயக்கத்திலும் பிறகு அம்பேத்கர் இயக்கங்களிலும் இயங்கவும், இணைந்து செயல்படவும் வைத்தது. ஏதேதோ சூழ்நிலைகளால் இதனை அவரிடம் நேரில் சொல்லுவதற்கான வாய்ப்பு இல்லாமல் போனது.

ஒருமுறை, ‘எப்படிய்யா இப்படி எழுதுற?’ ‘அயோத்திதாசர் போல ஒரு தனியான மொழிய உருவாக்கிக்கிட்டு பயமுறுத்தறய்யா!’ எனப் பேச்சின் இடையில் குறிப்பிட்ட அவர்தான் அயோத்திதாசர் பற்றிய சில முக்கியமான கருத்துகளையும் எனக்குள் பதிய வைத்திருந்தார்.

ஆனால் 1999-இல் தலித் சாகித்ய அகாடமி வெளியிட்ட க. அயோத்திதாசர் சிந்தனைகள் தொகுதிகளும் ஞான. அலாய்சியஸ் தொகுத்து பதிப்பித்த அயோத்திதாசர் சிந்தனைகள் நூல்களும் தமிழ்ச் சிந்தனை, சமூக இயக்க- வரலாறு பற்றிய நம் அனைவரின் அறிதலையும் முழுமையாக மாற்றியமைத்தன. இது பலருக்கும் நிகழ்ந்தது என்பதை இன்றைய தலித் அரசியலின் அறிவுத்துறை சார்ந்து எழுதுபவர்களின் எழுத்துகள் வழி, சிந்தனை கட்டமைப்பு வழி அறிந்து கொள்ள முடியும்.

இரண்டு பெரும் சிந்தனையாளர்களின் இரண்டு பெரும் நூல் பதிப்பு இயக்கங்கள் அடிப்படைகளை மாற்றி, களத்தை விரிவுபடுத்தி, மேற்கத்திய சிந்தனைகள் மீதான மயக்கத்தில் கிடந்த என் போன்ற பலரைப் புத்துருவாக்கம் செய்தன.

2001-க்குப் பிறகான தமிழ் கருத்தியல், கோட்பாட்டு மறுவாசிப்புகள் அனைத்திலும் இந்தத் தாக்கத்தை காணமுடியும். 2004-இல் பேராசிரியர். ராஜ் கௌதமன் எழுதி வெளியிட்ட க. அயோத்திதாசர் ஆய்வுகள் படித்தபோது பெருமிதம் உள்ளே பொங்கியது. தோழர்கள் பலர் அயோத்திதாசர் சிந்தனைகள் வழி தமிழ் வரலாற்றை, அறிதல்முறையை, அறிவுருவாக்க முறையை மாற்றியமைக்கும் எழுத்துகளை எழுதிக்கொண்டுள்ளனர்.

தலித் அரசியலின் தேவையையும் தலித் தலைமையின் வரலாற்று பெருமதியையும் அறிவுத்துறையினர், சமூக மாற்றம் விரும்புவோர், சாதியற்ற சமத்துவ அமைப்பை உருவாக்க நினைப்பவர்கள், விடுதலைக்

கருத்தியல்களில் உண்மையான பற்று கொண்டவர்கள் என அனைவரும் புரிந்து கொண்டு மனம்திரும்ப வேண்டிய காலம் இது. தலித் அல்லாதவர்களின் கூட்டமைப்பு என்றும், தலித் விலக்கம் செய்யப்பட்ட அரசியல் என்றும் கொடுங்கருத்தியல்களைப் பரப்ப முனையும் சக்திகள் இன்றைய இந்துத்துவ- மநு-வன்ம அரசியல் அதிகாரத்தைப் பயன்படுத்தி வரலாற்றை பின்னோக்கிச் செலுத்தும் வேலையில் ஈடுபட்டுள்ளனர். இதனை எதிர்ப்பவர்கள் தலித் அரசியிலின் புறம் நின்று பார்ப்பவர்களாக இருக்க நினைப்பதும் இந்துத்துவ ஆதிக்கத்திற்கு நேரடியாக கைப்பங்கு அளிப்பதும் ஒன்றுதான். இனியான மாற்று அரசியல் உள அமைப்பை அம்பேத்கர்-அயோத்திதாசர் கருத்தியல்களின் மீதுதான் கட்ட இயலும்.

1999-2002 காலகட்டத்தில் அயோத்திதாசர் வகுப்புகளை நடத்திய காலத்திலிருந்து அயோத்திதாசர் சிந்தனைகள், செயல்திட்டங்கள் பற்றி விரிவாக எழுத வேண்டும் என்ற திட்டம் இருந்து வந்தது. ஆனால் அரசியல் குழப்பங்கள், சாதி-மநு அநீதிகளின் புதிய வகை எழுச்சிகள் எனச் சோர்வும், கலக்கமும் எழுத்தை தேங்கச் செய்திருந்தன. அந்த சூழ்நிலையில்தான் நமது தமிழ்மண் இதழில் தலைமைத் தோழர் தொல். திருமாவளவன் அவர்கள் எழுதி வந்த "அமைப்பாய்த் திரள்வோம்" தொடர் கட்டுரைகள் வாசிக்கக் கிடைத்தன, ஊக்கமும் சக்தியும் அளித்து, சோர்வை நீக்கிய நிகழ்வு அது. தோழர்கள் பலருக்கும் அந்த ஊடாட்டம் நிகழ்ந்திருக்கக்கூடும். அதன் தொடர்ச்சியாகவே குறிப்புகளாக முடங்கிக் கிடந்த பக்கங்களைக் கட்டுரைகளாக மாற்றத் தொடங்கினேன். நமது தமிழ்மண் இதழில் வெளிவந்த கட்டுரைகளைக்கொண்ட இந்த நூல் அயோத்திதாசர், அம்பேத்கர் சிந்தனைகளை முன் வைத்து இனி நான் விரிவாக எழுத இருக்கும் நூல் தொகையின் முதல் பகுதி.

அயோத்திதாசரின் அறப்போராட்டம்

ஒடுக்கப்பட்ட மக்களின் விடுதலைப் போராட்டங்களும், எதிர்ப்புகளும் கடந்த இரண்டு நூற்றாண்டுகளில் உலக அளவில் பெரும் மாற்றங்களைக் கொண்டு வந்துள்ளன. விடுதலைக் கருத்தியல்களும், இயக்கங்களும் மானுட வரலாற்றில் இதற்கு முன் இல்லாத அளவில் பெருகியுள்ளன. தொழில் நுட்பக் கருவிகளும், உயர் தொழில் நுட்பங்களும் பெருகிப் பரவிய அளவுக்கு விடுதலைப் போராட்ட அரசியலும் பெருகிப்பரவியுள்ளன. மிகச் சிக்கலான காலனிய வலைப்பின்னலும், உலகமயமாக்கமும் இத்துடன் விரிவடைந்துள்ளது. அதிகார, ஆதிக்கக் கட்டமைப்புகளின் தகர்ப்புகள் நடந்துள்ள அதே அளவுக்கு அடக்குமுறை அமைப்புகளும் புதிய வடிவில் பெருகியபடியே உள்ளன. முழுமையான மாற்றம், முற்றான மறுஆக்கம், முழுமையான விடுதலை என்ற எதிர்ப்பார்ப்புகள் கருத்தியல் ஏக்கங்களாக இருந்தாலும் சிறிய, நுண் மாற்றங்களுக்கான போராட்டங்கள்தான் மக்கள் அரசியலின் தினச் செயல்பாடுகளாக இருந்து வருகின்றன. இந்திய தமிழ்ச் சூழலில் உலக அளவிலான அனைத்துவித இன, வர்க்க, பாலின ஒடுக்குமுறைகளுடன் சாதி-வர்ணம்-தீண்டாமை என்ற அக-புற வன்முறையும் உள்ளூடிச் செயல்பட்டு விடுதலை அரசியலையும் அறத்தேர்வுகளையும் கீழிறக்கம் செய்து, மதிப்பழிவுச் செய்து வருகின்றன.

புதிய சமூகம், சமத்துவச் சமுதாயம், மனிதவிழுமியம் நிறைந்த வாழ்வு, அனைவருக்குமான அரசு என்ற நவீன வாழ்வியல் கட்டமைப்புகள் உருவாக வேண்டுமெனில் அது சாதி ஒழிப்பிலும், பெண்ணுரிமை மீட்பிலும் இருந்துதான் தொடங்க முடியும் என்பதை ஜோதிராவ் புலெ *(1827-1890)*, அயோத்திதாசப் பண்டிதர் இருவரும்தான் இயக்கமாகவும் கருத்தியலாகவும் கட்டியவர்கள்.

அயோத்திதாசர் தனக்கென முன்னோடிகள் அற்றவர், தானே முன்னோடியாக மாறியவர். தமிழகத்தில் பத்தொன்பதாம் நூற்றாண்டில் காலனிய அரசின் புதிய அமைப்புகளைப் பயன்படுத்திக் கொண்டு பிராமண சாதி ஆதிக்கம் பொருளாதார-அரசியல் ஆதிக்கமாக மாறத்தொடங்கியிருந்தது. அதற்கு மறுபக்கம் பிராமணர் அல்லாதார் என்ற

அமைப்பு உருவாகியிருந்தது. இந்த இரண்டு குழுக்களும் நவீன அரசியல் அதிகாரத்தை, பொருளாதார ஆதிக்கத்தைத் தம்வசப்படுத்த முனைந்தவை. இவை இரண்டுக்கும் வெளியே நிறுத்தப்பட்டிருந்த ஐந்தில் ஒரு பங்கான ஒடுக்கப்பட்ட மக்களின் உரிமைகள், வாழ்வாதாரங்கள், மானுட விழுமியங்கள் பற்றி யாரும் கவலைப்படவில்லை. சமூகச் சீர்திருத்தம், தேசியம், தேச விடுதலை என்பவற்றை பக்திப் பாடல்கள்போலப் பாடிக்கொண்டு எங்களுக்கு ஆட்சியதிகாரம் கிடைத்தால் “பஞ்சமர்களுக்கும் பாதுகாப்பு வழங்கப்படும்” என்று அறிவித்தவைதான் அனைத்துச் சமூக இயக்கங்களும். தீண்டாதாருக்கும் பாதுகாப்பு, அனைத்துச் சாதிகளுக்குமான நல்வாழ்வு, சேரி மக்களுக்கும் அரவணைப்பு என்ற சொற்கள் “அனைத்து உயிரினங்கள் மீதும் அன்பு கொள்ளுதல்” என்ற திமிர்வாத தீர்மானங்களை அடிப்படையாகக்கொண்டவை. அதன் உள்ளார்ந்த கொடிய உளவியல் “ஈனப்பறையர்களேனும் எம்முடன் வாழ்ந்திங்கிருப்பவர் அன்றோ?” என்ற ‘மனிதாபிமான’ வாக்குகளாகப் பரவிக்கிடந்தன.

1831-இல் பெண்கொலைகளை நிறுத்த பிரிட்டிஷ் அரசு கொண்டு வந்த தடுப்புச் சட்டத்தைக் கண்டு கொதித்தெழுந்த சனாதன-மனு வெறி குழுக்கள் உருவாக்கிய சனாதன தர்ம சபாக்கள்தான் அனைத்து தேசியவாத, தேச விடுதலை இயக்கங்களுக்கும் அடிப்படையாக அமைந்திருந்தன. அதன் முழுமையான விளைவுதான் இன்றைய சனாதன தேசியமும். இவை முற்றிலும் நவீனத்துவ வெறுப்பும், சமத்துவ மறுப்பும் கொண்ட கூட்டம். இதன் மிகத் தந்திரமான வடிவம்தான் மகாத்மா காந்தி என்ற கட்டமைப்பு. தலித் அல்லாதார் ஒன்றிணைப்பு என்ற சதித்திட்டம் இன்று அல்ல *1905* காலகட்டத்திலிருந்து தொடங்கி, *1932*-இல் அச்சுறுத்தும் வடிவம் எடுத்தது. இந்திய இடதுசாரிகள் அண்ணலை அந்நியப்படுத்தியதும், காங்கிரஸ் தன்வயப்படுத்தி அடையாளம் அழிக்க முயன்றதும் வரலாற்று ஆவணங்களாக உள்ளன.

சாதி கடந்த திருமணங்கள், கலப்புத் திருமணங்கள் என்ற பெயர்களில் “முற்போக்குகள்” செய்யும் புரட்சிகளில் “நோ காஸ்ட் பார், எஸ்சி-எஸ்டி எஸ்க்யூஸ்” என்ற வாசகம் பொதிந்து வைக்கப்பட்டுள்ளது. அதனை வெளிப்படையாகச் செய்பவர்கள் பிற்போக்காளர்கள், தந்திரமாகச் செய்பவர்கள் முற்போக்காளர்கள், அவ்வளவே. இன்று வரை இந்த நிலை தொடர்கிற போது, ஆசான் அயோத்திதாசர் காலத்தின் நிலையை நாம் சற்று நினைவுபடுத்திப் பார்க்க வேண்டும். அந்தச் சூழலில் மாற்றுச் சிந்தனைகளை கண்டறிந்து, புதிய கட்டமைப்புகளை உருவாக்கவும், தமக்கெதிரான அநீதிகளை, அடக்குமுறைகளை எதிர்த்துப் போராடவும் இயல்பு கடந்த ஒரு ஆற்றல் வேண்டும். அது அயோத்திதாசரிடம் இருந்தது. அவர் ஒரு அறப்போராட்டத்தைத் தொடங்கி வைத்தார், ஒரு விடுதலை நெறியைக் கட்டமைத்தார், தன்மதிப்பு கொண்ட வாழ்வியலை உருவாக்கித் தந்தார்.

உண்மைகளை விளக்கிச் சொல்வது, வரலாற்றுச் சதிகளை அம்பலப்படுத்துவது, ஆய்வுகளைச் செய்து தரவுகளையும் சான்றுகளையும் தொகுத்துச் சொல்வது என்பதெல்லாம் விடுதலை அரசியலுக்கு பெரிய அளவில் பயன் சேர்ப்பவை அல்ல. மாற்று வழிகளை அடையாளம் காட்டுவது, மாற்றங்களை உருவாக்கும் வழிமுறைகளை உருவாக்குவது, அவற்றைச் செயல்படுத்துவதற்கான திட்ட வரைவுகளை உருவாக்குவது, அதை இயக்கமாக நடைமுறையில் தானே நிகழ்த்திக் காட்டுவது என்பனதான் இயங்கியல் தன்மை கொண்ட செயல்பாடுகள். அவைதான் மாற்றங்களை உருவாக்கும். அடக்குமுறைகள், ஆதிக்கம், அநீதிகள் பற்றி ஆய்வுகளைச் செய்துதான் தெரிந்துகொள்ள வேண்டும் என்ற தேவையில்லை. மனு ஸ்மிருதியும் அர்த்தசாஸ்திரமும் பகவத் கீதையும் ராமாயண-மகாபாரதக் கதைகளும் பஞ்சம-சூத்திர மக்களின் மீதான வன்கொடுமைகளை தர்மம் என்றே நியாயப்படுத்துகின்றவை. அவை எதையும் மறைப்பதில்லை, இதில் ஆய்வுகள் செய்து புலப்படுத்த என்ன இருக்கிறது? தீண்டாமை என்பது மறைமுகமாக தந்திரமாக செயல்படுத்தப்படும் ஒன்றா? இவற்றை விளக்கிக் கொண்டு இருப்பதால் மக்களின் மனதில் அச்சமும், அவநம்பிக்கையும்தான் உருவாகும். அமெரிக்க அரசின் ஆவணங்களையும், ரகசிய கோப்புகளையும் கொண்டு வந்து காலம் தோறும் அது நிகழ்த்தி வரும் உலகளாவிய பயங்கரவாதம், கொள்ளையிடும் சதித்திட்டங்கள் பற்றியெல்லாம் புலப்படுத்திவிடுவதால் என்ன நடந்துவிடப் போகிறது, எதுவும் செய்ய முடியாது என்ற திகைப்பும் பயங்கரமும்தான் பொது மன அமைப்பில் படியும். இதனைத்தான் அமெரிக்க சதித்திட்ட வல்லுநர்களும் விரும்புகிறார்கள். இது கூட்டு மன அமைப்பின் மீதும், தனித்த மனங்களின் மீதும் தொடுக்கப்படும் தாக்குதல். அமெரிக்கா பற்றிய அச்ச உணர்வு பக்தியாக மாறும், இது மாற்றங்களைக் கொண்டுவராது. அதிகாரம், ஆதிக்கம் குற்றத் திமிர்கொண்ட அமைப்பு, அது அறம், நீதி, மனித விழுமிங்கள் பற்றிக் கவலைப்படுவதும் இல்லை, அச்சம் கொள்வதும் இல்லை. அப்படியெனில் மாற்றங்களைக் கொண்டுவர செய்ய வேண்டியது என்ன? இந்தச் சிக்கலான கேள்விக்கு அயோத்திதாசரிடம் விடை கிடைக்கிறது.

எதிர்ப்பு நம் மன அமைப்பில் இருக்க வேண்டும் ஆனால், நம்மை நாம் செம்மைப்படுத்திக் கொள்ளவேண்டும். அதாவது வாழ்வின் அடிப்படைகளை நாம் முதலில் மாற்றிக் கொள்ள வேண்டும். நம்மைப் பற்றி நம்மை அடக்கும் பகுதியினர், நம் மீது ஆதிக்கம் செலுத்துபவர்கள் உருவாக்கித் தந்திருக்கும், திணித்திருக்கும் வரையறைகளை, மதிப்பீடுகளை உடைத்தெறிந்து, நம்மை நாம் புத்துருவாக்கம் செய்து கொள்ள வேண்டும். எது நீதி, எது அறம் என்ற கேள்விகளுக்கு ஆதிக்க-அடக்குமுறையாளர்கள் தரும் விளக்கங்கள் எதையும் ஏற்றுக்கொள்ளக்கூடாது. அவர்களின் அநீதியை, அறமற்ற தன்மையை, வன்கொடுமை புத்தியை, அறிவின்மையை ஒவ்வொரு

இழையிலும் சொல்லிலும் எடுத்துரைத்துக்கொண்டே இருக்க வேண்டும். உழைப்பைத் தரும் மக்களின் ஒழுக்கம் உயர்வானதா? உட்கார்ந்து சுரண்டித் தின்னும் ஆதிக்கச்சாதியின் ஒழுக்கம் உயர்வானதா? என்ற கேள்வியை ஒவ்வொரு இடத்திலும் கேட்டுக்கொண்டே இருக்கவேண்டும். அறிவு, திறன், கலை, இலக்கியம் என அனைத்திலும் நம் மக்களே மேன்மையானவர்கள் என்பதைத் தயக்கமின்றி நிருவிக்கொண்டே இருக்க வேண்டும். ஆதிக்கச் சாதிகளின் சமயம் நம்மை ஏற்பதில்லை, உள்ளே நுழைய அனுமதிப்பதில்லை என்றால் அதனை இழித்துத் தூரத் தள்ளிவிட்டு நமக்கான சமய நெறிகளை-சடங்கு முறைகளை உருவாக்கிக்கொள்ள வேண்டும். நமக்கான பண்பாட்டுக்கூறுகளைத் தனித்து அடையாளப்படுத்திக்கொண்டு ஆதிக்கத்தின் பண்பாட்டு அமைப்பைக் கீழிறக்கம் செய்ய வேண்டும்.

ஆதிக்க சாதிகளின் வரலாறு வெறும் கட்டுக்கதைகள்தான், அவற்றிற்கெதிரான முட்டுக்கதைகளை (எதிர்க்கதைகளை) உருவாக்கி தலைகீழாக்கம் செய்ய வேண்டும். மொழிப் பயன்பாடு, பொருள்படுத்தல், ஆவணப்படுத்தல், அறிதல் முறை என அனைத்திலும் தலைகீழாக்கம் மற்றும் தன் மேலாக்கம் நிகழ வேண்டியதின் தேவையை அயோத்திதாசர் அளவுக்கு செய்முறையில் நிறுவிக்காட்டிய அறிஞர்கள் வேறு யாரும் இல்லை. அவர் தன் ஆய்வுகளில் தயக்கமற்ற ஒரு போர்முறையைக் கடைப்பிடித்தார், “அவைகள் யாவும் மத்தியில் சேர்த்துள்ள பொய் சரித்திரங்களென்றே நீக்கல் வேண்டும்” என்பது மிகவும் ஆற்றல்கொண்ட ஒரு மாற்று அறிவு முறை.

தன் ஆய்வுக்கு ஆதாரமான நூற்களென திரிக்குறள், திரிமந்திரம், மணிமேகலை, சிலப்பதிகாரம் என்று பலவற்றைக் குறிப்பிடும் அயோத்திதாசர் “புராதன பௌத்த விவேகிகள் கர்ணபரப்பரையாக வழங்கிவரும் சுருதிகளைக் கொண்டும் அநுபவச் செயல்களைக் கொண்டும் ஆராய்வதாயின் சத்திய தன்மம் நன்கு விளங்கும்.” (பூர்வத் தமிழொளியாம் புத்தரது ஆதிவேதம்) என வாய்மொழி மரபையும், நடைமுறை வழக்குகளையும் உள்ளடக்கிய அறிவுமுறையைக் கட்டியெழுப்பியிருக்கிறார். கட்டழிப்பும் கட்டமைப்பும் அவரிடம் ஒருங்கே நிகழ்ந்தன. அதன் விளைவுதான் அயோத்திதாசர் கண்டறிந்த, கட்டியெழுப்பிய பூர்வ பௌத்தம், பூர்வத் தமிழொளி, திராவிட பௌத்தம் என்ற ஆற்றல் வாய்ந்த மாற்று மரபு. அதன் வழியாக அயோத்திதசார் ஓர் அறப்போராட்டத்தைத் தொடங்கிவைத்தார். அவர் தொடங்கிய அந்த அறப்போராட்டத்தை அண்ணல் தேசம் தழுவிதாக மாற்றினார். தன்னடையாளத்தை மாற்றி தன்னுரிமை கொண்ட மக்களை உருவாக்க இதுவே திறமான வழி என்பதை இரு அறிஞர்களும் இருவேறு வழிகளில் கண்டறிந்தனர்.

அயோத்திதாசர் தொடங்கி வைத்த அந்த அறப்போராட்டம் சாதிபேதமற்ற தமிழர்களை உருவாக்குவதற்கான திட்ட வரைவு. ஒடுக்கப்பட்ட மக்களின் "தன்மம்" பௌத்தம் என்று அறிவித்த ்பின் அதில் இணைவதன் வழியான சாதி மறுக்கும் அனைவரும் விடுதலை அடைய முடியும் என்பதுதான் அதன் உள்கிடக்கை. சாதியில் இணைய முடியாது, ஆனால் தன்மம் வழி இணைய முடியும். ஒடுக்கப்பட்ட மக்களையும் ஒடுக்கும் சாதிகளைச் சேர்ந்த நவீன மனிதர்களையும் ஒருங்கிணைக்கும் விடுதலை நெறி இது. இதில் மாற்றம் பெற நினைக்கும் பிறசாதி மக்கள் மீதான கருணை ஒரு முக்கிய இடம் வகிக்கிறது. மோதல்கள், வன்முறைகள், வன்கொலைகள், வஞ்சம் தீர்க்கும் அணிதிரட்டல்கள் இன்றி தமிழர்களை நவீனப்படுத்தும் பெரும் திட்டம் இது. இது பின்னாளில் வளராமல் தேய்ந்து தேங்கியது பெரும் இழப்புதான். அதன் பயனே இன்றுள்ள சாதிகாக்கும் தமிழர் அரசியல் பெருக்கம். இதற்கான பெருங்காரணமாக அமைந்தது, பெரியார் இயக்க பகுத்தறிவு மரபு. இது நம் காலத்தின் தேவை என்றாலும், சமயம் அற்ற நிலைக்கு முன் நேர வேண்டிய பகுத்தறிவுடன் கூடிய சமய நெறி நிகழாமல் தடைபட்டது. அயோத்திதாசர் மிகவும் விழைந்த அந்த தன்ம அரசியல், அறப்போராட்டம் விரிவடைந்து இருக்குமெனில் தமிழ் அரசியல் இன்று பலவகைகளில் வேறுபட்டதாக இருந்திருக்கும். சென்றதைப் பேசிப் பயனில்லை என்றாலும், இனியாவது நாம் மறு ஆக்கத்தைத் தொடர வேண்டும்.

அயோத்திதாசர் பழமை மீட்புப் பணியை மேற்கொண்டார், புராதன சமயமான பௌத்த மீட்டுருவாக்கம் எப்படி விடுதலை அரசியலுக்குப் பயன்படும் என்ற கேள்வியை நான் சிலரிடமிருந்து எதிர்கொண்டிருக்கிறேன். இதே போன்ற கேள்வி அம்பேத்கரின் பௌத்தத்தின் மீதும் வைக்கப்படுகிறது. அதற்கான பண்டிதரின் தெளிவான விளக்கம் இது. சமத்துவத்திற்கும் சாதியழிப்பிற்கும் பயன்படாது என்றால் அவர் எந்த ஒரு அமைப்பையும், நெறியையும் கட்டழிப்புச் செய்யத் தயங்காதவர். அதுதான் அவரது வாழ்வு. பின்வரும் பகுதியைச் சற்றுக் கவனமாக படிக்கும் போது அவர் உருவாக்கியது, நவீன தன்மம்தான் என்பது புரிய வரும்.

வினா: பௌத்ததன்மத்தைப் பரவச் செய்யவேண்டுமென்று புதுப்பேட்டைக் கோமளீஸ்வரன் கோவிலருகே மகாபோதி சங்கமென்னும் ஓர் கூட்டத்தார் தோன்றி தன்மத்தைப் பரவச் செய்துவருங்கால் அவ்விடந் தாங்கள் வராமலும் வந்திருந்து தன்மத்தைப் போதிக்காமலுமிருப்பது எங்கள் யாவருக்கும் பெரும் ஆயாசத்தையும் சங்கையையும் உண்டுசெய்கின்றபடியால் இச் சங்கையைத் தெளிவற நிவர்த்திக்கும்படி வேண்டுகிறோம். - (வே.உ.மாணிக்கம், புரசவாக்கம்)

விடை: நமது சங்கத்தின் பெயர் சாக்கைய பௌத்த சங்கம். அவர்களுடைய சங்கத்தின் பெயர் மகாபோதி சங்கம். நமது சங்கத்தின்

கருத்தோவென்னில் பொய்யாகிய சாதிக் கட்டுபாடுகளைக் கனவிலும் நம்பப்படாது. அதை அநுசரித்து ஒற்றுமெயக் கேட்டை உண்டுசெய்துக் கொள்ளப்படாதென்பது துணிபு.

அவர்களது சங்கத்தின் கருத்தோவென்னில் புத்ததன்மத்தில் சாதிபேதமென்னும் செயலேயில்லாதிருக்கத் தாங்கள் புத்ததன்மம் போதித்தோமென்று கூறி அவற்றை தாழ்ந்த வாகுப்போர்களுக்குப் போதிக்கப் போகிறோமென்று தங்களைத் தாங்களே உயர்த்திக்கொண்டு புத்ததன்மமென்று கூறுகின்றார்கள்.

நம்முடைய சங்கத்தின் சத்தியதன்ம போதமோவென்னில் ஒவ்வொரு மனிதனும் நீதிநெறி வாய்மெயில் நிலைத்து மெய்ப்பொருளுணர்ந்து தீவினைகளை ஒழித்து பிறவியின் துக்கத்தை ஜெயிக்கவேண்டும் என்பது கருத்தும் சத்திய சாதனமுமாகும்.

சென்னை மகாபோதி சங்கத்தோர் கருத்தோவென்னில் மெய்ப்பொருளென்பது ஒன்று கிடையாது. மறுபிறவியென்பதுங் கிடையாது. மனிதன் சாகவேண்டியதே முடிபென்றுங் கூறுவர்.

இத்தகைய சாதி சம்பந்தத்திலும் தன்மசம்பந்தத்திலும் நேர் விரோதமாயுள்ளபடியால் அச்சங்கத்திற்கு வருவதிலும் வந்தும் ஏதும் போதிப்பதிலும் யாதொரு பயனும் இல்லாதபடியால் வராமல் நின்று விட்டோம். இதுவே நமது கருத்தாகும்.

அவர்கள் பௌத்தர்களென வெளித்தோன்றியும் தங்களை உயர்ந்த வகுப்போர்களாக எண்ணிக்கொண்டு தாழ்ந்த வகுப்போர்களுக்கு தன்மஞ் சொல்லப்போகிறோமென்று கூறி வெளிவந்ததை கனந்தங்கிய தன்மபாலா அவர்கள் வெளியிட்டுவரும் மாதாந்த மகாபோதி ஜர்னலில் தெரிந்துக் கொள்ளுவதுமன்றி அச்சங்கத்தில் வந்துள்ள பிக்ஷுவின் கையிலிருக்குங் கடிதத்தினாலும் அறிந்துக் கொள்ளலாம். ஈதன்றி அவர்களது புத்தஜயந்தி கொண்டாட்டத்தை ‘இந்து’ பத்திரிகையில் எவ்வகையாக எழுதியிருக்கின்றார்களென்னில் காட்டுமிராண்டிகளுக் கொப்பானவர்களும் அறிவில்லாதவர்களும், நீதிநெறி ஒழுக்கமற்றவர்களுமாகியக் கூட்டத்தோருக்கு தன்மம் போதிக்கப் போகின்றோம் என்றும் வரைந்திருக்கின்றார்கள். அத்தகையக் கூட்டத்தோர் யாரோ நமக்கு விளங்கவில்லை. இத்தகைய கூட்டத்தோர் யாவரென்று தாங்களேனுந் தெரிந்துக் கூறுவீராயின் மிக்க உபகாரமாகும்.

தங்களுக்குள் அறிவிலிகளும் அசுத்தர்களும் அசப்பியர்களும் நிதிநெறி ஒழுக்கமற்றவர்களும் இருக்கின்றார்களா இல்லையாயென்று ஆராய்ந்துணராது அறிவில்லாதார்களும் நீதிநெறியற்றவர்களுமாகிய ஒரு கூட்டத்தோர் இருக்கின்றார்களென்றும் அவர்களை சீர்திருத்த வந்தோமென்றுங் கூறுகிறபடியால் அக்கூட்டத்தோர் யாவரென்பதை நாம் தெரிந்துகொண்ட பின்னர் அவ்விடம் வரக் காத்திருக்கிறோம்.

திரிக்குறள் "வெண்மெயெனப்படுவதி யாதெனினொன்மெ
யுடையம் யாமெனுஞ் செருக்கு. *(குறள் 844)*

(வெண்மை எனப்படுவது யாது எனின் யாம் ஒண்மை உடையம் என்னுஞ் செருக்கு) (தமிழன் மே 17, 1911)

தமிழ்ச் சிந்தனையில், செயல்திட்டத்தில் அயோத்திதாசர் முற்றிலும் புதிய ஓர் அமைப்பாக்கத்தைத் தொடங்கி வைத்தார். எதிர்ப்பு மட்டுமின்றி மாற்றுகளை உருவாக்கியது, அடக்கு முறையின் கீழிருந்தாலும் தமக்கென தனியான தனிமனித-சமூக அறங்களை உருவாக்கிக் கொள்வதன் வழியாக பலம் பெறமுடியும் என்பதை நிறுவியது, பழமைகள் அனைத்தையும் கட்டழிப்பை செய்து கொண்டே புதியவற்றை கட்டமைத்துத் தந்தது, அநீதிக்கும் அடக்கமுறைக்கும் ஆக்கீழான இடத்தைத் தந்து தகுதி நீக்கம் செய்தது, அறிவின் வழியான விடுதலை பெற முடியும் என்பதையும் விடுதலைக்கானதே அறிவு என்பதையும் நிறுவிக்காட்டியது, எனப் பலவாறாகத் தொடர்கிறது அயோத்திதாசரின் அறப் போராட்ட முறை.

அவரை தலித் அரசியலில் மட்டும் இடப்படுத்துவது பெரும் அநீதி, அவர் தமிழ் அடையாள-தமிழர் அடையாள அரசியலின் உன்னதமான முன்னோடி. தலித் தலைமை, தலித் விடுதலை, தலித் அரசியல் என்றெல்லாம் தனித்துக் குறிப்பிடுவதற்கான தேவை இன்றும் உள்ளது என்பதே அவமானப்படவேண்டிய நிலை. விடுதலை அரசியல் என்றும், அறம் சார் அரசியல் என்றும், சமத்துவ அரசியல் என்றும் இந்திய-தமிழ்ச் சூழலில் எதையாவது குறிப்பிடுவதாக இருந்தால் அது சாதியொழிப்பு அரசியலும் "தலித் அரசியல்" என்று அறியப்படும் கருத்தியலும்தானே? தமிழர் அடையாளம் வேறு எந்த வடிவில் பாசிஸமற்றதாக அமைய முடியும்? இந்த உரையாடலை, புத்துருவாக்கத்தை தமிழக அறிவுத்துறையினர் முற்போக்காளர்கள் முறையாகத் தொடங்க வேண்டும். அதனை ஒரு நூற்றாண்டுக்கு முன்பே தொடங்கி வைத்த பேராசான் அயோத்திதாசரை ஊன்றிக் கற்றுப் புரிந்து கொள்ள வேண்டும். அயோத்திதாசரையும் அண்ணல் அம்பேத்கரையும் "தலித் அறிவுத்துறையினரும் மக்களும் மட்டும் மீண்டும் மீண்டும் பேசுவதில் என்ன இருக்கிறது? தலித் அல்லாதவர்கள், தலித் அல்லாத அறிவுத் துறையினர் பயில வேண்டும், மாற வேண்டும்" என்ற தலைவரின் வாக்கு பலவிதமான பொருள்களைக் கொண்டது. அயோத்திதாசரையும், அம்பேத்கரையும் விடுதலை அரசியலுக்கும் இந்தியச் சமூகத்திற்கும் கொடையாக வழங்கி மாற்றத்திற்கான அழைப்பு முன்வைக்கப்பட்டுள்ளது. அயோத்திதாசர் தொடங்கி வைத்த அறப்போராட்டம் புறம்-அகம் என்ற இரு தளங்களிலும் ஊடுருவும் தன்மை கொண்டது.

அதனை ஒரு முன்னெடுப்பாகக்கொண்டு அறம் அறிந்த அனைத்து தனிமனிதர்களும், குழுக்களும், இயக்கங்களும் தம்மை மறு உருவாக்கம் செய்துகொள்ள வேண்டும்.

பகுதி: ஒன்று

தொடக்கத்திலிருந்து மீண்டும்

வரலாற்றிலிருந்து விடுவித்தவர் வரலாற்றையும் விடுவித்தவர்

தமிழக வரலாற்றில் புரட்சியை ஏற்றுக்கொண்ட சிந்தனையாளர்கள், புரட்சிக்கான சிந்தனையாளர், புரட்சியைப் பரப்பிய சிந்தனையாளர்கள் சிலர் உள்ளனர். ஆனால் ஒரு சிந்தனையாளர் மட்டுமே தன் சிந்தனையால், தன் செயல் திட்டத்தால் புரட்சியை நிகழ்த்தியிருக்கிறார். அவர் புரட்சி உருவாகுமெனக் காத்திருக்கவில்லை, புரட்சிக்குப்பின் விடுதலை வரும் என்று பார்த்திருக்கவுமில்லை. அவருடைய தொடக்கமே புரட்சியாக அமைந்தது, அவரது ஒவ்வொரு சொல்லும், வாக்கியமும், கருத்தும், அறிவுருவாக்க முறையும் ஆய்வுமுறையும் புரட்சியாக இருந்தது. தன் காலத்திய சிந்தனைகள் அனைத்தையும் கடந்து, தம் காலத்திய ஆதிக்க, அதிகார, மரபுகள் அனைத்தையும் எதிர்த்துச் செயல்பட்டவர் அவர். தான் வாழ்ந்த காலத்தில் வலிமை பெற்றிருந்த வரலாற்றுப் புனைவுகளில் இருந்து முற்றிலும் விடுதலை பெற்றவராக இருந்தார், அவற்றை ஆதாரமற்ற கட்டுக்கதைகள் என்று ஐயத்திற்கிடமின்றி எடுத்துரைத்தார், அவற்றை உருவாக்கிப் பரப்பி வருபவர்களை 'சுயப்பிரயோசன சோம்பேரிகள்' என்று தயங்காமல் தாக்குதல் தொடுத்தார்.

அவரது மொழி, சிந்தனைமுறை, வரலாற்றுப் புரிதல், இலக்கியம் பற்றிய பார்வை, அறக்கருத்துகள், அரசியல் திட்டங்கள், வாழ்வியல் நெறிகள் அனைத்தும் புதிதாக இருந்தன. அவரது சிந்தனையில் இருந்த வலிமையும், அவற்றை எடுத்துரைப்பதில் அவருக்கிருந்த பொறுமையும் புதிய சிந்தனைப் பள்ளிகளை உருவாக்க முனையும் பேரறிஞர்கள் பலருக்கு வாய்க்காத பெருங்குணம். தான் கொண்டிருந்த கருத்தியல் மீது அவருக்கிருந்த பெருமிதமும், தனது அறத்தின் மீது அவர் வைத்திருந்த பெரும் பற்றும் தம் காலத்தில் வலிமை பெற்றிருந்த, ஆதிக்கம் செலுத்திவந்த, பெரும்பான்மையினரின் கருத்தியல்கள் அனைத்தையும் புறந்தள்ளி, பொய்யெனத் தூரவிலக்கி செயல்படுவதற்குரிய ஆற்றலையும் துணிச்சலையும் அவருக்கு அளித்திருந்தன. அந்தத் துணிவும் ஆற்றலும்

நம் அயோத்திதாசரை அவர் காலத்திய சிந்தனைகள் பலவற்றைக் கடந்து, வரலாற்றின் கீழ் நசுங்கிய ஒரு சமூகத்தின் மனிதர் என்ற நிலையிலிருந்து வரலாற்றைத் திருத்தியெழுதும் ஒரு பேரறிஞராக உருவாக்கியிருந்தன.

அன்றைய அரசியல், சமூகவியல், வரலாறு, சமய நம்பிக்கைகள் அனைத்திலிருந்தும் மாறுபட்டுச் சிந்திக்கவும் அதனைச் செயல்படுத்தவும் அவரால் முடிந்தது. அவர் தம் மக்களின் மீதும், விடுதலை மீதும் கொண்டிருந்த பற்றும் வித்தை, புத்தி, ஈகை, சன்மார்க்கம், கருணை, ஒற்றுமெய் என்ற சுத்த சீலங்கள் மீது கொண்டிருந்த நம்பிக்கையுமே அதற்குக் காரணமாக அமைந்தன. அந்த நம்பிக்கையின் வலிமையோடு சாதிபேதமற்ற திராவிடர்களை ஒன்றிணைத்து அவர்களை விடுதலையை நோக்கி, நீண்ட சாந்தமும் நீடிய சமாதானமும் கொண்ட உண்மையான சுதேசியத்தை நோக்கி அழைத்துச் செல்வதைத் தம் வாழ்வாகக் கொண்டார்.

அந்த வாழ்வு நெடிய ஒரு போராட்டமாக அமைந்திருந்தது. ஏனெனில் அரசியல் வலிமைகொண்ட, சமய அதிகாரம் கொண்ட, வரலாற்று ஆதிக்கம் பெற்றிருந்த பிராமண-வைதிக மரபை மட்டுமின்றி அவர்களுடன் இணைந்து சாதிவேற்றுமையை, தீண்டாமையைக் கடைபிடிக்கும் சாதி இந்துக்கள் அனைவருக்கும் எதிரான ஒரு அறிவுப்புரட்சியை, அறப்புரட்சியை அறிஞர் அயோத்திதாசர் தொடங்கியிருந்தார்.

'தேசவிடுதலை' என்று பொத்தம் பொதுவான கூக்குரலுடன் இந்தியாவின் சமூக, சமய வன்முறைகளைக் கவனத்தில் கொள்ளாமல் சாதிவேற்றுமை, தீண்டாமைக் கொடுமை, பெண்ணொடுக்குமுறை பற்றிய குற்றவுணர்வோ வெட்கமோ இல்லாத, மூடநம்பிக்கைவெறி கொண்ட பிற்போக்காளர்கள் தங்களுக்குத் தேசபக்தர்கள் என்று பெயர்ச்சூட்டிக் கொண்டு அரசியல் அதிகாரத்தைக் கைப்பற்றுவதற்கான போராட்டத்தில் ஈடுபட்டு வந்த காலத்தில் அயோத்திதாசர் "சாதிபேதங் கொண்ட பொறாமெய் உள்ளோரிடம் சீவகருண்ய சிந்தையே கிடையாது என்பதை அநுபவத்தில் காணலாம்" என்று அறிவித்து ஒரு கருத்துப் புரட்சியை தொடங்கியிருந்தார். அதனால்தான் அவரை அன்று விதவாப் பிரசங்க வேதாந்திகள், சில்லரைப் பிரசங்க சித்தாந்திகள், பாட்டுப் பிரசங்க பாரதியார்கள் என அனைத்துத் தரப்பினரும் எதிர்த்தனர். சாதிகர்வம் (சாதித்திமிர்), மதகர்வம் (சமயத்திமிர்), வித்தியாகர்வம் (கல்வித் திமிர்), தனகர்வம் (பணத்திமிர்) கொண்ட கூட்டத்தினர் "பொதுச்சீர்த்திருத்தம்" செய்யப்போவதாக புறப்பட்டு அயோத்திதாசரை அவமதித்து வந்தனர். அவற்றைக் கண்டு சற்றும் கலங்காத பேரறிஞர் தாம் "எழுதிவரும் சுதேச சீர்திருத்தத்தை சிலர் சுதேச சீர்திருத்தமாகக் கொள்ளாது சுதேச மறுப்பென்றெண்ணி மயங்குவதாக" விளக்கித் தன் உண்மையான அரசியல் நோக்கத்தைத் தெளிவுபடுத்தினார்: "நாம் சுதேசிகளைத் தாழ்த்தி பரதேசிகளை உயர்த்துவதற்கும், பரதேசிகளைத் தாழ்த்தி சுதேசிகளை உயர்த்துவதற்கும் பத்திரிகை வெளியிட்டோமில்லை.

சுதேசிகளை சொந்தமாகவும் பரதேசிகளை பந்தவாகவும் எண்ணி பலர்ப் பிரயோசனங் கருதி (அனைவருக்குமான நன்மை அல்லது பொதுநீதி) வெளியிட்டிருக்கிறோம்." (தமிழன் 2-10-1907) இந்தப் பொதுநீதிக்கான, சமத்துவ விடுதலைக்கான போராட்டமே அயோத்திதாசரை மற்ற சிந்தனையாளர்களிடம் இருந்து வேறுபட்டவராக ஆக்கியது, அவரது ஒவ்வொரு சொல்லையும் அறப்புரட்சியின் வெளிப்பாடாக மாற்றியது.

இந்திய வரலாறு என ஒற்றைத்தன்மையில் ஏதும் இல்லையென்றபோதும் இந்தியாவின் பல வரலாறுகளுக்கிடையில் சில பொதுத்தன்மைகள் உள்ளன. அந்தப் பொதுத்தன்மைகளில் சாதி வேற்றுமை, தீண்டாமை வழக்கம் என்ற தீமைகள் முக்கிய இடம் பெறுகின்றன. இந்தியச் சமூக உளவியலில் ஆதிக்க சாதிக்குணம், இடைநிலை சாதிக்குணம் இரண்டும் தமக்குக்கீழ் உள்ள மக்கள் என்ற கற்பிதத்தை இறுகப் பற்றியுள்ளன. அதாவது சிலரைத் தீண்டாத நிலையில் வைத்திருப்பதில் பெருமை கொள்ளும் வன்முறை குணத்தை தமது உரிமை என நம்புகின்றன. இது ஒருவகையில் தனக்குக் கீழ் சில அடிமைகள் உள்ளனர் என்ற கற்பித உணர்வை அளித்து அதிகாரத் திமிரை அளிக்கிறது. அத்துடன் தனக்குக் கீழ் அடக்கி வைக்கப்பட்டுள்ள மக்களின் கடின உழைப்பை ஊதியமளிக்காமல் சுரண்டிக் கொள்ளும் உரிமையை அவர்களுக்கு அளிக்கிறது. அம்மக்களின் உடல், உள்ளம், மொழி அனைத்தின் மீதும் தன் அதிகாரத்தை அடக்குமுறையை செலுத்தும் உரிமை தனக்கு உள்ளதாக 'சாதிக்குணம்' நம்புகிறது. இதனை நியாயப்படுத்துவதற்கு உகந்த அரசு, மதம், புராணம், வரலாறு, ஒழுக்கவிதிகள் என்பனவற்றை உருவாக்கிப் பாதுகாத்து வருகிறது.

இந்த அடக்குமுறைக்குள் சிக்கிய மக்களின் உளவியல் முற்றிலும் வேறுபட்டது. தம் வாழ்வுக்கென தனித்த பொருளின்றி தன்னை அடக்கியும் ஒடுக்கியும் வைத்துள்ள சாதிகளின் நலனுக்கு பொருந்தக்கூடிய, அவர்களின் ஒடுக்குமுறை விதிகளுக்குக் கட்டுப்பட்ட வாழ்வை வாழ்ந்து முடிப்பதற்கான நிர்ப்பந்திக்கப்பட்ட உளவியல் அது. தனக்கென உரிமையுள்ள வாழிடமின்றி, வாழ்வாதாரங்களில் பங்கின்றி, அரசியலில் தனக்கான இடமின்றி மற்ற சாதிகளுக்கென உழைத்து, வாழ்ந்துமுடியும் வெறுமை கொண்ட உளவியல் அது. தம்மை ஒடுக்கும் மதத்தை ஏற்று, தம்மை இழிவுபடுத்தும் புராணங்களை நம்பி, தம்மை ஒடுக்கிய வரலாற்றிற்குள் அடைபட்டு நிற்கும் கொடிய நிலைதான் அது. இந்த வன்கொடுமை வாழ்வுக்கெதிராகக் கிளர்ந்தெழுந்து, அடக்குமுறைக்கெதிராகப் போராடி வெளியேற அம்மக்கள் தம்மை ஒடுக்கும் கற்பிதங்களை உடைத்து நொறுக்குவது முன் தொடக்கம். உடைத்து நொறுக்குவதுடன் தமக்கான புதிய வாழ்வியலை, வரலாற்றை, அரசியலை, சமூக நெறிகளை உருவாக்கிக் கொள்ள வேண்டியது அதன் தொடர்ச்சி. இந்த உடைத்து நொறுக்கும் உளவியலும், உருவாக்கும்

உளவியலும் இணைந்ததுதான் விடுதலைக்கான உளவியல். அவ்வகையில் ஒடுக்கப்பட்ட மக்களுக்கான விடுதலை உளவியலை முற்றிலும் புதிய முறையில், நவீன வாழ்வியலுடன் இணைத்து உருவாக்கியவர்தான் அயோத்திதாசர். அவ்வகையில் மற்ற பல இந்திய விடுதலை இயக்கங்களில், புதிய வாழ்வுக்கான போராட்டங்களில் இல்லாத ஒரு தனித்தன்மையை அயோத்திதாசரிடம் நாம் காண்கிறோம்.

ஒடுக்கப்பட்ட மக்கள் ஆதிக்கச் சாதி மற்றும் ஆதிக்க இன வரலாறுகளை ஏற்று, தமது வாழ்வு கீழ்மை கொண்டதாக உள்ளதென ஒப்புக்கொண்டு அதிலிருந்து விடுதலை பெறப் போராடுதல் என்பது ஒரு வகை. இதில் ஒடுக்கப்பட்ட மக்களின் போராட்ட உளவியல் நியாயம் கேட்டு நிற்கும் நிலையில் வைக்கப்படுகிறது. இதில் உள்ள தன்னடையாளம் பற்றிய குற்றவுணர்வும் குறைவுணர்வும் புரட்சிக்கான ஆற்றலைத் தடைசெய்கிறது. தம் வரலாறு பற்றிய தன்னிரக்கமும், பலியாக்கப்பட்டதன் வலியும், துயருற்ற மனமும் அவர்களின் போராட்ட வலிமையை, அதிகாரத்தைக் கைப்பற்றுவதற்கான வேட்கையைக் குறைக்கின்றன. தம் மீதுள்ள கொடுமைகள் ஓரளவு குறைந்து துயரம் நீங்கிய ஒரு வாழ்க்கை அமைந்தாலே போதுமானது என ஏற்றுக் கொள்ளும் ஒருவித அரசியல் கசப்பு அவர்களுக்குள் நிரம்பிவிடுகிறது. அந்நிலையில் அவர்களிடம் அடக்குமுறையாளர்களிடமே நீதி கேட்டு நிற்கும் "அரசியல் கீழ்நிலையாக்கம்" உருவாகிறது. அரசியல் அதிகாரமின்றி, சில சமூக உரிமைகளைப் பெற, மனித உரிமைக்களைக் கோர இந்த அரசியல் பயன்படலாம். ஆனால் முழுமையான விடுதலைக்கு இவ்வகையான நீதி கேட்கும் அரசியல் பயன்பாடாது.

அதிலும் சமத்துவம், சமநீதி, விடுதலை என்பனவற்றை ஏற்காத இந்தியச் சாதியச் சமூகத்தில் நீதி கேட்கும் அரசியல் முற்றிலும் பயனற்றதாகவே இருக்கும். ஒடுக்கப்பட்ட மக்களுக்கான விடுதலையில் "மேல்நிலை பெற்ற அரசியல்" போராட்டங்களே அதாவது தம் உரிமைகளைத் தாங்களே எடுத்துக் கொள்ளும், தம்மை ஒடுக்குபவர்களின் அரசியல் அடிப்படையைத் தகர்த்தெரியும் போராட்டங்களே மாறுதல்களைக் கொண்டுவர முடியும். இந்த மேல்நிலை பெற்ற அரசியல் போராட்டத்தை இந்தியாவின் தீண்டாமைக்குட்பட்ட மக்கள் கையில் எடுக்க உகந்த காலமாக பத்தொன்பதாம் நூற்றாண்டின் பிற்பகுதியும் இருபதாம் நூற்றாண்டின் முற்பகுதியும் அமைந்திருந்தன. இதற்கான தலைமையும், கருத்தியல் வழிகாட்டிகளும் உருவாக சர்வதேச அரசியலும், நவீன அரசியல் சிந்தனைகளும் பின்புலமாக இருந்தன. ஆனால் பிரிட்டானிய பேரரசின் அரசியல் நீதிமன்றம், குடிமை நிர்வாகம், சட்டம், கல்வி, பொதுப்பணிகள், இயந்திர உற்பத்தி என்பன போன்ற நவீன சமூக நிறுவனங்களை அறிமுகப்படுத்தியதன் வழி ஒடுக்கப்பட்டோரின் சமூக அரசியல் நிலைகளில் சில மாற்றங்களை உருவாக்கியது. பல

நூற்றாண்டுகளாக மறுக்கப்பட்ட மனித உரிமைகளும், குடிமை உரிமைகளும் ஒடுக்கப்பட்ட மக்களுக்குக் கொள்கையளவில் உறுதி செய்யப்பட்டன.

இதனை "இத்தகைய கொரூரகாலத்தில் பூர்வ புண்ணியவசத்தால் பிரிட்டிஷ் துரைத்தனம் வந்து தோன்றி சத்துருக்களின் கொரூரம் ஒடுங்கி இக்குலத்தோர் கிஞ்சித்து சீர்பெறவும் தங்கள் தங்கள் கையிருப்பின் சாஸ்திரங்கள் வெளிவரவும்" உகந்த நிலை என அயோத்திதாசர் அடையாளப்படுத்தினார். இந்தியச் சமூக வரலாற்றில் இதற்குமுன் இருந்தவந்த நிலையை "வேஷபிராமணர்களால் இக்குலத்தோர் நிலைகுலைந்து பலவகை துன்பங்களை அநுபவித்து" வந்த நிலை என விளக்கினார். அந்த நிலை தொடர்ந்திருக்கும் எனில் என்ன நிகழ்ந்திருக்கும் என்பதையும் அவர் தெளிவுபடுத்தியிருக்கிறார், "அத்தகையக் கொரூரத் துன்பங்களை வேஷபிராமணர்கள் இதுவரையில் செய்துக் கொண்டும், பறையர்களெனும் பூர்வ பௌத்தர்கள் அவற்றை இதுவரையில் அநுபவித்தும் வந்திருப்பார்களாயின் இவர்கள் தேகங்கிடந்த இடங்களில் எலும்பும் காணாமறற்போயிருக்கும் என்பது சத்தியமாம்." வரலாற்றில் தனது மக்கள் மீது இழைக்கப்பட்ட பெருங்கொடுமைகள் குறைந்த நிலையை "இக்குலத்தோர் கிஞ்சித்து சீர் பெற்ற" நிலை என வரையறை செய்தார். இந்தக் குறைந்தபட்ச அரசியல் உரிமையைச் சமூக உரிமைகளாக, வரலாற்று மெய்மையாக மாற்றவும் தம் மக்கள் முழுமையான விடுதலையை நோக்கிச் செல்வதற்குமான வழிமுறையைக் கண்டறிந்து கூறியவர்தான் அயோத்திதாசர்.

முதலில் அவர் தான் அடிமையில்லை, தன் மக்கள் கீழானவர்கள் இல்லை என உறுதியுடன் அறிவித்துக் கொண்டார். "நமது தேசத்தின் தற்கால பழக்கம் பிச்சை ஏற்பவன் பெரிய சாதி, பூமியை உழுபவன் சின்னசாதி, உழைப்புள்ளவர்கள் சிறிய சாதி சோம்பேறிகள் பெரிய சாதிகள் என்று சொல்லித்திரிவது..." என்று இந்தியச் சமூக அநீதியின் அடிப்படையைத் தகர்த்து விட்டு தனக்கான புதிய அடிப்படையை உருவாக்குகிறார்.

"நாளது வரையில் தமிழ் பாஷைக்கு மூலாதாரமாக விளங்கும் கருவிகளாகிய ஆத்திச்சூடி, கொன்றை வேந்தன், மூதுரை, குறள், நீதி வெண்பா, விவேகசிந்தாமணி, மற்றுமுள்ள கலை நூற்கள் யாவும் பறையர்களென்று தாழ்த்தப்பட்டுள்ள பூர்வபௌத்தர்களே இயற்றியுள்ளரென்பது அநுபவக்காட்சியேயாம்."

இத்தகைய வித்தையிலும், புத்தியிலும், ஈகையிலும், சன்மார்க்கத்திலும் கீர்த்தி மிகுந்திருந்த பௌத்தர்களை பறையர்கள், பறையர்களென்றும், தாழ்ந்த சாதியோர் தாழ்ந்த சாதியோரென்றும் சீர் கெடுத்த காலத்தையும் மிலேச்சர்களாகிய ஆரியர்கள் பிராமணர், பிராமணரென்று வேஷமிட்டுக்

கொண்டு உயர்ந்த சாதியோர் உயர்ந்த சாதியோரென்று சீர் பெற்ற காலத்தையும் ஆராய்வோமாக." எனத் தமிழக, இந்திய வரலாற்றில் ஆதிக்க சாதிகளின் பொய்யுரிமைகளை, போலித்தகுதிகளை இல்லாமலாக்கி, பார்ப்பன, வைதிக வரலாற்றுப் பொய்மைகளைத் தகர்த்து 'இந்தியப் பூர்வகுடிகளின்' வரலாற்றை மறுஉருவாக்கம் செய்கிறார். இவ்வாறாக ஒடுக்கும் வரலாற்றைத் தகர்ப்பதற்கும் ஒடுக்கப்பட்டோரின் வரலாற்றை உருவாக்குவதற்கும் அயோத்திதாசர் கையாண்ட பெருங்கருவிதான் "பௌத்த தன்மம்".

தம் மக்களின் விடுதலைக்கு பௌத்த தம்மமே வழிகாட்டி என்பதை அறிவித்த அயோத்திதாசர் அதனை ஒரு பழமையான நம்பிக்கையாகவோ ஒரு வழிபாட்டு முறையாகவோ நமக்கு வழங்கிச் செல்லவில்லை. "பௌத்ததன்மம் உன்பூட்டன் எழுதி வைத்திருப்பினும் உன் பாட்டன் எழுதி வைத்திருப்பினும் அவற்றையுன் விசாரணையிலும் அனுபவத்திலும் உசாவிப்பார். அவை மெய்யாயதென்று தெளிந்து உமக்கும் உமது சந்ததியோருக்கும் உன் கிராமவாசிகளுக்கும் உன் தேசத்தாருக்கும் சுகமளிக்கக்கூடியதாயின் அவற்றை நம்பு. உன் விசாரணைக்கும் உன் அநுபவத்திற்கும் பயனற்றதாயின் விட்டுவிடுமென்று கூறுவதாகும். அது கண்டே அவற்றிற்கு புத்ததன்மமென்றும் மெய்யறமென்றும் வகுத்துள்ளார்கள். மற்றைய மதத்தோர் அவர்களுக்குள் எழுதி வைத்திருப்பதையும் சொல்வதையும் நம்பி நடப்பதே இயல்பும், மதப்பிடிவாதமே செயலுமாக நிற்பர்." *(தமிழன், 12-11-1913)*

இந்த வரலாற்று மறு உருவாக்கம் விடுதலைக் கருத்தியலின் ஆற்றல் வாய்ந்த அடிப்படையாக அவரிடம் அமைந்திருந்தது. இந்திய வரலாற்றை மாற்ற இந்தியாவின் தொன்மைகளில் ஒன்றான பௌத்தத்தையே மீளுருவாக்கம் செய்த அயோத்திதாசரின் பெருங்கண்டுபிடிப்பை அண்ணல் அம்பேத்கர் முழுமையாக ஆய்வு செய்து பின்னாளில் உறுதிப்படுத்த முடிந்ததென்றால் அதற்குக் காரணம் அயோத்திதாசர் நிகழ்த்தியது ஒரு அறப்புரட்சி.

இந்தப் புரட்சி ஒடுக்கப்பட்ட மக்களின் உளவியலை மாற்றித் தன்னுரிமைகொண்ட, தன்மதிப்பு கொண்ட போராளிகளாக மாற்றக்கூடிய ஆற்றலுடையது. ஒடுக்கப்பட்ட மக்கள் தம் மீது சுமத்தப்பட்ட அடையாளத்தை உதறியெறிந்துவிட்டு புதிய அடையாளத்தைப் பெறுவதன் வழியாக நிகழும் விடுதலையே முதல் கட்ட விடுதலை, இந்த அடையாளத்தைத் தன் அறிவின் வழி உருவாக்கியவர்தான் பேரறிஞர் அயோத்திதாச கவிராஜ பண்டிதர்.

அவர் ஒரு நூற்றாண்டுக்கு முன் கூறிச் சென்ற புரட்சிகரமான கருத்துக்களை, வரலாற்றுக் கண்டுபிடிப்புகளை இன்றுதான் உலக அறிஞர்கள் மெல்ல மெல்ல ஆய்ந்தும் ஆவணங்கள் தேடியும்

நிருபித்து வருகின்றர். அவரது கருத்துக்கள் ஒடுக்கப்பட்ட மக்களை விடுவிப்பதற்கான செயல்திட்டங்கள் மட்டுமில்லை, இன்றைய பிராமண மைய, இந்துத்துவ திரிபுவாத அரசியலுக்கு எதிரான வலிமையான போராட்ட முறையாகவும் அமைந்துள்ளவை. இவற்றைப் பற்றித் தொடர்ந்து நாம் உரையாட இருக்கிறோம்.

அயோத்திதாசர் தொடங்கி வைத்த புரட்சியின் பெருமதியைப் புரிந்து கொள்ள கருப்பின மக்களின் விடுதலைப் போராளியும் இன்றைய பின்காலனியச் சிந்தனைகளின் முன்னோடியுமான பிரான்ஸ் பானோன் (1925-1961) அடிமைப்படுத்தப்பட்டோரின் உளவியலில் நிகழவேண்டிய மாற்றம் பற்றிக் 'கருப்புத் தோலும் வெள்ளை முகமூடிகளும்' (1952) என்ற நூலில் கூறும் ஒரு கருத்தை இங்கு நினைவு கொள்ளலாம்:

"உலகின் ஒவ்வொரு பகுதியிலும் தேடுதல் கொண்ட மனிதர்கள் இருக்கிறார்கள். நான் வரலாற்றில் அடைபட்ட கைதி அல்லன். வரலாற்றின் சிறைச்சாலையில் நான் எனது வாழ்வின் விதி பற்றிய அர்த்தத்தைத் தேடக்கூடாது. எனது வாழ்க்கையில் புதியவற்றைக் கண்டறிந்து அறிமுகப்படுத்திக் கொள்வதில்தான் உண்மையான எனது முன்னோக்கிய பாய்ச்சல் இருக்கிறது என்பதை எனக்கு நானே ஓயாமல் நினைவூட்டிக் கொண்டே இருக்க வேண்டும். நான் கடந்து செல்லும் நிலப்பகுதிகளினூடாக முடிவற்று என்னை நானே புதிது புதிதாக உருவாக்கிக் கொள்கிறேன். நான் என் வாழ்வின் ஒரு பகுதியாக இருக்கிறேன் அதனைக் கடந்தும் செல்கிறேன். என் முன்னோர்களை மனித விழுமியமற்றவர்களாக ஆக்கிவைத்திருந்த அடிமைச் சமூகத்தின் அடிமையல்லன் நான்."

வரலாற்றைத் திருத்தியெழுதுதலும் அடங்க மறுத்தலின் தொடக்கமும்

அயோத்திதாசர் தன் விடுதலைப் போராட்ட வாழ்வைத் தொடங்கிய, விடுதலைக்கான சிந்தனைகளை உருவாக்கிய அக்காலகட்டத்தில் சமூக-அரசியல் பற்றிய உலகச் சிந்தனைகள் மிகக்கடுமையான சிக்கல்களை எதிர்கொண்டிருந்தன. மக்களுக்கான அரசியல், மக்களை மையமாகக் கொண்ட அரசியல், மக்கள் விடுதலைக்கான அரசியல், மக்கள் நலம் சார்ந்த அரசியல் என்ற கருத்துகள் உருவாகியிருந்ததுடன் புதிய அரசியல்-பொருளாதாரம் மற்றும் இயங்கியல் பொருள்முதல் வாதத்தை அடிப்படையாகக் கொண்ட புரட்சிகர அரசியலும் உலக அளவில் பரவிக்கொண்டிருந்தது. சுதந்திரம், சமத்துவம், சகோதரத்துவம் என்ற மதிப்பீடுகளை அடிப்படையாகக் கொண்ட புதிய அரசியல் கருத்தியல்கள் அதுவரை இருந்துவந்த மனித சமூக-அரசியல் அமைப்புகளை வன்முறையானவை, அடக்குமுறை கொண்டவை, அறமற்றவை என்று விளக்கி அவற்றை மாற்றுவதுதான் விடுதலைக்கான வழி என்று நிறுவி வந்தன. அனைத்தும் இயல்பாக, பொதுத் தன்மையுடன், மாற்ற இயலாத விதிகளின் அடிப்படையில், ஒரு முழுமைத் தன்மையுடன் நிகழ்ந்து கொண்டுள்ளன என்ற நம்பிக்கைத் தகர்க்கப்பட்டு மாற்றம் இயல்பானது, மனிதர்களால் உருவாக்கப்பட்ட அமைப்பை மனிதர்கள் மாற்றி அமைக்கமுடியும் என்ற அறிவும் நம்பிக்கையும் பரவிக்கொண்டிருந்த காலம் அது. ஆனால் மாற்றங்களை யார் நிகழ்த்துவது அவை எங்கிருந்து தொடங்கும் அந்த மாற்றம் எந்த வடிவில் அமையும் என்பதைப் பற்றிய குழப்பங்களும் சிக்கல்களும் நிலவி வந்தன. பத்தொன்பதாம் நூற்றாண்டின் பிற்பகுதியும் இருபதாம் நூற்றாண்டின் முற்பகுதியுமாக அமைந்த அந்தக் காலகட்டம் நவீன மாறுதல்களின் மோதல்கள் மற்றும் முரண்களால் நிரம்பியது.

பொதுவான ஒரு பார்வையில் அயோத்திதாசர் வாழ்ந்த காலத்தை நவீன வரலாற்றின் 'புரட்சிகளின் காலகட்டம்' என்று கூறலாம். ஆனால்

அதுவரை உருவாகியிருந்தது அரசுகளின் மாற்றமே தவிர அரசியல் மாற்றமல்ல; தேசிய அரசுகளும் காலனிய ஆட்சிகளும் ஏகாதிபத்தியப் பேரரசுகளும் உருவாகியிருந்த அதே காலகட்டத்தில் தேசியமும் தேசபக்தி இயக்கங்களும் உருவாகியிருந்தன. புரட்சிக்கான அமைப்புகளும் கருத்தியல்களும் களங்களும் அமைந்திருந்தனவே தவிர புரட்சிகர சமூகமோ விடுதலை பெற்ற சமூக அமைப்போ உருவாகியிருக்கவில்லை. அன்று உருவாகியிருந்த அரசியல் மாற்றத்தில் மிகவும் குறிப்பிடத்தக்கது குடிமைச் சமூகம் சார்ந்த சட்டம் மற்றும் நீதி அமைப்புகள், உள்ளாட்சி நிர்வாக அமைப்புகள் மட்டுமே. தொழிற்சங்க அமைப்புகள், தொழிலாளர் ஒன்றியங்கள் தம் அடிப்படை உரிமைகளுக்காகப் போராடும் நிலையில் இருந்தன, அடக்குமுறைகளை எதிர்த்துக் குரல் கொடுத்து வந்தன. மக்கள் புரட்சி, சமத்துவப் பொருளாதாரம், பாட்டாளி வர்க்க அரசு என்ற எதுவும் தம்மை நடைமுறையில் நிறுவிக்கொள்ளவில்லை அதாவது மார்க்சிய அரசியல் பொருளாதாரப் புரட்சி ஒரு கருத்தாகவும் கனவாகவும் மட்டுமே அப்போது இருந்தது. இந்தியாவில் நிலவிவந்த காலனிய ஆட்சி இந்திய மக்களை ஆளப்படும் மக்கள் கூட்டமாக அல்லது மக்கள் சமூகமாக மாற்றியிருந்ததே தவிர 'குடிமக்கள்' என்ற உரிமையை அது உருவாக்கித்தரவில்லை. இந்தியச் சமூகங்களோ 'மக்கள்அரசு' என்ற கருத்தை விரும்பாத சாதி அதிகாரத்தைக் கொண்டாடும், முடியாட்சிக்குப் பணியும் மரபான சாதி-குடிமரபுச் சமூகங்களாக இருந்து வந்தன.

இவ்வாறான சிக்கலும் குழப்பமும் நிறைந்த காலகட்டத்தில்தான் அயோத்திதாசர் தனக்கேயான புதிய சிந்தனைகளையும் விடுதலைக்கான கோட்பாடுகளையும் உருவாக்குகிறார். அவருக்கு வழிகாட்டியாக அமையக்கூடிய கருத்தியல்கள், சமூகக் கோட்பாடுகள் அன்று இல்லை என்பதையும் அவர் தனித்து நின்று தன் மக்களுக்கும் இந்தியச் சமூகத்திற்குமான விடுதலைக் கருத்தியலை, மாற்று அறவியலைக் கண்டறிந்தார் என்பதையும் புரிந்துகொண்டால் அவரது சிந்தனை உழைப்பு, அறிவுத் தேட்டம், ஆய்வு ஆற்றல், அறம் சார்ந்த வலிமை பற்றிய வியப்பு நம்மில் பெருகும். வர்க்க முரண், வர்க்கப்போராட்டம், தேசிய விடுதலை, அறிவியல் சிந்தனைகள், மனித சமத்துவம் என்ற கருத்துகள் பரவி வளர்ந்த அளவுக்கு இந்தியச் சமூகத்தின் சாதி அதிகாரம், தீண்டாமை வன்கொடுமை, பார்ப்பன வைதிக மேலாதிக்கம், உள்ளடங்கிய அடிமைமுறை பற்றிய அறிவோ ஆய்வுகளோ அப்போது இல்லை. இந்தியச் சமூகங்களுக்கான விடுதலை, இம்மண்ணுக்கான சமூக மாற்றம் எங்கிருந்து தொடங்க வேண்டும், அந்த மாற்றத்தை யார் முன்னெடுக்க வேண்டும் என்பது பற்றிய உரையாடல்களோ தேடல்களோ அன்று உருவாகியிருக்கவில்லை.

சுதேசி இயக்கம், பொதுவுடைமை இயக்கம், பகுத்தறிவு இயக்கம் என்ற மூன்று தளங்களில் சமூக மாற்றம் பற்றியச் சிந்தனைகள்

விவாதிக்கப்பட்டு வந்தன. இந்த மூன்று தளங்களிலும் கவனிப்பு பெறாத ஒரு அடிப்படையான பகுதியை ஆய்வுக்கு உள்ளாக்கிய அயோத்திதாசர் தனக்கு முழுமையான வழிகாட்டியாக, முன்னோடியாக அமையக்கூடிய தத்துவங்கள் இன்றியே இந்தியச் சமூகங்களின் பெருங்கேடுகள் எவை, இந்தியச் சமூகத்திலிருந்து நீக்கப்படவேண்டிய தீமைகள் எவை, விடுதலையின் பாதை எது என்பதைக் கண்டறிந்து விளக்கினார். "மநுக்களை *(மனிதர்களை)* மநுக்களாக நேசிக்காத தேசம் மகிழ்ச்சியும் புகழ்ச்சியும் பெறுமோ முக்காலும் பெறாவென்பது திண்ணம். அதாவது ஓர் மனிதன் தன்னைத்தானே பெரிய சாதியோனென உயர்த்திக்கொண்டு கர்வத்தினாலும் தம்மையொத்த மனிதனை மனிதனாக நேசிக்காத பொறாமையாலும் தமது முன்னோர்களாகியப் பெரியோர்களை *(பூர்வ பௌத்தர்கள்)* தங்கள் பகையாலும் அறிவின்மையாலும் மக்களுள் மக்களை நேசிக்காது புறம்பாக்கி வருகிறார்கள். *(அதனால்)* தென்னிந்தியாவோ சீரும் சிறப்பும் குன்றி அவன் சின்னசாதி இவன் பெரியசாதியென்னும் துன்னாற்றங்களே பெருகிவருகின்றபடியால் ஒருவரைக் கண்டால் மற்றவர் சீறுகிறதும் ஒருவரைக் கண்டால் மற்றொருவர் முறுமுறுக்கிறதும், ஒருவரைக் கண்டால் மற்றொருவர் சினந்து குரைக்கிறதுமாகியச் செயல்களால் வித்தைகளுங்கெட்டு விவசாயங்களுங்கெட்டு வித்தையில் விருத்தி பெற்றவர்கள் அவ்வித்தையை மற்றவர்களுக்குக் கற்பிக்காமலும் விவசாய விருத்தியைக் கற்றவர்கள் அவ்விவசாய வித்தையை மற்றவர்களுக்குக் கற்பிக்காமலும் தாங்கள் சீரழிவதுடன் தங்கள் சந்ததியோரையும் சீரழியச் செய்து தேசத்தையும் பாழடையச் செய்தே வருகிறார்கள்." (தமிழன் : ஏப்ரல் 9 ,1913). இந்தியச் சமூகத்தின் தனிப்பட்ட தீமையான சாதி ஆதிக்கம், தீண்டாமை வன்கொடுமை, சமூக உறவுத் தடைகளில் இருந்துதான் அனைத்து கொடுமைகளும் தீமைகளும் தொடங்குகின்றன என்பதை விளக்கும் அயோத்திதாசரின் இந்த ஆய்வுக் கருத்து இந்திய அரசியல் மற்றும் சமூகப் புரட்சியின் தொடக்கப்புள்ளியை தெளிவாக விளக்கிவிடுகிறது. அயோத்திதாசரின் புரட்சி அறிவைப் பொதுவில் வைப்பதிலிருந்து தொடங்குகிறது. தேசத்தின் பாழ்பட்ட நிலைக்கான காரணங்களின் மூலக்கூறுகளை பகுத்து அடையாளம் காட்டிய அயோத்திதாசர் அதனால்தான் மற்ற புரட்சியாளர்களிடமிருந்து தனித்து நிற்கிறார்.

அவரது சிந்தனை முறையில் பல தாக்கங்களைப் பின்னாளில் ஏற்படுத்தியிருக்கக்கூடிய இரு நிகழ்வுகள் அயோத்திதாசர் வாழ்ந்திருந்தபோது நிகழ்ந்திருக்கவில்லை: ஒன்று முதலாம் உலகப்போர் (1914-18) மற்றது ரஷ்ய போல்ஷ்விக் புரட்சி (1917). வர்க்கங்கள் உருவாகி, வர்க்க முரண்கள் கூர்மையடைந்து, வர்க்க அடக்குமுறைகள் பெருகியிருந்த போதும் வர்க்கப் புரட்சிகள் நிகழ்வதற்கான அறிகுறிகள் தென்படாத ஒரு கால கட்டம் அது. "சுரண்டும் வர்க்கத்தினரிடையே கூட்டமைப்பாதல் எளிதில் நிகழ்தலைப்போல சுரண்டப்படும் வர்க்கத்தினரிடையே நிகழ்ந்து

விடுவதில்லை.'' (அமைப்பாய்த் திரள்வோம், தொல். திருமாவளவன்) என்ற வரலாற்று நடைமுறையின்படி சுரண்டும் வர்க்கங்கள் ஒன்று திரண்டு பலமடைந்த அளவுக்கும் முதலாளித்துவம் அரசியல், ராணுவ வகையில் வலிமையடைந்த அளவுக்கும் சுரண்டப்படும் வர்க்கங்கள் ஒன்று திரண்டு அமைப்பாகாத காலகட்டம் அது.

இருபது லட்சத்திற்கு மேலான மனித உயிர்களைப் பலி கொண்ட முதல் உலகப்போர் சுரண்டும் வர்க்கங்களுக்கிடையிலான ஆதிக்க, அதிகார, ஏகாதிபத்தியப் போட்டியின் ஒரு விளைவு. முதல் உலகப்போர் தொடங்குவதற்குச் சில மாதங்களுக்கு முன்பாக அயோத்திதாசர் மறைகிறார். ஆனால் நவீன போர்களின் பேரழிவைப் பற்றியும் அவற்றிற்கான காரணங்கள் பற்றியும் அவர் தெளிவாக சிந்தித்திருந்தார். அதனை தனக்கேயுரிய அறஅரசியல் பார்வையில் இவ்வாறு விளக்கினார், “தற்கால யுத்தங்களோ வென்னில் சிறு துப்பாக்கியை ஒருவன் ஏந்திச் சுட்டவுடன் ஓரிருவர் மரிப்பதும், பெருந்துப்பாக்கியை ஒருவன் ஏந்திச் சுட்டவுடன் எட்டுபேர் பத்துபேர் மரிப்பதும், பீரங்கியைக் கொண்டு சுட்டவுடன் ஐன்னூறு ஆயிரம்பேர் மரிப்பதும், மற்றும் பெரும் அவுட்டுகளையும் வெடிகுண்டுகளையும் வைத்துச்சுட்டவுடன் ஆயிரம் இரண்டாயிரம் பேர் மரிப்பதும் விலாமுரிந்தும், கால்கை உடைந்தும், குடல்சரிந்தும், எடுத்துக் காப்போரின்றி குத்துயிரில் கொடுந் துன்புற்று தவிப்போருமாகியக் கோரங்களைக் கேட்கும் போதே மனம் பதருங்கால் அவர்களைக் கண்ணினால் காணும் மக்கள் எவ்வகைக் கதருவார்களோ விளங்கவில்லை. ஆடுகளைப் போலும் கோழிகளைப் போலும் தங்களை ஒத்த மக்களைக் கொண்டுபோய் மடியவைத்து மன்னர்கள் என்ன சந்தோஷத்துடன் இராட்சியம் ஆளப்போகிறார்களோ அதுவும் தெரியவில்லை. சருவசீவர்களும் தங்கள் உயிர்களைக் காப்பாற்றிக்கொள்ள முயல்வது அநுபவக் காட்சியாகும். இவற்றுள் சருவசீவர்களிலும் சிறந்தவர்கள் மக்களென்றறிந்தும் அவர்களுள் குடிப்படை, கூலிப்படை யென வகுத்து அவர்களைக் கொண்டு போய் வீணே மடித்துத் துன்புறச்செய்வதினும் அத்தகைய அரசாட்சியை இச்சியாமலிருப்பதே தன்மமன்றோ. கடவுளுண்டு, கடவுளுண்டு எனச் சொல்லித்திரிபவர்க்கு கருணையென்பது ஒன்றில்லாமல் போமாயின் உலகநீதி ஒழுங்குறுமோ, ஒருக்காலும் ஒழுங்குறாவாம்.

உன் கடவுள், என் கடவுளென்னும் வெறுஞ்செருக்கும், உன் மதம் என்மதமென்னும் மதச்செருக்குமே கருணையென்பதற்று, கோபவெறியேறி தாங்களே யாத்த வலையிலும் துக்கத்திலும் வாதைப்படுவதன்றி தன் குடிப்படைகளையும் கூலிப்படைகளையும் கொண்டுபோயழித்து மீளாத்துன்பத்தில் ஆழ்த்தி வருகிறார்கள். இதுவே தற்கால யுத்தங்கள் எனப்படும்.'' (தமிழன் : நவம்பர் 27 ,1912).

போர் மறுப்பு, அதிகார ஆதிக்க மறுப்பு, அரசாட்சிகளைத் தீமையென ஒதுக்கி மக்கள் மயமான சமூகங்களை உருவாக்கும் தத்துவப்பார்வை அனைத்தையும் உள்ளடக்கிய அயோத்திதாசரின் இந்தக் கருத்து பௌத்தத்தை அடிப்படையாகக் கொண்ட 'சத்தியதன்ம சீர்திருத்தம்' சார்ந்தது என அவரால் குறிப்பிடப்பட்டாலும் பின்னாளில் நிகழ்ந்த இரு உலகப்போர்களுக்குப் பின்புதான் நவீன சிந்தனை முறை தன் பார்வைக்கு எடுத்துக் கொண்டது. இந்தப் பேரழிவுகளுக்குக் காரணமாக அமையப் போகின்றவை என அயோத்திதாசர் அடையாளம் காட்டியுள்ளவை மிகுந்த கவனத்திற்குரியவை: இராட்சியம் , ஆளுதல், உன் கடவுள் என் கடவுள், உன் மதம் என் மதம். இவை அரசுகள் (மனிதர்கள்) தாங்களே பின்னிக்கொண்ட வலைகள் தாங்களே உருவாக்கிக்கொண்ட துக்கங்கள் என்ற விளக்கத்தின் வழியாகப் பின்னாளில் உருவான பல விடுதலைக் கருத்தியல்களுக்கும் ஆதிக்க எதிர்ப்பு அரசியலுக்கும் அடிப்படையான புரிதலை அளித்துவிடுகிறார்.

மக்கள் படைகள் அரசை உடைத்து புதிய ஒரு அரசியல் அமைப்பை உருவாக்க முடியும் என்பதற்கு முன்னோடியாக அமைந்திருந்தது ரஷ்யப்புரட்சி; அந்நிகழ்வு உலக அரசியலிலும் மக்கள் உளவியலிலும் உருவாக்கிய மாற்றங்களைக் கவனித்து விடுதலைக்கான மாற்று வழிகள் பற்றிய தன் கருத்தைப் பதிவு செய்யும் வாய்ப்பும் அயோத்திதாசருக்கு இல்லாமல் போனது. அவருடைய காலத்தில் இந்தியச் சமூகத்தில் உருவாகியிருந்ததோ தேசபக்தி மற்றும் தேசிய அரசியல் என்ற பார்ப்பன மைய சாதிய அரசியல் மட்டும்தான். ஆனால் அயோத்திதாசர் இவ்விரு உலக நிகழ்வுகளும் பிற்காலத்தில் உருவாக்கிய ஒடுக்கப்பட்ட மக்களுக்கான அரசியல்- விடுதலைக்கான அரசியல் என்ற தளங்களில் காலத்திற்கு முன்பாக ஆழமாகச் சிந்தித்து அதன் சிக்கல்களை விரிவாக விளக்கியுள்ளதை நாம் கவனத்தில் கொள்ளவேண்டும்.

அவரது விடுதலைக் கருத்தியலின் விரிவைப் புரிந்துகொள்ள அவரது சமகாலத்தில் வாழ்ந்து மறைந்த இரு சிந்தனையாளர்களை நாம் இங்கு நினைவுபடுத்திக் கொள்ள வேண்டும். ஒருவர் கார்ல் மார்க்ஸ் *(1818 -1883)* இவர் மக்களுக்கான விடுதலை பற்றித் தம் வாழ்நாள் முழுக்கச் சிந்தித்தவர். மற்றொருவர் பிரடெரிச் வில்ஹெம் நீட்ஷே *(1844-1900)* இவர் விடுதலையென்றால் என்ன, அனைவருக்கும் விடுதலை சாத்தியமா அல்லது அனைவருக்கும் விடுதலை தேவையா, அன்பு கருணை என்பதெற்கெல்லாம் என்ன அர்த்தம் என்று தம் வாழ்நாள் முழுக்க ஓயாமல் கேள்வி எழுப்பியவர். இருவரும் ஜெர்மனியப் பின்புலம் கொண்டவர்கள், ஆனால் உலகச் சமூக அரசியலின் இரு எதிர்நிலைக் கருத்தியல்களின் ஆசான்கள். அயோத்திதாசர் தன் வாழ்நாளில் சிந்தித்த, தேடிய அதே கருத்துக்கள் பற்றியும் மனித நிலை பற்றியும்தான் இருவரும் சிந்தித்தனர். ஆனால் இருவரும் முற்றிலும் எதிரெதிர் நிலைகளைக் கண்டடைந்தனர்.

மார்க்ஸ், விடுதலை அனைவருக்கும் உரியது அதனை அடைய முடியும் என்றார். நீட்ஷே அடக்கி ஆளச் சிலரும் அடிமைப்பட்டிருக்கப் பலரும் இருந்தால்தான் ஒரு சமூகம் வலிமையாக இருக்கும் என்றார், மக்கள் அடிப்படையிலேயே அடிமைப் புத்திக் கொண்டவர்கள் அதனால் வலிமையும் அதிகாரமும் கொண்ட மகாமனிதர்கள் அவர்களை அடக்கியாள வேண்டும். வலிமையின் முன் அடிமைப்பட்டிருக்க விரும்புவது மக்கள் (அடிமைகள்) பெண்கள் இருபகுதியினரின் பண்பு, போரிலும் ஆதிக்கத்திலும் வலிமை கொண்டவர்களிடம் விரும்பி அடிமைப்பட்டிருப்பது பொது மனித குணம் என்றெல்லாம் வரலாற்றுச் சான்றுகள் காட்டி நிறுவ முயன்ற தத்துவவாதி. ஆனால் இருவருமே மனித சமூக அரசியல் வரலாற்றை அடக்குமுறைகளின் வரலாறு என்றும் அது அடக்குதல் அடிபணிதல் என்ற முரண்பாடுகளுக்கிடையிலான ஓயாத போராட்டம் என்றும் விளக்கிய வகையில் ஒன்றுபட்ட பார்வை கொண்டவர்கள். அடக்குபவர்களுக்குப் பணிந்து உழைத்து மடிய உகந்தவர்களாக அடிமைப்பட்டவர்களை உருவாக்குவதற்கான ஏற்பாடுகள்தான் சமயம், பண்பாடு, நீதி, ஒழுக்கம் என்பதை மார்க்ஸ் விளக்கியது போலவே நீட்ஷேவும் விளக்கியிருக்கிறார். ஆனால் மார்க்ஸ் அனைவருக்கும் சம அதிகாரம், அதன்வழியான விடுதலை என்ற அறம் சார் தீர்வினை முன்வைத்த போது, நீட்ஷே 'அறம் கருணை என்பவை அடிமைகள் தம்மைத்தாமே ஏமாற்றிக் கொள்ள உருவாக்கிய கட்டுக்கதைகள்' என்றும் அதிகாரம் கொண்டவர்கள்- ஆதிக்கம் செலுத்துபவர்கள் உருவாக்குவதுதான் அந்த அந்தச் சமூகத்திற்கான நீதி அவர்கள் பிறரை அடிமையாக வைத்திருக்க உருவாக்குவதுதான் ஒழுக்கம் அதனால் எந்தவித குற்றவுணர்வும் அற்று அதிகாரத்தையும் ஆதிக்கத்தையும் செலுத்துவதுதான் மேலாதிக்கத்தை நிலைநிறுத்துவதற்கான வழிமுறை அதுதான் விடுதலையுடன் இருக்கவும் சுதந்திரத்தின் இன்பத்தை அனுபவிக்குமான வழிமுறை என்றெல்லாம் தன் தர்க்கத்தைக் கட்டுகிறார்.

மார்க்ஸியம் மனித சமூகங்கள் இனிச் செல்ல வேண்டிய வழியைப் பற்றியும் இனித் தேர்ந்தெடுக்க வேண்டிய அறம் பற்றியும் சிந்திக்கும் போது நீட்ஷே வலிமை கொண்டவர்கள் தொடர்ந்து வலிமையடைவது பற்றியும் விடுதலையை அனைவரும் நேசிப்பதில்லை எனவும் கடந்தகால வரலாற்றை மறுஉறுதி செய்கிறார். இது ஒரு வகையில் மிகப்பழமையான மேலாதிக்கவாதம், அடிமை நிலையை இயற்கையானதென நிறுவ முயலும் விதியேற்புவாதம் என்பது தெளிவாகத் தெரிகிறது. ஆனால் இது அடக்கப்பட்டவர்கள் முன், அடிமைப்பட்டிருப்பவர்களின் முன் ஒரு சவாலை முன்வைக்கிறது.

"உங்களுக்கென்று வரலாறு இல்லை அது உங்கள் ஆண்டைகளால் எழுதப்பட்டது, உங்களுக்கென்று நன்மை தீமை இல்லை அவை உங்கள் ஆண்டைகளால் வரையறுக்கப்பட்டுள்ளன. உங்கள்

இன்பம், துன்பம், பாவம், புண்ணியம், ஒழுக்கம், கேடு, தெய்வம் என அனைத்தும் அடக்கியாளுபவர்களால் உருவாக்கப்பட்டவை. அவற்றை ஏற்றுக்கொண்டுள்ள நீங்கள் உங்களுக்கான எதனை உருவாக்கியிருக்கிறீர்கள், உங்கள் மொழிகூட உங்களுக்கானது இல்லை, பிறகு எப்படி நீங்கள் விடுதலை அடையமுடியும்?" என்ற கடிந்த, வலிமையான கேள்விகளை முன்வைக்கிறது. அப்படியெனில் அடிமைப்படுத்தப்பட்டோர் அடக்கப்பட்டோர் தம் விடுதலையைத் தொடங்கும் இடம் எது? என்ற கேள்வி இன்றும்கூட ஆய்வுக்குரியதாகவே இருந்துவருகிறது. ஆனால் அயோத்திதாசர் புரட்சி மற்றும் விடுதலையின் உளவியல் சிக்கல் தொடங்கும் தளத்தைத் தன் பார்வையின்வழி தெளிவாகச் சுட்டிக்காட்டுகிறார், "காரணமோவெனில் பத்து பெயர்க்கூடி ஒரு மனிதனை இவன் தாழ்ந்த சாதியன், கொடியன், மிலேச்சனெனச் சொல்லிக்கொண்டே வருவதுடன் அவனை நெருங்கவிடாதும், தீண்டவிடாதும் இழிவுபடுத்தி வருவார்களாயின் அவன் மனங்குன்றி நாணடைந்து நாளுக்குநாள் சீர்கெடுவானேயொழிய சீர் பெறமாட்டான்." *(தமிழன் : ஆகஸ்டு 13 ,1913).*

பிறரை அடிமையாக்கவும் அடிமையாக வைத்திருக்கவும் ஆதிக்க சாதிகள்/ ஆதிக்க சக்திகள் எந்தவகை உத்தியைக் கையாண்டு வருகின்றன என்பதை நீட்ஷே வரலாற்றுத் தரவுகளுடன் இப்படியாகவே விளக்குகிறார். அவர்கள் தங்களைத் தாங்களே உயர்ந்தவர்கள், முழுமையானவர்கள், தூய்மையானவர்கள், முதலில் தோன்றியவர்கள் என்று உறுதியாகச் சொல்லிக் கொள்வார்கள். மற்றவர்களைக் கீழானவர்கள், குறையுடைய வர்கள், தூய்மையற்றவர்கள், வாழத் தகுதியற்றவர்கள் என்றெல்லாம் தொடர்ந்து சொல்லி அவர்களை அடிமையாக்கிக் கொள்வார்கள். தங்கள் செய்பவை அனைத்தும் நன்மைகள் மற்றவர்கள் செய்பவை அனைத்தும் தீமைகள் என்பதை உறுதிசெய்யத் தகுந்த வகையில் வரலாற்றை, கதைகளை, நம்பிக்கைகளை உருவாக்குவார்கள். தம்மிடம் அடிமைப்பட்டிருப்பவர்களிடம் குற்றவுணர்வையும் கீழ்மை உணர்வையும் உருவாக்கி அதன்வழியாவே அவர்களிடம் பணிந்து கிடக்கும் குணத்தைப் படியவைப்பார்கள். இந்த உத்திகள் அனைத்தையும் கையாண்டு வெற்றி பெற்றவர்கள் இந்தியப் பார்ப்பனர்கள் என்றும் பிராமணியத்தை ஏற்ற சத்திரியர்கள் இதற்குத் துணையாக இருந்து தம் ஆதிக்கத்தை நிலைநிறுத்திக் கொண்டவர்கள் என்றும் நீட்ஷே குறிப்பிட்டுக் காட்டுகிறார். அவரது நோக்கம் வலிமையை, தந்திரத்தை, அடக்கியாளுதலைக் கொண்டாடுவது. ஆனால் அது விடுதலைப் போராட்டம் மற்றும் புரட்சிக்கான முனைப்புகளின் முன் வைக்கப்படும் வலிமையான சவால். இந்தச் சவாலை அறப்புரட்சியாளர் அயோத்திதாசர் தனக்கேயான வழியில் எதிர் கொண்டார். தன் மக்கள் 'மனங்குன்றி நாணடைந்து நாளுக்குநாள் சீர்கெடாமல்' இருக்கவும் தம் அடிமைநிலை நீங்கிச் சீர் பெறவும் அவர் கண்டறிந்த வழிமுறைதான் அதுவரை சொல்லப்பட்ட வரலாற்றை

மறுத்தலும் அதனைத் தலைகீழாக்கி உடைத்தலும். தமக்கான வரலாற்றைத் தானே கண்டடைதலும் உருவாக்குதலும் முதல் தேவை என்பதை அவர் நடைமுறையில் நிகழ்த்திக்காட்டினார். பாரப்பன-வைதிக-இந்துச் சமூகத்தின் புனிதங்கள் அனைத்தையும் ஆபாசம் என விளக்கி குலம், வம்சம், ஜாதி, ஆசாரம், பிராமணத்துவம் அனைத்தையும் சாஸ்திரக் குப்பைகளின் விளைவுகள் என்றார். அறிவீனர்கள், மூளை பிறழ்ந்தவர்கள் சிலர் உளறிக் கொட்டிய குப்பைக் கூலங்கள்தான் இக்காலத்தில் இந்துமத நூல்களாக இருக்கின்றன என்பதை மாற்றுச் சான்றுகளுடன் விளக்கிய அயோத்திதாசர் தம் மக்களை பூர்வ பௌத்தர்கள், திராவிட பௌத்தர்கள், சாதிபேதமற்ற திராவிடர்கள் என விளித்து அடக்கும் அடையாளங்களில் இருந்து விடுவித்தார்.

இந்தப் புரட்சியை அவர் மொழியில் இருந்து தொடங்கி, சொல்லாடல்களின் வழியாக விரிவாக்கி, சாதிய பிராமணிய கட்டுக்கதைகளைத் தகர்க்கும் முட்டுக்கதைகள் (எதிர்க்கதை) வழியான போராட்டமாக முன்னெடுத்துச் சென்றார். அவரது எதிர்ப்பரசியல் இதனைக் கடந்து உருவாக்க அரசியலாக வடிவம் கொண்டு அறம் சார் அதிகாரமாக, அற அடிப்படையிலான மேலாக்கமாக மாறும் தளம்தான் பூர்வ பீடம்- பூர்வ தன்மம் என்ற மறு உருவாக்கங்கள். இதன் வழியாகவே இந்து-இந்திய, வைதிக-சாதிய கட்டமைப்புகளை அறமற்ற, தீமை நிறைந்த, குற்றச் செயல்கள் என்று தயக்கமின்றி கீழாக்கம் செய்துவிடுகிறார் அயோத்திதாசர்.

இதனைக் கார்ல் மார்க்ஸ் புரட்சிகர நடைமுறையின் தொடக்கம் என்கிறார், அயோத்திதாசர் சத்திய தன்ம சீர்த்திருத்தம் என்கிறார். அயோத்திதாசரின் புரட்சியோ மார்க்ஸால் புரிந்துகொள்ள இயலாத பலபடித்தான வரலாற்று- சமூக வன்கொடுமைக்கு எதிரான புரட்சி. தன் மக்களுக்கான மொழி, அறிவு, வரலாறு அனைத்தையும் உருவாக்கி, அடையாளம் காட்டி, மறுஉறுதி செய்வதற்கான புரட்சி. அது நுண் அரசியல் வழியாக கட்டுமான மாற்றங்களை நோக்கி நகரும் புரட்சியாக அமைந்திருக்கிறது.

வீர சுதந்திரமா வெறிபிடித்த சாதியமா

அயோத்திதாசரின் புரட்சி அவர்தம் காலத்தில் வலிமை பெற்றிருந்த தெய்வபக்தி-தேசபக்தி என்னும் இரு பெரும் மரபுகளுக்கு எதிராக; இருபெரும் வரலாற்றுச் சக்திகளுக்கு எதிரானதாக அமைந்திருந்தது. தெய்வபக்தி-தேசபக்தி இரண்டும் இணைந்து புதிய ஒரு சக்தியாக உருவாகி இந்திய நவீன அரசியலைத் தன்வயப்படுத்த முனைந்திருந்த காலகட்டம் அது. இந்தியத் தாய், பாரதமாதா எனப் பக்தியும் தேசிய அரசியலும் இணைக்கப்பட்டு சுதேசியம், சுதந்திரம், சுயராச்சியம் என்ற கருத்தியல்கள் உருவாக்கப்பட்டிருந்தன. 'யாகத்திலே தவ வேகத்திலே தனியோகத்திலே பல போகத்திலே ஆகத்திலே தெய்வபக்தி கொண்டார்தம் அருளினிலே உயர் நாடு-பாருக்குள்ளே நல்லநாடு எங்கள் பாரத நாடு' என்பன போன்ற பாரதியின் பாடல்களில் பதிவாகியுள்ள அன்றைய தெய்வீகத் தேசியம் இந்தியாவின் புதிய அரசியலை வைதீகமையம் கொண்டதாக மாற்றப் போராடிக்கொண்டிருந்த அரசியல் சக்திகளின் கருத்தியல் உள்ளடக்கத்தைத் தெளிவாகக் காட்டக்கூடியது. 'சுயராச்சியம் எனது பிறப்புரிமை அதை அடைந்தே தீருவேன்' என்ற முழக்கத்தின் உள்ளடக்கத்தில் ஒடுக்கப்பட்ட மக்களின் இடம் தந்திரமாக மறைக்கப் பட்டிருந்தாலும் பிராமணமையம் மிக வெளிப்படையானதாகவே இருந்தது. இந்த முழக்கத்தை அயோத்திதாசர் தன் சொற்களில் தன் மக்களுக்காகச் சொல்லத் தொடங்கிபோது அதில் உள்ள வரலாற்று முரண் புலப்பட்டது, **'இந்தியாவிலுள்ள எந்த சாதியோருக்கு சுயராட்சியம்? சாதியேற்பாட்டில் எந்த சாதியோர்கள் இந்தியர்?** என அதனை கட்டுடைத்து முன்வைத்த விதம் வரலாற்றை மாற்றியெழுதுவதாக அமைந்தது.

இந்தியாவின் புராதன, சனாதன மரபு தன்னை உருமறைத்துக் கொண்டு, புதிய ஓர் அரசியல் சக்தியாக நவீன தேசம் என்ற ஐரோப்பியர்களால் உருவாக்கப்பட்ட புதிய பேரமைப்பையும் தன் கைவசப்படுத்தத் திட்டமிட்டுக் கொண்டிருந்தது. பிராமண அதிகாரம்,

பிராமணரல்லாதார் அதிகாரம் என்ற இரு வடிவங்களில் தேசிய அரசியல் அடையாளப்படுத்தப்பட்ட போதும் இரண்டிற்கும் வெளியே வைக்கப்பட்டிருந்த ஒடுக்கப்பட்டோர் அரசியல் முற்றிலும் மறைக்கப்பட்டதாக, கவனம் கொள்ளப்படாததாகவே இருந்தது. ஐரோப்பிய அரசியல் முறையின் பக்க விளைவுகளால் ஓரளவு உருவம் பெற்றுவந்த ஒடுக்கப்பட்ட மக்களின் சமூக-அரசியல்-பொருளாதார-வரலாற்று இருப்பு சுதந்திரம், சுயாட்சி, சுதேசியம், சுயராச்சியம் என்பதான இந்தியக் கருத்துகோள்களின் பெருக்கத்தால் மீண்டும் உருவமற்றதாக மாறும் நிலை ஏற்பட்டிருந்தது.

அதனால் உருவாகப்போகும் கொடிய விளைவுகளை முன்னுணர்ந்த அயோத்திதாசர் பிராமண-ஆதிக்கச் சாதிகள் உருவாக்கிய சுதேசியக் கருதாக்கத்தின் அடிப்படையைத் திட்டவட்டமான கேள்விக்குட்படுத்தினார், "இந்தியர்களை மட்டிலும் ஐரோப்பியர் சமமாக நடத்த வேண்டுமென்று கேட்கின்றீர். அவ்வகை சமரசம் கேட்போர் தென்னிந்தியாவில் பார்ப்பானென்றும், பறையனென்றும் வகுத்துள்ள பொய்ச்சாதிக் கட்டுக்களை ஏன் அகற்றினீரில்லை. இவ்விருவரும் ஒருதேசக் குடிகளாக இருந்துகொண்டு ஒருவர் சுகமடைவதுபோல் மற்றவர்கள் சுகமடையப் போகாதென்று சகல விஷயங்களிலும் தாழ்த்தி சீர்கெடுத்து வந்ததையும் வருவதையும் உணராது ஐரோப்பியர் மட்டிலும் சமரச சுதந்திரங் கொடுப்பதில்லையென்று கேட்பது நியாயமாகுமோ?" (தமிழன்: நவம்பர் 24, 1909)

இந்தக் கேள்வியின் உள்ளீடாக உள்ள சமரசம், சுதந்திரம் இரண்டும் மிகுந்த கவனத்திற்குரியவை. ஐரோப்பியர்களின் ஆட்சியில் சமரச சுதந்திரம் இல்லாத நிலையை ஒப்புக்கொண்டும் சமரசம்-சுதந்திரம் (இக்வாலிடி-லிபர்டி) இரண்டும் மனிதவாழ்வின் அடிப்படைகள் என்பதை உணர்ந்தும்தான் இந்தக் கேள்வி முன்வைக்கப்படுகிறது. இம்மண்ணில் சமஉரிமை கொண்ட உழைக்கும் மக்களுக்குச் சமரசமும் சுதந்திரமும் அளிக்க மறுக்கும் வன்கொடுமைக்காரர்களுக்கு சுதந்திரம் பற்றிப் பேசவும் அதனைக் கோரவும் என்ன உரிமை உள்ளது என்ற அறம்சார் அரசியல் கேள்வியே இதில் மையமானது. "இந்தியாவிலிருந்து சௌத்தாபிரிக்காவுக்கு குடியேறியுள்ளவர்களுக்கு சமரசவாட்சி கேட்பவர்கள் இந்தியக்குடிகளாகிய திராவிடர்களாம் ஆறுகோடி மக்களை அடியோடு தாழ்த்தி அலக்கழிக்கலாமோ. அன்னிய தேசத்திற் சென்றிருக்கும் குடிகளுக்காக அதிகப் பிரயாசைப்படுகிறவர்கள் சுதேசத்தில் கஷ்டப்படும் பெருந்தொகைக் குடிகளுக்கு சமரச சுகம், சமரசவாட்சி, சமரச சேர்க்கை ஏன் கொடுக்கலாகாது. அன்னிய தேசவாசிகளான சௌத்தாபிரிக்கரிடம் இந்தியாவிலிருந்து குடியேறியுள்ளவர்களுக்குச் சமரச சுகங்கேட்கும் நீதிமான்கள் இந்தியாவிலுள்ள ஏழைக்குடிகளுக்கும் சமரச சுகத்தை அளிக்கவேண்டுமென்னும் முயற்சியை ஏனெடுக்கக்கூடாது?"

(தமிழன்: அக்டோபர் 27,1909) இவை வெறும் நீதி உணர்ச்சி பற்றிய கேள்விகளல்ல; நவீன இந்திய அரசியலில் எமது இடம் என்ன? நீங்கள் முன்வைக்கும் சுதேசியம், சுதந்திரம், சமஉரிமைகள், சுயாட்சி, அரசியல் அதிகாரம், சுயராச்சியம் என்பவை யாருக்கானவை? ஐரோப்பிய ஆட்சியை நீக்கிவிட்டு யார் இம்மண்ணின் ஆட்சியைக் கைக்கொள்ளப் போகிறீர்கள்? உமது ஆட்சியல் நாங்கள் அடிமைகளா அல்லது சமஉரிமை கொண்ட பங்காளிகளா? இந்த நாட்டின் அரசியலை எமது மக்கள் ஏன் முடிவு செய்யக்கூடாது? என்ற அடிப்படையான பல அரசியல் கேள்விகள் உள்ளடங்கியுள்ளன. இவற்றிற்குப் பதிலளிக்க இயலாத, முயலாத, விரும்பாத சக்திகள்தான் அன்றைய சுதேசிய- சுதந்திர- சுயராச்சிய அரசியலைத் தம் வசப்படுத்தியிருந்தனர். தேசபக்தி, தெய்வபக்தி இரண்டும் இணைந்த ஒரு புனித அரசியல்தான் அன்று உருவாகியிருந்தது. இவை இரண்டையும் ஒருசேர எதிர்க்கவும் இவற்றிற்கு மாறான புதிய விடுதலைக் கருத்தியலை முன்வைக்கவும் தேவையான அறத்துணிவும் பெரும் அறிவாற்றலும் அயோத்திதாசரிடம் இருந்தன.

இந்தியச் சமூகத்தில் பக்தி மரபு மிகப்பலம் வாய்ந்த அரசியல் சக்தியாக நீண்டகாலமாக இருந்து வருகிறது. இப்பக்தி மரபு தெய்வ பக்தி, ராஜபக்தி இரண்டையும் உள்ளடக்கியது. இறை என்பது தெய்வம், அரசன் என்ற இரண்டையும் குறிக்கும் சொல் மட்டுமல்ல கோட்பாடுமாகும். வைதிக, பார்ப்பனிய மேலாதிக்கம் தம்மை உறுதிப்படுத்திக்கொள்ள முடியாட்சியின் அளவற்ற அதிகாரத்தைப் புனிதப்படுத்த வேண்டிய தேவை இருந்தது. அரச அதிகாரத்தைப் புனிதமானதாக நிறுவப் புராணங்களின் வழி கட்டப்பட்ட பக்தியும் முக்தியும் வலிமையான உத்திகளாக அமைந்தன. தெய்வபக்தியும் ராஜபக்தியும் இணையும்போது அவற்றின் கீழ் அடிமைப்பட்டவர்கள் தம் அடிமைத்தனம் மறந்து மோட்ச நிலையில் மூழ்கிய, தெய்விக அருள் பெற்றதான உளப்பாங்கு பெறுகின்றனர்.

சத்திரியர்களும் வைசியர்களும் தமக்கான அரசியல், பொருளாதார, சமூக அதிகாரங்களை உறுதிப்படுத்திக்கொள்ள பிராமணியத்தின் பொய்ப் புனிதங்களைத் தமக்கானதாக ஏற்றுக்கொண்டதுடன், அவற்றைச் சூத்திரச் சாதிகளின் மீதும் அவர்களுக்கும் கீழாக வைக்கப்பட்ட பஞ்சமர்கள் மீதும் சுமத்திவந்தனர். மனு தர்மசாஸ்திரம், கௌடில்ய அர்த்த சாஸ்திரம், வாத்ஸ்யாயன காமசாஸ்திரம் போன்றவை தர்ம, அர்த்த, காம நியதிகளின்படி மோட்சத்தை அடைவதற்கான வழிகளைக் கூறுவன எனத் தம்மை நிறுவிக்கொண்டாலும் அவை உண்மையில் தண்டனைகள் மற்றும் வெகுமதிகள் பற்றிய விதிகளையே விளக்குகின்றன. அந்த விதிகளிலும்கூட சூத்திர-பஞ்சம மக்களுக்கு என வகுக்கப்பட்ட இன்பங்களும் துன்பங்களும் மிகவெளிப்படையான தண்டனைகளாகவே உள்ளன. அவர்களுக்கான வெகுமதிகள் இவ்வுலகில், இப்பிறப்பில் கிடைப்பன அல்ல என்பதைச் சாத்திரங்கள் எந்த மறைப்பும் இன்றி விரிவாகக் கூறுகின்றன.

"ஒருவருக்கு விதிக்கப்பட்ட கடமையைப் பின்பற்றி வாழ்ந்தால் சுவர்க்க கதியை அடைந்து முடிவற்ற இன்பம் பெறலாம். சாதிகள் தம் கடமைகளை மீறும்போது குழப்பங்கள் உருவாகி **உலகம் நாசமாகும்**. அதனால் **அரசனானவன்** மக்கள் ஒருபோதும் தம் கடமைகளில் இருந்து நழுவாதபடி பார்த்துக் கொள்ளவேண்டும். ஆரியர் (பிராமணர்) வகுத்த சாதிக் கட்டுகளையும் சமய ஆச்சாரங்களையும் பின்பற்றித் தம் கடமைகளில் இருந்து ஒருபோதும் வழுவாமல் வாழ்பவர் இப்பிறவியில் மட்டுமின்றி **இனிவரும் பிறவிகளிலும் இன்பம் அடைவர்**" என்று அடிமை நிலையை வரையறை செய்கிறது கௌடில்ய அர்த்த சாஸ்திரம். அடிமைப்பட்டவர்கள் தாம் எவ்வாறு முழுமையான அடிமை வாழ்வை வாழ்வது என்பதைத் தம்மை அடக்கி வைத்துள்ளவர்களிடமே கற்கவேண்டும் என்கிறது மனுஸ்மிருதி, "உலகில் பிறந்த ஒவ்வொரு மனிதனும் பிராமணரிடம் தமக்கான (சாதி) ஒழுங்கு விதிகளைக் கற்றறிந்து கொள்ள வேண்டும்." இந்த ஒழுங்குவிதிகளை யார் உறுதி செய்வது, யார் காப்பாற்றுவது என்பதையும் மனுச்சட்டம் விளக்குகிறது, "வைசியர்களும் சூத்திரர்களும் தமக்கு விதிக்கப்பட்ட ஊழியக் கடமைகளைச் சரிவரச் செய்யும்படி **அரசன்தான்** கட்டுப்படுத்தி வரவேண்டும்; இந்த இரண்டு சாதிகளும் தம் கடமைகளில் இருந்து நழுவினால் இந்த **லோகம் நாசமடையும்**."

ஒடுக்கப்பட்ட, அடக்கப்பட்ட மக்கள் தமது அடிமை வாழ்வை ஏற்க மறுத்து மனித விழுமியத்துடன் வாழவேண்டும் என உணரும் நிலையைத்தான் இந்தியச் சமய வரலாறு அழிவு, நாசம், குழப்பம் என்று தொடர்ந்து குறிப்பிட்டு வருகிறது. "ஒரு சூத்திரன் அவன் விலைகொடுத்து வாங்கப்பட்டவனாகவோ அல்லது வாங்கப்படாதவனாகவோ இருக்கலாம் அவனை வசக்கி வேலைவாங்க வேண்டியது அவசியம், ஏனென்றால் ஒரு பிராமணனுக்கு அடிமையாக இருக்கவே சுயம்புதேவன் சூத்திரர்களைப் படைத்திருக்கிறான்." என்று வலியுறுத்தும் மனுஸ்மிருதி **அடிமைகள் ஒருக்காலும் விடுதலை அடைய முடியாது** என்று உறுதிப்படச் சொல்கிறது, "ஒரு சூத்திரனை அவனுடைய எஜமானன் விடுதலை செய்தால்கூட அவனை அடிமைத்தனத்திலிருந்து யாரும் விடுவிக்க முடியாது, ஏனென்றால் அது அவனது **பிறவிவிதி**, யாரால் அவனை அதிலிருந்து விடுவிக்க முடியும்?"

இந்த விடுதலை அடையமுடியாத நிலையை ஒடுக்கப்பட்ட மக்கள் மீது அடக்குமுறை, வன்முறை, தண்டனை, சித்திரவதை வழியாகத் திணிப்பது **ராஜநீதி** என்றும் ஒழுக்கம், தர்மம், பக்தி என்பவற்றின் பெயரால் திணிப்பதும் உளவியல் வழியான வன்கொடுமையை அவர்கள் மீது நிகழ்த்துவதும் **தெய்வநீதி** என்றும் இந்திய மரபில் கொண்டாடப்படுகின்றன. சாதிய விதிகள் பற்றிய திட்டவட்டமான வரையறைகளை நிலைப்படுத்தல் சாதிகளுக்கிடையில் கலப்பு நிகழாத வண்ணம் தடுத்தல் இவை இரண்டும் இந்திய அரசியல் வரலாற்றையும்

சமய வரலாற்றையும் இணைக்கின்ற செயல்திட்டங்களாக இருந்து வருகின்றன.

இந்த இரண்டு உத்திகளும் இணையும் இடத்தை பகவத்கீதை தெளிவாகக் குறிப்பிடப்படுகிறது. “குலம் நாசமடையும்போது தொன்று தொட்டுவந்த குலதருமங்கள் நாசமடையும்; தருமம் அழிந்தால் குலம் முழுதும் அதருமம் பரவி நிற்கும். அதருமம் பரவுவதால் குலப்பெண்கள் கற்பை இழந்து கெட்டுப் போவார்கள்; பெண்கள் கெட்டால் **ஜாதிக் கலப்பு** (வர்ண ஸங்காரம்) ஏற்படும்.” இதுதான் பகவத்கீதையைத் தொடங்கிவைக்கும் அடிப்படையான கேள்வியும் அது விளக்கமுனையும் மையச் சிக்கலும். இதற்கான பதிலை நேரடியாகச் சொல்லாமல் ஸாங்கிய யோகம், கர்ம யோகம், ஞான யோகம், ஸந்நியாஸ யோகம், தியான யோகம், விஜ்ஞான யோகம் எனப் பலவாறாக விரித்து மோக்ஷம் அடையும் வழி சொல்லப்படுகிறது, “பிராமணர்க்கும் க்ஷத்திரியர்களுக்கும் வைசியர்களுக்கும் சூத்திரர்களுக்கும் அவரவர் இயற்கைக்குரிய குணங்களால் கருமங்கள் வகுக்கப்பட்டுள்ளன.” இதனை மீறாமல் இருப்பதுடன் “குற்றமுடையதாயினும் **உடன்பிறந்த** கருமத்தை ஒருவன் கைவிடக்கூடாது” என்று உறுதியாகச் சொல்கிறது பகவத்கீதை.

அடிமைப்பட்ட சூத்திரர்களுக்கும் அடிமையாக வாழநேர்ந்த பஞ்சமர்களுக்கும் தவிர வேறு யாருக்கும் தமக்குரிய கருமம் (கடமை) குற்றமுடையதாக துயரமுடையதாக இருக்கப்போவதில்லை. இவர்களைத் தவிர அதிகாரமும் உரிமைகளும் வாழ்வின்பங்களும் கொண்ட பிற குல-வர்ண-சாதியினருக்குத் தருமத்தை மீற வேண்டிய தேவையும் ஏற்படப்போவதில்லை. தம் அடிமைநிலைக்கெதிராக ஒடுக்கப்பட்ட மக்கள் எழுச்சியடையும் நிலையையே ‘**அதருமம் எழுச்சியடையும் நிலை**’ என்றும் ஆதிக்கச் சாதியினரின் அதிகாரமும் அடக்குமுறையும் குறையும் நிலையை ‘**தருமம் குறைபடும் நிலை**’ என்றும் இந்தியச் சனாதன ராஜநீதி பலநூற்றாண்டுகளாகப் போதித்து வருகிறது. “பாரதா! எப்பொழுதெல்லாம் தருமத்திற்குக் குறைவும் அதருமத்திற்கு எழுச்சியும் உண்டாகிறதோ அவ்வப்போது என்னைப் படைத்துக்கொள்கிறேன். **ஸாதுக்களைக்** காத்தற்கும் **துஷ்டர்களை** அழித்தற்கும் தருமத்தை நிலை நாட்டுற்கும் யுகம் தோறும் வந்து உதிப்பேன்!” [*யதா யதா ஹி தர்மஸ்ய க்ளானிர் ப்பவதி பாரத! அப்யுத்தானம் அதர்மஸ்ய ததாத்மானம் ஸ்ருஜாம்யஹம்! பரித்ராணாய சாதூனாம் விநாசாய ச துஷ்க்ருதாம் தர்ம ஸம்ஸ்தாபநார்த்தாய ஸம்பவாமி யுகே யுகே! (பகவத்கீதை 4:7; 4:8)*]

பகவத் கீதை முன்வைக்கும் இந்த அரசியல்தான் இந்திய மரபில் இரு பிரிவுகளாக வளர்ந்து தெய்வபக்தி- தேசபக்தி என்ற ஆதிக்க மரபுகளாக இன்றுவரை நிலைபெற்றுள்ளன. அடக்கியாளும் வன்முறையாளர்களை **சாதுக்கள்** என்றும்; அடங்க மறுத்து வாழ்வுரிமை கேட்கும் மக்களை **துஷ்டர்கள்** என்றும் வரையறை செய்யும் இந்த மரபுக்கெதிரான

போராட்டத்தின் ஒரு பகுதியாக அமைந்ததுதான் அயோத்திதாசரின் சுதேசிய-சுயராச்சிய மறுப்பு. ஒடுக்கப்பட்ட மக்களின் விடுதலைக்கான எழுச்சியை அன்றைய ஆதிக்கசாதி அரசியல் அதர்மத்தின் எழுச்சியாவே கண்டது. அந்த அடையாள எழுச்சிக்குக் காரணமாக இருந்த இங்கிலாந்தின் அரசியலை இந்தியப் புனிதங்களை அழிக்க வந்த தீய சக்தியாகக் கண்டது. இந்தியப் புனிதங்களின் அடிப்படையென இந்து-சனாதன சக்திகள் நம்புவது சாதி ஒதுக்குதலும் படிநிலை அடக்குமுறையும்தான் என்பதைத் தெளிவாக அறிந்திருந்ததால்தான் அயோத்திதாசர் அன்றைய சுதேசிய அரசியலை அறச்சீற்றத்துடன் எதிர்த்து வந்தார். இந்தியாவின் அரசியல் விடுதலைக்குமுன் மண்ணின் மக்களுக்கு சமஉரிமைகளும் சமூக நீதியும் உறுதிசெய்யப்பட வேண்டும் என்பதைத் தொடர்ந்து வலியுறுத்த அயோத்திதாசருக்கு எந்த தயக்கமும் இல்லை.

திருநெல்வேலி ஆட்சியராக இருந்த ராபர்ட் வில்லியம் டி ஆஷ் 1911-ஆம் ஆண்டு ஜுன் 17-ஆம் நாள் வாஞ்சிநாதன் என்றழைக்கப்பட்ட செங்கோட்டை சங்கர ஐயர் என்ற இளைஞரால் சுட்டுக் கொல்லப்பட்டார். வாஞ்சி அய்யரும் தன்னைச் சுட்டுக்கொண்டு மாய்ந்தார். இந்த நிகழ்வு தமிழக சுதந்திரப் போராட்ட வரலாற்றின் வீரநினைவாகப் பதிவாகியுள்ளது. இந்தியத் தேசியம், இந்தியச் சுதந்திரப் போராட்டம் என்பனவற்றை ஒற்றைத்தன்மை கொண்டதாக உறுதிப்படுத்த முனையும் புனித அரசியல் சக்திகளுக்கு இதுபோன்று இன்னும் பல கொலைகளும் தற்கொலைகளும் விடுதலை வேள்வியாகத் தோன்றக்கூடும். ஆனால் இந்தியாவின் நான்கில் ஒரு பங்கு மக்களாக வாழ்ந்து துயருற்ற ஒடுக்கப்பட்டோரின் வரலாறு இதுவல்ல என்பதைத்தான் அயோத்திதாசர் தயக்கமின்றி எடுத்துரைத்தார். ஆதிக்கக்காரர்களின் வரலாறும் அடிமைப்படுத்தப்பட்டோர் வரலாறும் ஒரே மண்ணில் ஒரே காலத்தில் நிகழலாம் ஆனால் ஒன்றே போல் ஒரே அர்த்தத்தில் நிகழ்வதில்லை என்பதைத் தலைகீழாக்க அரசியல் வழியாகப் பண்டிதர் நிறுவிக்காட்டினார். "நமது திருநெல்வேலி கலைக்ட்டரவர்கள் சீர்மையின்று இந்தியாவில் வந்து தனது பிரிட்டிஷ் ஆட்சியின் கலைக்ட்டர் உத்தியோகத்தைக் கைக்கொண்டு இவ்விடமுள்ள பூமிகளின் விஷயங்களையும் அந்தந்த பூமிகளின் நீர்ப்பாய்ச்சல் விஷயங்களையும் அங்கங்கு வாழும் குடிகளின் விஷயம், சாதிசமய விஷயங்களையும் நன்காராய்ந்தும், நாளாகத் தனது அநுபோகத்திற் கண்டறிந்தவரும் தேசசீர்திருத்தங்களை செய்ய வல்லவருமாகவிருந்த ஓர் துரைமகனை ஓர் படுபாவியாகிய **துஷ்டன்** கொன்றுவிட்டானென்றவுடன் சகல **விவேகமிகுந்த** மேதாவிகளும் துக்கத்தில் ஆழ்ந்தினார்களென்பதற்கு ஆட்சேபமில்லை." (தமிழன்: சூன் 28,1911) அயோத்திதாசரின் அறம்சார் அரசியல் தேசசீர்திருத்தம் மற்றும் குடிகளின் சுகங்கள் இரண்டையும் மையப்படுத்தியே தன் துயரைப் பதிவு செய்கிறது.

திருநெல்வேலி ஆட்சியராக இருந்த ஆஷ் தீண்டாமைக்குட்பட்ட மக்களிடம் இரக்கம் கொண்டவர் என்றும்; தீண்டாமைக்குட்ட பெண் ஒருவர் நிறைமாத கர்ப்பத்தில் துயருற்ற போது தன் வண்டியில் ஏற்றி பார்ப்பனச்சேரி வழியாக மருத்துவமனைக்குக் கொண்டுசென்ற நிகழ்ச்சியால் கடுங்கோபங்கொண்டு அக்கிரகாரத்தைத் தீட்டுப்படுத்திய ஆஷை கொன்றவன் வாஞ்சி அய்யர் என்ற பார்ப்பன இளைஞன் என்றும் ஒடுக்கப்பட்ட மக்களின் நினைவுப் பதிவுகள் உள்ளன. இதற்குச் சான்றுகள் இருக்கலாம் இல்லாமலும் போகலாம். ஆனால் ஆஷ் ஒடுக்கப்பட்ட மக்களுக்காக குரல் கொடுத்த ஓர் அலுவலர் என்ற பண்டிதரின் பதிவு தரவுகள் கொண்ட மக்கள் வரலாறாகவே இருக்கும்.

"அந்தக் கலைக்ட்டரின் குணாதிசயங்களை அறிந்த விவேகமிகுந்த மேன்மக்கள் யாவரும் அவரை மிக்க நல்லவரென்றும் நீதிமானென்றும் சகலசாதி மனுக்களையும் சமமாகப் பாவிப்பவரென்றும் கொண்டாடுகின்றனர்." அப்படியிருக்க இப்பிராமணரென்று சொல்லிக் கொள்ளும் கூட்டத்தோருக்கு மட்டிலும் உண்டாய துவேஷமென்னை?" என்ற அடிப்படையான கேள்வியை முன்வைக்கிறார் பண்டிதர். இதில் ஆழ்ந்த ஆய்வுகள் செய்ய ஒன்றும் இல்லை; நாமும்கூட பண்டிதரின் பார்வையைப் புரிந்துகொண்டால், அண்ணல் அம்பேத்கரின் ஆய்வுகளை அறிந்து கொண்டால் "அவரைக் கொலைபுரிந்த காரணம் தங்கள் **கூட்டத்தோர்** சுகத்தைக் கருதிய ஏதுவாயிருக்குமேயன்றி வேறில்லை" என்ற உள்மெய்யை ஏற்றுக் கொள்வோம்.

இந்த உண்மையை வாஞ்சிநாதன் தன் வாக்கால் பதிவு செய்திருப்பதைக் காணலாம், "ஆங்கில மிலேச்சர்கள் நமது பாரதத் திருநாட்டைப் பிடுங்கிக்கொண்டு, இந்நாட்டின் **சனாதன தர்மத்தை** அவர்களது கால்களால் மிதித்து அழித்து வருகின்றனர். ஒவ்வொரு இந்தியச் சகோதரனும் ஏகாதிபத்திய வெள்ளையனை நாட்டை விட்டுத் துரத்தி தர்மத்தையும், ஸ்வராஜ்யத்தையும் நிலைநாட்ட முயற்சி செய்து வருகிறான். **ராமன், கிருஷ்ணன்**, சிவாஜி, குரு கோவிந்த சிங், அர்ஜுனன் முதலானோர் இருந்து தர்மம் தலைதூக்க அரசாட்சி செய்து வந்த நமது தேசத்தில், பசுவின் மாமிசத்தை தின்னக்கூடிய மிலேச்சனாகிய ஜார்ஜ் பஞ்சமனை முடிசூட்ட உத்தேசம் செய்து கொண்டு பெரும் முயற்சியை எடுத்து வருகிறார்கள். 3000 சென்னை ராஜதானியர்கள் அம்மிலேச்சர்களைக் கொல்லும்பொருட்டு தயாராகிக் கொண்டிருக்கிறோம். இச்சகோதரர்களது எண்ணத்தைத் தெரிவிக்கும் வகையில் அவர்களின் கடையனாகிய நான் இன்று இந்தச் செயலைச் செய்தேன். இதுதான் இந்துஸ்தானத்திலிருக்கும் ஒவ்வொருவனும் செய்யவேண்டிய கடமையாகும். இப்படிக்கு ஸி.வாஞ்சி அய்யர் (17-06-1911)."

இந்தக் கடிதம் பின்னாட்களில் வெளிப்பட்ட ஒன்று; கொலை செய்தவர் பெயரும் அப்போது அறியப்படாமல் இருந்தது. இச்சான்றுகள் இன்றியே

இக்கொலை **சனாதன தர்மத்தைக் காக்க** நிகழ்த்தப்பட்டதுதான் என்பதைப் புலப்படுத்த அயோத்திதாசருக்கு எவ்வாறு இயன்றது? அவர் ஆதிக்கத்தின் அடிமை அல்லர்; அவரது பார்வை விடுதலை அறம் சார்ந்தது. காலனிய ஆட்சியின் அடக்குமுறை, ஆதிக்கம் என்பன பற்றி யாரைவிடவும் அயோத்திதாசருக்கு புரியும், அதே சமயம் இந்த மண்ணைச் சேர்ந்த பிற சாதிகளால் மனித விழுமியங்கள் மறுக்கப்பட்டு வாழ்ந்த தம் மக்களின் வரலாற்றுத் துயரும் தெரியும். தம் மக்களின் சார்பாகப் பேச முனைந்த ஒருவருக்கு 'பகவத்கீதையின் தர்மப்படி' என்ன நடக்கும் என்பதையும் அவரால் கூற இயலும். அதனால்தான் ஆதிக்கச் சாதியினர் வரலாறு எனச்சொல்லிவைத்த கதைகளை அவரால் தலைகீழாக்கம் செய்ய முடிந்தது, ஒடுக்கப்பட்ட மக்களின் வரலாற்றை மறுஉருவாக்கம் செய்யவும் முடிந்தது.

நவீன இந்திய வரலாற்றில் ஒடுக்கப்பட்ட அடிமைப்பட்ட மக்களை செயலற்றவர்களாக்கி வைக்கும் தேசபக்தி, தெய்வபக்தி இரண்டுக்கும் எதிரான புரட்சியை அயோத்திதாச பண்டிதர், அண்ணல் அம்பேத்கர் இருவருமே உறுதியாக முன்னெடுத்ததற்கான காரணங்களைப் புரிந்துகொண்டால் இந்தியச் சமூகங்களுக்கான விடுதலை அரசியலையும் நாம் புரிந்துகொள்ள முடியும்.

நவயான பௌத்தமும் நவீன அரசியலும்

"சோம்பேறிகளும் நாணமற்றவர்களும் வஞ்சகர்களும் பொய்யர்களும் ஒன்றுகூடிக்கொண்டு தேகவுழைப்பும் சுருசுருப்பும் நாணமும் மெய்மொழியும் நிறைந்த ஆறு கோடி மேன்மக்களை பறையரென்றும் தீயரென்றும் சண்டாளரென்றும் இழிவு கூறிவருவதை யானைகள் உறங்குவது போலும், புலிகள் பதுங்குவது போலும், வில்லுகள் வளைவது போலும், ஆட்டுக்கடாக்கள் பிந்துவதுபோலும் கேட்டுக்கொண்டு அடங்கி நிற்பது அவ்வளவும் பாச்சலுக்கென்று தெரிந்து நிதானித்து வார்த்தையாடாது வீணே தூற்றித் திரிகின்றார்கள்."

- அயோத்திதாசர் (தமிழன்:நவம்பர் 9,1910)

விடுதலைக்கான போராட்டங்களில் மதங்களின் பங்கு எவ்வாறு அமையும் என்பதைக் குறித்து மிகநெடிய விவாதங்கள் உலக அளவில் கடந்த இரு நூற்றாண்டுகளாக நடந்து வருகின்றன. மதங்கள்தான் மக்களை ஒடுக்கி வருகின்றன மதங்களில் இருந்து மக்கள் முதலில் விடுதலை அடைய வேண்டும் என்ற ஒரு கருத்தும்; மதங்கள் மக்களுக்கானவை அவற்றை மக்கள் தம் கையில் எடுத்துக்கொண்டு தமக்கான விடுதலைக்காகப் போராடவேண்டும் என்ற ஒரு கருத்தும்; மதங்கள் மக்கள் நலனுக்கானவை அவை இல்லாமல் மக்களால் வாழமுடியாது என்ற ஒரு கருத்தும்; மதங்களைக் கடைப்பிடித்து மதங்களின் வழியில் வாழ்வதுதான் விடுதலை அதற்கு மாறான விடுதலை என எதுவும் இல்லை என வேறு ஒரு கருத்தும் இன்றுவரை முரண்பட்ட தம் வாதங்களைத் தொடர்ந்து முன்வைத்து வருகின்றன.

தமக்குள் முரண்படும் இந்த நான்கு வகையான நிலைப்பாடுகளும் ஒருவகையில் 'மக்கள்' என்ற கருத்தாக்கத்தையும் 'விடுதலை' என்ற கோட்பாட்டையும் மையமாக ஏற்றுக்கொண்டுள்ளன என்பதை நாம் கவனிக்க வேண்டும். மக்கள் மற்றும் விடுதலை என்ற கோட்பாடுகள் வரலாற்றில் மையம் பெறத்தொடங்கிய நிலை எனில் அது நவீன

அரசியலின் காலகட்டம் சார்ந்தது, அதாவது மக்கள் புரட்சிகள் தொடங்கிய காலகட்டத்திற்குப் பிறகு உருவான கருத்து என்பதை நாம் அறிந்து கொள்ள முடியும். நவீன அறிவு, நவீன அரசியல், நவீன வாழ்வியல் மதிப்பீடுகளுக்குப் பின் மதங்களின் இடம் கேள்விக்குள்ளானபோது அவை தம்மை மாற்றியமைக்க வேண்டிய தேவை உருவானது. அந்த மாற்றம்தான் 'மக்கள் நலன், மக்கள் விடுதலை' என்ற கருத்தியலுடன் மதங்கள் தம்மை உறவுபடுத்தி விளக்க வேண்டிய தேவையைக் கடந்த இரு நூற்றாண்டுகளில் உருவாக்கியது.

இதற்கு முன்னான காலகட்டத்தில் மக்கள், சமூக வாழ்வியல், அரசியல் பற்றி மத நிறுவனங்கள் அளித்து வந்த விளக்கங்கள் முற்றிலும் மாறுபட்டவை. மக்கள் என்ற கருத்தாக்கம் விளிம்புநிலையில் வைக்கப்பட்டு அரசு, இறையியல் விதிகள், அதிகாரத்திற்கு அடிபணிதல் என்பன மையமாக வைக்கப்பட்டிருந்தன. ஆதிக்கம், அடக்குமுறை என்ற இரு செயல்பாடுகளும் அரசு, மதநிறுவனம் இரண்டின் அதிகாரத்தையும் உறுதி செய்யும் 'புனித விதிகளாக' ஏற்கப்பட்டிருந்தன. இந்தப் 'புனித விதிகள்' அவ்வப்போது தகர்க்கப்படுவதற்கு சமூகப் புரட்சிகளும், கோட்பாட்டுப் புரட்சிகளும் காரணமாக அமைந்திருக்கின்றன. மக்களின் துயரத்தைக் கணக்கில் கொள்ளாத மதங்களுக்கு எதிராக நிகழ்ந்த புரட்சிகள் பல மதங்களைத் தகர்த்துள்ளன, சில மதங்களை மாற்றியமைத்துள்ளன. இந்தப் புரட்சிகளுக்கு ஏற்ப மதங்கள் தம்மைத் தகவமைத்துக் கொள்ளும் நிலையையே பாபாசாகேப் அம்பேத்கர் 'மதங்களில் நிகழும் புரட்சி' என்று அடையாளம் காட்டுகிறார். அரசியல் புரட்சிகள் நிகழ்வதற்கு முன்பாகச் சமூகப் புரட்சியும் சமயப் புரட்சியும் நிகழ்வது வரலாற்றுத் தேவை என அம்பேத்கர் சான்றுகளுடன் விளக்குகிறார். ஆனால் அனைத்து மதங்களும் தமக்குள் புரட்சிகள் நிகழ்வதை அனுமதிப்பதில்லை என்பதால் மதங்களுக்கு எதிரான புரட்சியின் தேவை பற்றியும் அம்பேத்கர் விளக்குகிறார்.

உலக அளவில் புரட்சி பற்றிய முன்னோடிக் கருத்தியலை வழங்கிய மார்க்சியம் மதங்களை அறிவியல் சிந்தனைகள், அறிவு சார்ந்த மதிப்பீடுகளுக்கு எதிரானவை என்று விளக்கியிருக்கிறது. இதுவரையிலான மனித வரலாறு ஆதிக்க வர்க்கங்கள் மற்ற வர்க்கங்களைச் சுரண்டி வருவதன் வரலாறாக உள்ளது, வர்க்கப் பகைமையின் பல்வேறு வடிவங்கள்தான் கடந்த காலச் சமூக அமைப்பை வழிநடத்தியுள்ளன. ஆதிக்கக் கருத்தியல்கள் அனைத்தும் ஆதிக்கத்தில் இருந்தவர்களால் உருவாக்கப்பட்ட கருத்தியல்கள் தான், மதங்களும் அவ்வகையில் ஆதிக்கக் கருத்தியலைக் கொண்டுள்ளன. அதனால் கம்யூனிச சமூகம் மதங்களைக் கைவிட்ட சமூகமாக அமையும் என்று குறிப்பு வழங்கியுள்ளது. பழமையிலிருந்து விடுபட்ட ஒரு புரட்சிகர சமூகம் மதங்கள் அற்றதாக அமையும் என்பது மார்க்சியத்தின் நிலைப்பாடு.

ஆனால் மார்க்சிய சமூகவியல் மற்றும் மார்க்ஸின் வரலாற்றுப் பார்வை மதம் மற்றும் சமய நிறுவனங்களை ஒரு காலகட்டத்தின் தேவை என்றும் விளக்கியிருக்கிறது. மனித உளவியல் மற்றும் சமூக உளவியலில் குழப்பங்களும் அச்சங்களும் பாதுகாப்பின்மைகளும் நிலவும் வரை மதங்களும் சமயங்களும் மனிதவாழ்வின் பகுதியாக அமைவது தவிர்க்கமுடியாத நிகழ்வு என அடையாளம் காட்டுகிறது. மார்க்ஸ் மதங்களின் அனைத்து வடிவங்களையும் செயல்பாடுகளையும் மிக ஆழமாகவே விளக்கியிருக்கிறார். மதங்கள் அற்ற சமூகத்தை உருவாக்க செய்ய வேண்டியவை குறித்தும் மிக விரிவாகச் சிந்தித்திருக்கிறார். மதங்கள் பற்றிய அவரது கருத்துகளில் சில இவ்வாறு அமைகின்றன: "மதம் மனிதர்கள் தம்மைத் தாமே கண்டடைவதற்கான ஒரு முயற்சி. மனிதர்களின் அரசுகளும் சமூகங்களும் உருவாக்கியவைதான் இந்த மதங்கள். இது மனித உலகம் பற்றிய தலைகீழான ஒரு பிரக்ஞை. அவை உலகம் பற்றிய மனிதர்களின் பொதுக்கோட்பாடுகளின் தொகுப்புகள். மனித சாராம்சம் என உறுதியாக ஏதும் இல்லாததால் கற்பனையால் கட்டப்பட்ட மனித சாராம்சமாக மதம் அமைகிறது. மதங்கள் கற்பிக்கும் துயரங்கள் உண்மையான துயரங்களின் ஒரு வகை வெளிப்பாடுதான், அதே சமயம் உண்மையான துயரத்திற்கு எதிரான செயல்பாடாகவும் அமைகிறது. மதம் ஒடுக்கப்பட்ட மனித உயிர்களின் பெருமூச்சு, இதயமற்ற உலகின் இதயம், ஆன்மாவற்ற வாழ்நிலையின் ஆன்மா. அது மக்களுக்கான அபினி. மாய இன்பமான மதங்களைக் கைவிடுவது என்பது மனிதர்களுக்கான உண்மையான மகிழ்ச்சியை உருவாக்கும் போது சாத்தியமாகும். மாய இன்பங்கள் தேவைப்படாத சமூக அமைப்பை உருவாக்குவதன் மூலம்தான் மதங்களை நாம் கைவிட முடியும். கண்ணீரின் பிறப்பிடத்தை கண்டறிந்து நீக்கும்போது இந்த மதங்களும் இல்லாமலாகும். உலகு கடந்த உண்மைகள் மறைய வேண்டுமெனில் இந்த உலகின் உண்மையை நிறுவிக்காட்ட வேண்டியது வரலாற்றின் கடமையாகிறது." மார்க்ஸைப் பொறுத்தவரை மனிதர்களே அனைத்திற்கும் மையமாக அமைகின்றனர். இவ்வுலகின் சமயம் சார்ந்த, இறைமை சார்ந்த அனைத்தும் கற்பனைகள் என்பதில் மார்க்சியத்திற்கு எவ்வித ஐயமும் இல்லை. ஆனால் மதங்கள் அரசியலோடும் சமூக நடப்பியலோடும் உறவுடையன என்பதையும் அது மறுப்பதில்லை.

மதங்கள் தமக்குள் முரண்பட்டு ஒன்றை ஒன்று மறுத்தும், ஒன்றை மற்றது இழித்தும், ஒன்றுடன் ஒன்று மோதியும் மாபெரும் அழிவுகளை வரலாற்றில் நிகழ்த்தி வந்துள்ளன. மதங்களும் அரசுகளும் இணைந்து தனிமனிதர்களையும் சமூக மனிதர்களையும் தொடர்ந்து கட்டுப்படுத்தியும், தம் கட்டளைகளுக்கு உட்படுத்தியும், அடக்கி அடிமைப்படுத்தியும் வந்துள்ளன. என்றாலும் மக்கள் குழுக்கள் ஒட்டு மொத்தமாக மதங்களை மறுத்து வேறு வகை நம்பிக்கை மற்றும் நெறிகளை நோக்கிச் செல்லாமல் ஒரு மதத்திலிருந்து மற்றொரு மதத்திற்கு மாறியும் ஒரு மதத்தை மறுத்து

புதிய ஒரு மதத்தை உருவாக்கியும் மத அமைப்புகளைத் தொடர்ந்து பாதுகாத்து வந்துள்ளனர். வர்க்க முரண், இன முரண், மொழி முரண்களின் அடிப்படையில் அடக்குமுறைகளும் அடிமைத்தனங்களும் உருவான பொழுதும் தம் மீது வன்முறைகள் ஏவப்பட்ட போதும்கூட மக்கள் மதங்களின் அடையாளங்களை மறுக்காமல் அவற்றிற்குள் இருந்தபடி நீதி கேட்டும் நிவாரணம் தேடியும் குரல் எழுப்பியும் கோரிக்கை வைத்தும் துயருற்ற வாழ்க்கையைத் தொடர்ந்துள்ளனர். பல சமூகங்களில் மதங்களின் சட்டங்களும் அவை உருவாக்கிய வாழ்க்கை விதிகளும் அனைவருக்குமான சமத்துவம், சமஉரிமை, சமமான வாழ்வாதாரங்கள் என்பதை மறுத்து படிநிலை ஏற்றத்தாழ்வு, அடிமைத்தனம், வாழ்வாதாரம் அற்ற வறுமை என்பனவற்றை நியாயப்படுத்துவனவாகவும் மக்களின் துயரங்கள் அனைத்தும் இறைமை விதிகளால் உருவாக்கப்பட்டவை அவை புனித ஒழுங்குகளால் வழி நடத்தப்படுகின்றன என்று போதிப்பனவாகவும் இருந்துள்ளன. தம் வாழ்க் கையை மாற்றும் உரிமையோ மாற்றுவதற்கான வலிமையோ எளியோருக்கும் அடிமைப்பட்டோருக்கும் இல்லை எனத் தொடர்ந்து மதங்கள் வலியுறுத்தியும் வந்துள்ளன. மதங்களில் இருந்து விடுதலையடையாத மக்கள் தமக்கான எந்த விடுதலைக்காகவும் போராடச் சக்தியற்றவர்களாகின்றனர். மதங்களைக் கைவிட மனமற்ற மக்கள் தம் மீதான அனைத்து அநீதிகளையும் தாங்கிக்கொண்டு அடங்கிக் கிடப்பவர்களாக மாறிவிடுகின்றனர். இந்நிலையில் மதங்களுக்கும் மக்கள் விடுதலைக்கும் இடையிலான உறவுகள் சிக்கலடைகின்றன.

இந்தச் சிக்கலானதும் குழப்பங்கள் நிறைந்ததுமான தளத்தில் இருந்துதான் அயோத்திதாசர் தம் மக்களுக்கான விடுதலைப் போராட்டம் பற்றியும்; அறமற்ற, நீதியற்ற இந்தியச் சமூகத்தை மாற்றுவதற்கான புரட்சி பற்றியும் சிந்திக்கிறார். அயோத்திதாசர் சிந்தித்துக் கண்டடைந்த விடுதலைக்கான வாழ்வியலை, ஒடுக்குதலுக்கெதிரான அறப்போராட்டத்தை பின்னாளில் ஆழமான, விரிவான ஆய்வுகளுக்குப்பின் அம்பேத்கர் உறுதி செய்து நம் மக்களுக்கு வழங்கியிருக்கிறார். அதுதான் அயோத்திதாசர் வழிமொழிந்த 'புத்த தர்மமான சுயமரியாதை'. இதனை அவர் விளக்கும் முறை முற்றிலும் புதிதானது, மரபான சடங்குத் தன்மை கொண்ட பௌத்தத்திலிருந்து முற்றிலும் விலகியது. "பவுத்தம் உலக சீர்திருத்த தர்மமாகும். அதற்கு ஜாதி, மதம், வேதம், ஆசாரம் முதலியன கிடையாது" என்ற அயோத்திதாசரின் அறிவிப்பு பௌத்தத்தைத் துணையாகக் கொண்ட ஒரு புரட்சியையும் அதே சமயம் பௌத்தத்திற்குள் ஒரு புரட்சியையும் தொடங்கி வைக்கிறது. அயோத்திதாசரின் பௌத்தம் அதற்கு முன் இல்லாத ஒரு புரட்சிகர பௌத்தம் என்பதை நாம் புரிந்துகொள்ள வேண்டும். புத்தர் "மனுமகனாகவே பிறந்து, மனுமகனாகவே வளர்ந்து, மனமாசகன்று, அறிவு முதிர்ந்து, அவரது நற்செயலால் தேவனென்னும் பெயரும், புத்தரென்னும் பெயரும், திருமாலென்னும் பெயரும், பரமென்னும்

பெயரும், ஈசனென்னும் பெயரும் பெற்றாரன்றி அவர் பிறந்தபோதே புத்தரென்றும், தேவரென்றும் கொண்டாடியப் பெயர்கள் கிடையாது." (தமிழன் : சனவரி,1911) என நவீன பகுத்தறிவு மரபின் தளத்தில் பௌத்தத்தை நிறுவி தற்காலம் சார்ந்த ஒரு புரட்சிகர மரபைத் தொடங்கி வைக்கிறார்.

அதனால்தான் அம்பேத்கர் தன் பௌத்தத்தை நவயான பௌத்தம் என்று அடையாளப்படுத்தினார். இதற்கான தொடக்கமாக அமைந்தவர் அயோத்திதாசர். புத்தரை ஒரு குருவாக, மனித அறங்களின் உருவாக விளக்குவதன் வழியாக நவீன அரசியலும் மார்க்சிய இயங்கியலும் முன்வைத்த மதம் பற்றிய மறுப்பை எளிதாக உள்வாங்கி அதற்கான மாற்று ஒன்றையும் கண்டடைந்துவிடுகிறார். அதனை அவர் மனித மையம் கொண்ட 'சுய சமதர்மம்' என்றும் 'புத்த தர்மமான சுயமரியாதை' என்றும் விளக்குவதன் வழியாக நவீன புரட்சிகர அரசியல், விடுதலைக்கான அறவியல் இரண்டையும் இணைத்துவிடுகிறார். இந்த இணைப்புதான் பின்னாளில் அம்பேத்கர் வழியாக 'புத்தரா கார்ல் மார்க்ஸா' என்ற மிகச்செறிவான ஒப்பீட்டுக்கு வழியமைக்கிறது. அது புத்தரையும் மார்க்ஸையும் இணைக்கும் புதிய ஒரு அற அரசியலாக வடிவம் பெறுகிறது. இந்த மாபெரும் இணைப்பு அறம்சார் அரசியல் என்ற அயோத்திதாசர்-அம்பேத்கரிய உருவாக்கமாக இன்று நமக்குக் கிடைத்துள்ளது. இந்த அறம்சார் அரசியலின் அடிப்படையில் உள்ள வலிமையை அயோத்திதாசர் இவ்வாறு குறிப்பிட்டுக் காட்டுகிறார், "உறங்கிய வேழம் விழிப்பது போலும் பதுங்கிய புலி பாய்வதுபோலும் வளைந்த வில் தைப்பது போலும் பிந்திய கடா மோதுவது போலும் அடங்கியுள்ள (பூர்வ பௌத்தர்களாகும்) மேன்மக்கள் அவர்களது அடக்கத்தைவிட்டு வெளியேற நேரிடும் அக்கால் அவர்களை அடக்க முயல்வது சமுத்திர எழுச்சிக்கு வைக்கோல் அணைகட்டுவது போலாகும்." (தமிழன்: நவம்பர் 9, 1910) ஒடுக்கப்பட்ட மக்களின் போராட்டம், விடுதலைக்கான எழுச்சி அறம் சார்ந்ததாக அமைந்திருந்தாலும் அதன் அடிப்படையில் மாபெரும் வலிமை, எதிர்ப்பு சக்தி உள்ளீடாக அமைய வேண்டும் என்பதை அயோத்திதாசர் தெளிவாக அறிந்திருந்தார். புரட்சிகளின் அடிப்படையாக அமையக்கூடிய அந்த வலிமையும் சக்தியும் அறிவின் வழி ஒன்றிணைய வேண்டும் என்பதையே பகுத்தறிவு சார்ந்த பௌத்த தர்மம் என்ற நவீன செயல்திட்டமாக அவர் வடிவமைத்தார்.

அம்பேத்கரும் அயோத்திதாசரும் பௌத்தம் வழியாகக் கடந்த காலத்தை மீட்க வந்த பழமையாளர்கள் அல்லர்; இந்திய மண்ணில் தோன்றி தற்போது தேய்ந்து போன ஒரு சமயத்தை மீட்டுருவாக்கம் செய்ய முயன்ற மரபுப் பற்றாளர்களும் அல்லர்; எதிர்கால விடுதலைக்கான வழிகளைச் சிந்தித்த நவீன விடுதலைக் கருத்தியலாளர்கள்.

கொலைகாரர்கள் கூடிக் கட்டிய கோவில் இது

"புத்தரது... அளவுபடா அன்பிற்கும் குறைவுபடா ஞானத்திற்கும்... மலைவுபடா அவரது வாய்மொழிக்குமே அமர்ந்தும் அன்பு கொண்டும் ஆனந்தமாகச் சிந்தித்தும் அவரது போதனா நீதிநெறி, வாய்மெய் வழுவாது நடந்து வருவார்களேயன்றி, பகவானே எங்கள் பாவத்தைப் போக்கவேணும், கடவுளே எங்களைக் காப்பாற்ற வேண்டும், பிரமனே எங்களைப் பாதுகாக்கவேண்டும், சிவனே எங்களைச் சீர்திருத்தவேண்டுமெனச் சிந்திக்கமாட்டார்கள்.

பௌத்தர்கள் ஒவ்வொருவரும் தாங்கள் செய்த தீவினைக்குப் பயன் தாங்களே அநுபவித்துத் தீரல்வேண்டுமென்பதே நம்பிக்கையாகும். தங்களது துற்செயலாந் தீவினையை ஏனையோர் வந்து தீர்ப்பார்களென்று கனவிலும் நம்பமாட்டார்கள்.

இத்தகைய சிறந்த நம்பிக்கையற்று தங்கள் தங்கள் கொடூரச் செயலால் கொலை, களவு, குடிகேடு, வஞ்சினம், விபசாரம், பொய், கடுஞ் சொல் முதலியத் தீவினைகளைச் செய்து விட்டு ஏனையவொருவர் அத்தீவினைகளை நீக்கிவிடுவாரென்னும் பொய் நம்பிக்கை அதிகரித்துவிட்டபடியால் ...உள்ளதும் கெட்டுப் பாழடையும் நம்பிக்கைகளே பலமாகிவிட்டது." பாழ் நம்பிக்கைகள் பற்றி அயோத்திதாசர் (தமிழன்: சனவரி 11, 1911).

2015 அக்டோபர் மாதம் 20 ஆம் தேதி இது நிகழ்கிறது, இந்துத்துவ ஆட்சி நடக்கும் ஹரியான மாநிலம். ஃபரிதாபாத் மாவட்டம் பல்லாபார்க் பகுதி சோன்பேட் கிராமத்தில் பின்னிரவு நேரம் இரு குழந்தைகளுடன் தாயும் தகப்பனும் உறங்கிக்கொண்டிருந்த அந்த வீட்டைச் சூழ்ந்துகொண்ட ராஜ்புத்-தாக்குர் சாதிக் கும்பல் ஒன்று தீயிட்டுக் கொளுத்தியதில் இரு பிள்ளைகளும் கருகி மரித்தனர். இரண்டரை வயதான வைபவ் பதினோரு மாதக் குழந்தை திவ்யா இருவரும் இப்படி கருகி மடியச் செய்த குற்றம் என்ன? இந்து தர்மப்படி அவர்ண சாதியில் பிறந்துவிட்டனர்,

அதனால் அவர்கள் தீண்டப்படாத பிறவிகள். இந்தப் படுகொலையைச் செய்தவர்கள் தனிமனிதர்கள் அல்லர். ஒரு தேசமே இணைந்து 2000 ஆண்டு காலம் திட்டமிட்டு நிகழ்த்திய கொடூரம் இது. குழந்தைகள் கொல்லப்பட்ட கொடுமை பற்றி ஊடகங்கள் எழுப்பிய கேள்விக்கு இந்து ராஷ்டிர- இந்துத்துவ அதிகாரம்கொண்ட மத்திய அமைச்சர் தளபதி வி.கே.சிங் இதற்கெல்லாம் அரசாங்கம் பொறுப்பாக முடியுமா "நாய்களைச் சிலர் கல்லால் அடித்துக் கொன்றால் அதற்கு அரசா பொறுப்பு" என்று சாதி இந்துக்களின் மனதிற்குள் உள்ள வன்மத்தைத் தெளிவாகத் தன் சொற்களால் வெளிப்படுத்தி நம் மக்களுக்கு இந்தியச் சமூகம் இதுவரை அளித்துள்ள சமூக இடத்தைப் புலப்படுத்தியிருக்கிறார். நாய்கள் ஆளும் தேசத்தில் நம் பிள்ளைகளை நாம்தான் பாதுகாக்க வேண்டும், அரசாங்கமா பாதுகாக்கும். இது அவர்கள் அனைவரும் ஒன்று சேர்ந்து செய்த கொலையல்லவா!

அக்குழந்தைகளின் தந்தை ஜிதேந்தர் மருத்துவ உதவியாளராகப் பணிபுரிந்தவர், படித்து மாத வருமானம் பெறக்கூடியவர். தன்மதிப்புடன் வாழக்கூடிய அந்த நிலைதான் அக்குடும்பம் எரிக்கப்பட்டதற்குக் காரணம். ஒரு ஆண்டுக்கு முன் சாதிவெறியர்கள் செய்த அவமானம், அதனைத் தொடர்ந்து நிகழ்ந்த வன்முறை, இதற்கெல்லாம் காரணம் அடிமைத்தனத்தை மறுத்து வாழ்ந்த அக்குடும்பத்தின் சுதந்திர நிலை. தீண்டாமையை நிலைப்படுத்த நினைக்கும் சமூக உளவியல் வன்மத்தின் அடிப்படையே இதுதான். வாழ்வுரிமையை மறுப்பதும் மனிதர்களுக்குரிய தன்மதிப்பை அழிப்பதும். இதற்கு எதிராக எழுகின்ற நம் மக்களை இந்தியச் சமூகம் இதுவரை படுகொலையின் மூலமாகவே அழித்திருக்கிறது. இந்தக் கொலைக்கு திட்டமிட்டுத் தந்தவர்களே காவல் துறையினர்தான் என்பதை நாம் கவனத்தில் கொள்ள வேண்டும். அக்குடும்பத்தை அழிப்போம் எனச் சாதி வெறியர்கள் அறிவித்திருக்கிறார்கள். அக்குடும்பத்திற்கு பாதுகாப்பு அளிக்க சில காவலர்களும் நியமிக்கப்பட்டார்கள். அவர்கள் தான் கொலை செய்ய ஏற்ற நேரத்தைக் குறித்துக் கொடுத்துவிட்டு பதுங்கியிருந்து பார்த்து மகிழ்ந்தவர்கள். காவல்துறை, அரசு, ராணுவம் (தளபதி சிங்), சாதி-இந்து மதம், இந்தியச் சமூகம் அனைத்தும் இணைந்து நிகழ்த்திய இந்த வன்கொடுமையிலும் ஆகப்பெரும் வன்கொடுமை இதனை நியாயப்படுத்தும் இந்தியச் சாதி உளவியல்தான். தலித் மக்களின் அடங்காத எழுச்சி, அடிபணிய மறுக்கும் விடுதலை உணர்ச்சிதான் இதற்குக் காரணம் என்பதை அவர்கள் வன்மத்துடன் தொடர்ந்து சொல்லிக்கொண்டே இருக்கிறார்கள். இதற்கு பல்வேறு அரசியல்-சமூகக் காரணிகள் இருக்கலாம், ஆனால் இதற்கான முதல் காரணம் நம் மக்கள் ஆயுதமற்ற மக்கள், நம் சமூகம் ஆயுதங்கள் பறிக்கப்பட்ட சமூகம், நம் வரலாறு இழந்து பலியான மக்களின் வரலாறு. இந்து மதம் நம் மக்களின் உள்ளத்தில் உயிர் அச்சத்தை ஊன்றி வளர்த்தது. அந்த அச்சத்திலிருந்து

தப்ப இறையச்சத்தை வலிமையாய்க் கட்டியெழுப்பியது. இறையச்சம் அடைக்கலம் தேடும் உளவியலை நம் மக்களுக்குள் உருவாக்கியது. அரசுகள்-படைகள்- சமய அமைப்புகள் என அனைத்தும் நம் மக்களை அச்சுறுத்தி வந்தன. நீதி, ஒழுக்கம், இறையச்சம், ஆன்மிகம் என அனைத்தும் நம் சமூகத்தின் அச்ச உளவியலை, அடைக்கலம் தேடும் உளவியலை பெருக்கிப் பெருக்கி பேசவும் அறியவும் எதிர்க்கவும் தயங்கும் சமூகக் கூட்டமாக மாற்றியமைத்தது. இதற்கு எண்ணிக்கையோ, உடல் பலமோ காரணம் அல்ல என்பதை நாம் ஒப்புக்கொள்ள வேண்டும். ஆதிக்கச் சாதிகள் தனித் தனியாகக் கணக்கிட்டால் சிறுபான்மையினர் என்பது கண்கூடான உண்மை. பிராமணர்கள் ஐந்து குடும்பம் என்றாலும் தாமே தேவர்கள் என்ற மமதையுடன் உலவுவதை பார்க்கலாம். சத்திரிய, வைசிய, சூத்திர சாதிகள் தமக்குள் பல பிரிவுகளைக் கொண்டவை, ஆனால் இந்திய சாதி-வர்ண அமைப்பின் இறுக்கமான கட்டமைப்பால் தம்மை ஒன்றுபட்ட படைப்பிரிவுகளாக உணர்பவர்கள் அவர்கள். சூத்திர-இடைநிலைச் சாதிகளுக்குள் நிகழும் மோதல்களும் வன்கொலைகளும் ஆதிக்க-அதிகார போட்டிக்கான போர்களே அன்றி நம் மக்களுக்கு நிகழ்வது போல வாழ்வுரிமை, மனித மதிப்பு, உயிர் வாழும் உரிமை, தன்மதிப்பு போன்றவற்றை நிலைப்படுத்த முனையும்போது நிகழும் படுகொலைகள் அல்ல. ஆம் அவர்களின் வன்கொலைகள் பலிகேட்கும், பலியெடுக்கும், பலியிடும் மோதல்களின் வரலாறு. பலியாகும், பலியிடப்படும் நிலையில் மட்டுமே இருந்து வரும் நம் மக்களின் வரலாறு வன்கொடுமைகளின் வரலாறு.

இந்த வன்கொடுமைகளின் வரலாறு நீண்டு செல்வதற்கு அடிப்படைக் காரணம், இந்து-வைதிக மத அமைப்பு. சாதி இந்துக்கள் சிதறி-சிறுபான்மைக் குழுக்களாக இருந்தாலும் தேச அளவில் ஒன்றுபட்ட சக்திகளாக அடையாளப்படுத்தி அதிகாரமும் அரசியல் வலிமையும் கொண்டவர்களாக அவர்களை கட்டியமைக்கிறது. நம் மக்களையோ அவர்கள் வாழிடத்தால் ஒன்றுபட்டு இருந்தாலும் தனியர்களாக உணரவைப்பதுடன் தமக்கு மண் இல்லை, நாடு இல்லை, மனித அடையாளம் இல்லை என்ற அடையாளம் அழிந்த உளவியலை உருவாக்கி அச்சத்தை உடலிலும் உள்ளத்திலும் படிய வைத்து விடுகிறது.

இந்த அச்சம், சிதறிய மனநிலை, தன்னடையாளமற்ற நிலைகளுக்கு எதிரான வலிமையான போராட்டத்தை தொடங்கியவர்கள்தான் நம் தலைவர்கள் அயோத்திதாசரும் அம்பேத்கரும். அவர்களின் முதல் போராட்டம் நம் மக்களின் மனதில் இருந்த தனிமைப்பட்ட நிலைக்கெதிரான போராட்டம், இரண்டாவது போராட்டம் நம் மக்களின் மனதில் படிந்து போன அச்சத்திற்கெதிரான போராட்டம், மூன்றாவது போராட்டம் நம் மக்களின் மீது சுமத்தப்பட்ட பொய் வரலாறுகளுக்கு

அதாவது இழிநிலை உணரவைக்கும் கடந்தகால நினைவுகளுக்கு எதிரான போராட்டம்.

அமைப்பாய்த் திரள்வோம், அதிகாரம் வெல்வோம், அங்கீகாரம் பெறுவோம் என்ற முத்தெளிவுகளை நம் தலைமை நமக்கு அளித்தபோது அதன் வரலாறு நம் தலைவர்களின் மூன்று கட்ட போராட்டங்களுடன் உறவுடையது என்பது தெளிவானது. சமூக, அரசியல், பண்பாடு என்ற மூன்று தளங்களில் நிகழ்த்த வேண்டிய உள்ளார்ந்த புரட்சியின் கருத்தியல்களாக இவை வடிவம் பெற்றுள்ளன. அதிகாரம் பெறுதலும் விடுதலை பெறுதலும் ஒடுக்கப்பட்டோர் விடுதலை அரசியலின் (தலித் அரசியல்) மிக அடிப்படையான கூறு. பாட்டாளி வர்க்கச் சர்வாதிகாரம் என்ற திட்டத்தில் உள்ளது போலத்தான் இதுவும். பாட்டாளி வர்க்க விடுதலையானது அவ்வர்க்க அரசும் அதன் அதிகாரமும் இன்றி உருவாக முடியாது என அரசியல் ஆசான்கள் உணர்த்தியுள்ளதை வரலாற்றுத் தரவுகளுடன் புரிந்து கொள்வது போலத்தான் இதனை நாம் புரிந்து கொள்ள வேண்டும்.

அயோத்திதாசர் இந்த அதிகாரம்-விடுதலை பெறும் போராட்டத்தை சமூக-பண்பாட்டு-அறிவுத்தளத்தில் மேற்கொண்டார், அதாவது சமய-மத உடைப்புப் புரட்சியையும் வரலாற்றின் பொய்மைகளை நொறுக்கியெறியும் தாக்குதலையும் தொடங்கிவைத்தார். அம்பேத்கர் அவற்றுடன் அரசியல், பொருளாதாரப் புரட்சியை இணைத்துக் கொண்டார்.

இவர்கள் இருவருக்குமே உடனடித் தேவையாக இருந்தவை: இந்து மதத் தகர்ப்பும் அதற்கு மாற்றான, எதிரான பௌத்த அற உருவாக்கமும். அதாவது அடிமை-அச்ச அடையாளத்தை அழித்து விடுதலை கொண்ட அடங்க மறுக்கும் அடையாளத்தை உருவாக்குவது. அரசியல்-சமூக-பொருளாதார விடுதலை நோக்கிய ஒடுக்கப்பட்டோர் போராட்டத்தில் நம் அறிஞர்கள் இந்துமதத் தகர்ப்பை மிக அடிப்படையான செயல்திட்டமாக முன் வைத்ததற்குக் காரணம் அன்று உருவாகி வந்த இந்துதேசியம் என்ற கொடிய அரசியல்தான். அதுவரை இல்லாத அளவுக்கு சாதி, வர்ண, வைதிக, பார்ப்பனிய அதிகாரம் தேசம்-தேசியம் என்ற பெரும் அடையாளத்துடன் எழுந்து வந்தது. இந்த பெருந்தேசிய அதிகாரம் இந்து-சனாதன அதிகாரமாகவும் இன்றுள்ளது போன்ற இந்து அடிப்படைவாத பாசிசமாகவும்தான் அமையும் என்பதை அன்றே தெளிவாக ஆய்ந்து உணர்ந்த நம் தலைவர்கள் இந்துமதத் தகர்ப்பு என்ற நிலைப்பாட்டை அன்றே எடுத்தனர்.

காலம் தோறும் நம் மக்கள் விடுதலைக்கான குரலை எழுப்பும் போதெல்லாம் அதனை நசுக்கி அழித்து தாமே விடுதலையை அளிப்பதான மயக்கத்தை உருவாக்கி எதிர்ப்பை இல்லாமலாக்கி மீண்டும் அடிமைப்படுத்தும் இந்து-வைதிக சமய வரலாற்றை மிகத் தெளிவாக

அடையாளம் கண்ட அவர்களின் ஆய்வுகள் இன்று நமக்கான மாற்று வரலாற்றை எழுதுவதற்கான அடிப்படைகளை அமைத்துத் தந்துள்ளன.

அந்த வரலாற்று மீள் விசாரணையில் நமக்குக் கிடைக்கும் தரவுகள் இதுவரை எழுதப்பட்ட, சொல்லப்பட்ட வரலாறுகளை கட்டுக் கதைகள் என ஒதுக்க களம் அமைத்துத் தருகின்றன. அயோத்திதாசர் தமிழக வரலாற்றின் பார்ப்பன-வெள்ளாள மையம் கொண்ட பக்தி மரபின் கட்டுக் கதைகளை உடைத்தெறிந்த முறை இன்றும் வியப்பளிப்பதாக சனாதன-தமிழ் அறிவாளிகளை அச்சுறுத்துவதாகவே உள்ளது.

தமிழ் மக்களின் வரலாற்று மையமாக ஆதிதமிழர், பூர்வ பௌத்தர் என்ற அடையாளத்தை நிறுவிய பண்டிதரின் நுட்பம் நெடிய ஒரு புரட்சியின் நவீனத் தொடக்கம் என்றுதான் சொல்ல வேண்டும். சைவ-வைணவ கொலைகார வரலாற்றைத் தமிழக வரலாறு என்று கொண்டாடிக் கொண்டிருக்கும் சாதிவெறி அறிவாளிகள் இன்றும் சமண-பௌத்த மரபைப் புறச்சமயம் என்று புளுகிக் கொண்டு கிடப்பதற்கு அறியாமை மட்டும் காரணமல்ல திமிரும் வன்மும் கலந்த போக்கிலித் தனமும்தான்.

தமிழ்ச் சமயம், தமிழ்க்கடவுள் என்ற கட்டுக் கதைகளை நம் மக்கள் மீது திணித்து கொலைகார வரலாற்றை தெய்வீக வரலாறு என நம்பவைக்க அவர்கள் செய்து வரும் கேடுகெட்ட சதிகளை அயோத்திதாசர் அன்றே உடைத்தெறிந்திருக்கிறார். சமணமும் பௌத்தமும் ஒன்றெனக் காணும் வாய்மொழி மரபின் தரவுகளைப் பின்பற்றியவராக இருந்த போதும் சைவ-வைணவ கட்டுக் கதைகளை உடைத்தெறிவதில் அவருடைய முறையியல் வலிமையானது.

அதன் தொடர்ச்சியாகத்தான் நாம் இன்று ஒடுக்கப்பட்டோர் பார்வையில் தமிழக-இந்திய வரலாற்றை மறுவிசாரணை செய்கிறோம். அம்பேத்கரின் வரலாறு மற்றும் இந்து மதம் பற்றிய ஆழமான மறுவாசிப்பு இன்று எந்த இந்துத்துவ சனாதன 'பேரறிஞனாலும்' எதிராடல் செய்ய இயலாத அளவுக்கு வலிமை கொண்டதாக பெருக்கி நிற்பதற்கு அயோத்திதாசர் உருவாக்கிய அடிப்படைத் தகர்ப்பு முறைதான் தொடக்கமாக அமைந்தது.

இன்று தமிழக வரலாறு என்று சைவ-வைணவ அக்கப்போர்களைக் கொண்டாடிக் களிக்கும் மடப்பள்ளி அறிவாளிகள், பறையர்- பள்ளர்- வள்ளுவர் பெருமரபின் விரிவை ஆழத்தை அறியாத, அறிந்தாலும் ஏற்க விரும்பாத வெள்ளாள உயர்ச்சாதி தமிழ்ப்பக்த கேடிகளுக்கும் ஒடுக்கப்பட்டுவிட்ட மக்களின் அரசியல் தலைமையை ஏற்க ஒவ்வாத மறத் தமிழ்த்தேச மண்ணுள்ளி அரசியல் கருத்தாளர்களுக்கும் அயோத்திதாசர் மரபில் நின்று சொல்ல நமக்கு நிறைய உள்ளது. அவற்றில் சிலவற்றை மட்டும் இந்தக் கொலைகார தேசியவாத காலகட்டத்தில் மீண்டும் மீண்டும் சொல்லியாக வேண்டும்.

தமிழகத்தில் தனித்தனியான நிலம்சார்ந்த தெய்வ வழிபாட்டு முறைகள்தான் இருந்தன. ஒன்றுபட்ட நிறுவனமயமான சமயம் என்பது உருவானது சமண-பௌத்த காலகட்டத்தில்தான். அம்மதங்கள் அறம், ஒற்றுமை, அன்பு, பகிர்ந்துண்டு பல்லுயிர் ஓம்புதல் என்பவற்றின் அடிப்படையில் அமைந்ததால் மக்களால் பற்றிக் கொள்ளப்பட்டன. அதிலும் இன்று தீண்டாமைக்குட்படுத்தப்படும் தொல்தமிழ் மக்கள் அறச்சமயப் பற்றில் முன்னிலை வகித்தனர். அன்று சிறுபான்மை மரபாக இருந்த வைதிக-பிராமண வேள்வி மரபு அரசர்களின் அதிகாரத்தை விதந்தோதி தம்மை அரச சமயமாக மாற்றிக் கொண்டது. மக்கள் அதிகாரமும் பொதுநலன் கொண்ட சமூகமும் பிராமண-வெள்ளாள சத்திரிய ஆதிக்கத்திற்கு எதிரானவை என்பதால் அவை மெல்லத் தம்மை மீள் உருவாக்கம் செய்து போரும் வேள்வியும் கொண்ட அரசமைய சமூகத்தைக் கட்டியெழுப்ப அனைத்து விதமான சதிகளையும் வன்கொடுமைகளையும் செய்தன.

சமண-பௌத்த மரபுகளுக்கும் அமைப்புகளுக்கும் எதிராக சைவ-வைணவ மரபினர் மறைந்திருந்து தாக்கும் சதியில் தொடங்கினர். பின் அவர்களின் வன்முறை நேரடிப் போர்கள், படுகொலைகள் என விரிவடைந்தன. சமணப் பள்ளிகளை புத்த விகாரைகளை தீயிட்டுக் கொளுத்தியும் இடித்தும் பெரும் வெறியாட்டத்தை நிகழ்த்தினர். மக்களை ஏமாற்ற சிவமும் திருமாலும் பல்வேறு வடிவில் பெருக்கமடைந்தனர். பிராமண- வைதிக அந்நிய புறச்சமயத்தை தமிழ்ச் சமயம் என்ற கூறிய புறம்போக்கிகள் மக்கள் சமயங்களாக வளர்ந்திருந்த பௌத்த-சமண நெறிகளைப் புறச் சமயமென்றனர். மக்கள் பேரரசுகளின் அடக்குமுறையின்றியும் வேள்வி பிராமணச் சடங்குகள் இன்றியும் வாழ்ந்த காலத்தை இருண்ட காலம் என்று எழுதித் தமிழ் மூளைக்குள் அதனை காலம்தோறும் திணித்துவந்துள்ளனர், இன்றும் அதையே சொல்லி அறிவைக்கெடுத்து வருகின்றனர்.

நல்நெறியில் வாழ்ந்த அறவோர்களை கழுவேற்றி, தலைநீக்கி, எரியூட்டி, நீரில் மூழ்கடித்து அழித்தொழித்தனர். அவர்கள் நூல்களை எரித்தும் ஆற்றில் விட்டும் அழித்தனர். அச்சமடைந்த மக்கள் திருநீரு-திருமண் பூசி அடியவர்களாக அடைக்கலமாயினர். அரசர்கள்-அந்தணர் கூட்டணி மக்களை அச்சுறுத்தி பக்திநெறி என்ற பதுங்கு குழிக்குள் தள்ளியது. சமயக் குரவர்கள் என்ற மாறுவேடத்தில் கொலைகாரத் தலைவர்கள் தமிழக மண்ணை குருதிக் களமாக மாற்றினர். பள்ளிகளும் விகாரைகளும் தரைமட்டமாக்கப்பட்டு சிவாலயங்களாக, திருப்பதிகளாக மாற்றப்பட்டன.

மக்களின் அரசியல் அச்சத்தை மறைக்கப் பக்திப் பாடல்களும் ஆடல்களும் பெருக்கெடுத்தோடின. சமண-பௌத்தப் பெண்களை அடிமைப்படுத்தி கோயில் தெருக்களில் அடைத்து தேவரடியார்கள் என்ற பாலியல் அடிமைகளை உருவாக்கி, தெய்வீகக் கவர்ச்சி

என்ற மாறுவேடத்தில் ஆண்கள் நகரங்களை நோக்கி வருவதற்கான ஏற்பாடுகளைச் செய்தனர். கணிகையர் என்ற பழங்கால பெண் அடிமை முறையை பக்தியின்பமாக மகிமைப்படுத்திக்கொண்டனர்.

இந்த வன்கொடுமைகளுக்கு நடுவில்தான் ஒடுக்கப்பட்ட மக்களை உள்ளடக்க, பூர்வ பௌத்தர்களை உள் அடைக்க அவர்கள் "ஆவுரித்து தின்று உழலும் புலையரேனும் கங்கைவார் சடைக்கரந்தார்க்கு அன்பராகில் அவரன்றே யாம் வணங்கும் கடவுளாரே" என்ற பொய்க் கதையை அவிழ்த்து விட்டனர்.

இதில் சைவமும் வைணவமும் போட்டியிட்டு ஏமாற்றின. ராமானுசர் காலத்தில் ஒடுக்கப்பட்ட மக்களை வைணவர்களாக்க சிறிய ஒரு முயற்சி நடந்ததாக அவர்களே ஒரு கதையை எழுதி வைத்திருக்கிறார்கள். அது எந்த அளவுக்கு நம்பத் தகுந்தது எனத் தெரியவில்லை. அப்படியே இருந்தாலும் அது ஒரு தலைமுறையுடன் வைகுந்தபதம் அடைந்த முயற்சிதான்.

சைவமும் வைணவமும் கட்டிவிட்ட கதைகளை நம்பி நம் மக்களில் சிலர் அச்சமயங்களில் அடங்கி கூலியற்ற உழைப்பாளர்களாகி சித்தரவதைகளை அனுபவித்தனர். கோவில் கட்டவும் குளம் வெட்டவும் கடின உழைப்பில் ஈடுபட்ட நம் மக்கள் தேவைப்பட்டனர். கல்லை உடைக்க மண்ணைத் தோண்ட நம் பெண்கள் தேவைப்பட்டனர். அதற்கு அடியார்க்கும் அடியார் என்ற கட்டுக்கதைகள் பெரிய அளவில் பயன்பட்டன. சிவபதம் சேர்வதும் பரபதம் அடைவதும் நம் மக்களுக்கு இல்லை என்று தெளிவாகச் சொல்லிவைத்த பக்திப் பாதகர்கள் பின்வரும் பிறவிகளில் எம்பெருமான் அடிசேர இப்பிறவியில் பக்தி செய்யுங்கள் என்று நம் மக்களின் மூளையை இருள வைத்தனர். எத்தனை உழைத்தாலும் எவ்வளவு பக்தி செய்தாலும் எத்தனைக் குளம் வெட்டி எத்தனைக் கோயில் கட்டிச் செத்தாலும் சிவதரிசனம் இல்லை, பகவான் பாதம் பார்க்க உரிமையில்லை என்பதை மாறாத சட்டமாக வைத்திருந்தனர்.

இந்தச் சட்டத்தை மீறிய போராளிகளைக் கொன்று குவித்தனர். தீயில் இட்டும் கல்லால் அடித்தும் கொல்லப்பட்டவர்கள் பக்தியிலும் கோயிலிலும் பங்கு கேட்டுப் போராடிய நம் மக்கள்தான். அப்போராட்டங்கள் பல நூறு இருந்தாலும் அவற்றின் வரலாறுகள் மறைக்கப்பட்டன. ஆனால் அந்த வன்கொலைகளுக்கு சான்றுகளாக உள்ள மூன்று தொல்கதைகளை நாம் கவனிக்க வேண்டும்.

திண்ணன் என்ற பெயர் கொண்ட கண்ணப்பன் மலையின குறவர் தலைவன் கோயிலில் நுழையவும் சிவபூசை செய்யவும் உரிமைகேட்டுப் போராடியதுடன் தடைக்கு அடங்க மறுத்து அந்தணர்களின் அத்து மீறி சிவபூசை செய்தான், அவனது இரண்டு கண்களும் பிடுங்கப்பட்டன. மக்கள் தலைவனான அவனுக்கு அளிக்கப்பட்ட கொடிய தண்டனை அவனது மக்களை அச்சுறுத்தியது.

ஆதனூர் நந்தன் திருப்புங்கூரில் குளம் வெட்டிய பணிக்கு கூலிகேட்டதுடன் சிவதரிசனம் செய்யும் உரிமையையும் கேட்டுத் தன் தோழர்களுடன் இணைந்து போராடினான். பெருங்காளைச் சிலையை வைத்து ஆவுடையாரை மறைத்து புலையர் வெளியில் நின்றுகூட சடங்குகளின் காட்சியைக் காணக்கூடாது என்ற சதியை முறியடிக்க காளைச் சிலையை உடைத்தோ நகர்த்தியோ போராட்டத்தை அவர்கள் நடத்தியிருக்க வேண்டும். அத்துடன் சிதம்பரம் கோயில் நுழைவுப் போராட்டத்தை நந்தன் தலைமையிலான போராளிகள் நடத்தியிருக்க வேண்டும். அவர்கள் எரித்துக் கொல்லப்பட்டனர். அவர்களின் போராட்டத்தால் உந்தப்பட்ட மக்கள் கோயில் நுழைய கோரிக்கை வைத்தபோதெல்லாம் “நாளைப் போகலாம் இன்று வேலை செய்யுங்கள்” என்று சொல்லிய சதிகார வரலாறுதான் இன்று திரு-நாளைப் போவார் என்ற பதிவாக மீந்துள்ளது.

வைணவத்தில் ஒடுக்கப்பட்ட மக்களின் கொலைக்கு உருவகச் சான்றாக உள்ள கதை உரையூர் திருப்பாணாழ்வார். தீண்டாமையிலும் கடைநிலையில் வைக்கப்பட்ட பாணர் சாதியில் பிறந்து பாடலிசைத்து வழிபடும் உரிமையைக் கேட்டதால் கல்லால் அடித்துக் கொல்லப்பட்டு சீரங்கநாதனுடன் சீவன் முக்தராகக் கலந்துவிட்டதாக மறைக்கப்பட்ட படுகொலை வரலாறு ஒன்று உள்ளது.

இந்தப் பக்திப் படுபாதக மரபு பெண்கள் சமய உரிமை, வழிபாட்டு உரிமை அதாவது பூசகர்களாக இருக்கும் உரிமை கேட்ட போதும் இதே போல கொன்று மறைத்த கதை கோதை என்ற குறியீட்டு பாத்திரமாகப் பதிவாகியுள்ளது. மீரா பாய் என்ற பக்திப் பெண் பாவலர் ரவிதாசர் என்ற ஒடுக்கப்பட்ட சமூகத்தில் பிறந்த ஆன்மிக ஞானியிடம் அருள்வாக்குப் பெற்றதால் அவரது ராஜபுத்ர குடும்பம் அவரைக் கொன்று மறைத்து கோபாலனுடன் இணைந்துவிட்டதாக்க் கதையைக் கட்டி விட்டது.

அறமோ, அன்போ அற்ற இந்த இந்து மதத்திற்குள் இருந்தபடி தன் மக்களுக்கு விடுதலைபெற ஏதும் மார்க்கம் கிடைக்குமா என்று தேடி அயோத்திதாசரும்கூட அத்வைத நம்பிக்கையை அளவிட்டுப் பார்த்தவர்தான். 1898-இல் அவர் பௌத்த தம்மத்தை ஏற்றபோது அவர் தம் மக்களுக்கான விடுதலைப் பாதையை கண்டடைந்ததாக நம்பினார். ஆனால் அதுவும்கூட பூசையும் சடங்கும் கொண்ட சிங்கள மகாபோதி மரபு என்பதை உணர்ந்து தமிழ் பௌத்த மரபைத் தேடிக் கண்டடைந்து புதுப்பித்து பூர்வ தமிழொளியாம் புத்த தம்மம் எனப் பெருமையுடன் அறிவித்ததுடன் திராவிட பௌத்தர்கள் என்றும் சாதிபேதமற்ற தமிழர்கள் என்றும் புதிய அடையாளங்களை உருவாக்கினார். இந்தத் தொடக்கம் பின்பு அம்பேத்கர் வழியாக பெரும் அரசியல் இயக்கமாகவும் விடுதலைப் போராட்டமாகவும் விரிவு பெற்றது.

விடுதலைக்கான போராட்டத்தில் ஏன் நம் தலைவர்கள் சமய நெறி ஒன்றை மீளாக்கம் செய்ய வேண்டும் என்ற கேள்வி எனக்குள் சில முறைகள் எழுந்ததுண்டு. அதற்கான விடை எரித்துக் கொல்லப்பட்ட இரு குழந்தைகளுக்காக கண்ணீர் சிந்தியபோது கிடைத்தது.

இந்தியா முழுக்க உள்ள இந்துக்கள் ஒத்த அடையாளத்துடன் ஒன்றே போல் சிந்திக்கிறார்கள், தாங்கள் ஒன்றென உணர்கிறார்கள், அதனால் தங்களைப் பலம் கொண்ட பெருங்கூட்டமாக அடையாளம் காண்கின்றனர்.

ஆனால் நம் மக்கள்? பெரும் கேள்வியாக உள்ள துயர உண்மை இது. இதற்கான தீர்வைத்தான் அயோத்திதாசரும் அண்ணலும் கண்டார்கள். அவர்கள் கண்டது பூசக பௌத்தம் அல்ல, போராடும் பௌத்தம். அது புதிய ஓர் அடையாளம். அரசியல் புரட்சிக்கான உளவியலை நம் மக்களிடம் உருவாக்க தொடங்கப்பட்ட பண்பாட்டு அறிவுப் புரட்சியது.

கொலைகாரர்கள் கூடிக் கட்டிய கோயில்களில் நம் தெய்வங்கள் இல்லை, போராடும் நம் மக்களே தெய்வங்கள். அவர்களை வழிநடத்திச் செல்லும் நம் தலைவர்களே தெய்வங்கள். இந்துப் பாசிசத்தின் கொடி தூக்க இன்றும் கூட பக்தி மரபு செய்தது போல நம் மக்களைக் காப்பதாக வாக்கு தந்து வளைக்குள் அடைக்கப் பார்க்கும் இந்துமத அரசியல் நமக்கானது அல்ல என்பதை தொடரும் கொலைகளும் அதனை நியாயப்படுத்தும் பேச்சுகளும் தினம் உணர்த்திக் கொண்டே இருக்கின்றன. அம்பேத்கரை தேசபக்தர் என்று தெய்வபக்தர்கள் சொல்வது அண்ணலின் சிலைகளை உடைப்பதன் மற்றொரு வடிவம்தான்.

பிராமணியம், பிற சாதிகள்:
தொடரும் பின்னோக்கு அரசியல்

பிராமணியம் என்ற சமூக அரசியல் மரபு இந்தியாவில் உருவாகி, வளர்ந்து, ஆதிக்கம் பெறத் தொடங்கிய காலத்திலிருந்தே பிராமணிய எதிர்ப்பு, பிராமணிய வெறுப்பு என்னும் சமூக உளவியலும் தொடங்கி விட்டது எனலாம். பிராமணியத்தின் விரிவான வரலாற்றை ஒரு வகையில் பிராமணிய எதிர்ப்பு இலக்கியங்கள் மற்றும் இயக்கங்களின் வழியாக நாம் தெரிந்து கொள்ள முடிகிறது. வேதங்கள், உபநிஷத்துகள், சுருதிகள், சாஸ்திரங்கள், புராண-இதிகாசத் தொகுப்புகள் அனைத்திலும் தன்னை மேல் நிலையில் நிறுத்திக்கொள்ளும் பிராமணிய-பார்ப்பனிய மரபின் மொத்த இருப்பையும் இயக்கத்தையும் புரிந்து கொள்ள பிராமணிய-வைதிகம் மறுத்த மரபுகளின் நூல்களும் ஆவணங்களும் அடிப்படையாக உள்ளன.

ஆனால் பிராமணிய-வைதிக ஆதிக்கம் பற்றியும் அதன் வன்கொடுமைகள் பற்றியும் பிராமணிய நூல்களும், கதைகளும் எந்த மறைப்பும் தயக்கமும் இன்றிப் பதிவு செய்துள்ளன. புராண, இதிகாசக் கதைகளின் வழி பிறப்பின் அடிப்படையிலான வர்ண-சாதியை நியாயப்படுத்தும் பிராமண மரபு சாஸ்திரங்கள், ஸ்ருதிகள் வழியாக நேரடியாகவே சட்டங்களை இயற்றித் தமது வன்கொடுமைகளை, தீண்டாமையை நியாயப்படுத்தியும் புகழ்ந்தும் எழுதி வைத்துள்ளன. தன்னுடைய ஆதிக்கத்தை, உயர் அதிகாரத்தை தெய்வீகச் சட்டமாக மாற்றியதன் வழியாகக் குற்றவுணர்வின்றி மக்களின் மீது வன்முறைகளை நிகழ்த்த, மக்களைச் சுரண்ட பிராமணியம் பழகியிருந்தது. தன்னுடைய வன்முறையை மறைத்துக் கொள்ள வேண்டிய தேவையில்லாத நிலையில் பிராமணச் சொல்லாடல் தன்னை ஒவ்வொரு கட்டத்திலும் வலிமையுடையதாக மாற்றிக் கொள்கிறது. அந்த குற்றவுணர்வற்ற வன்முறையை அது பிற வர்ண-சாதியினருக்குள்ளும் பதிய வைக்கிறது.

பிராமண, ஷத்ரிய, வைசிய, சூத்ர என்ற வர்ணப் பிரிவுகளுடன் தஸ்யூக்கள், தாஸர்கள், சண்டாளர்கள், மிலேச்சர்கள் என வர்ணப் பிரிவில் அடங்காத மக்களையும் தன்னுடைய அரசியல் கட்டமைப்பிற்குள் அடக்கிப் பெரும் அதிகார வலைப்பின்னலை பிராமண-வைதிக மரபு பின்னியிருக்கிறது. இந்த அதிகார-ஆதிக்க வலைப்பின்னலில் அதிக வளம் பெற்ற பிரிவினராக ஷத்திரிய-பிராமணர்கள் தொடர்ந்து இருந்து வந்தனர். பிராமணிய-வைதிக விதிகளைத் தண்டனை மற்றும் அடக்குமுறையுடன் இணைத்து ஆயுத வலிமையுடையதாக மாற்றிய ஷத்திரிய அரசுகள் இந்தியச் சமூகத்தின் மைய அதிகாரம் பெற்றிருந்த போதும் தமக்கான புனித அதிகாரத்தை பிராமணியம் வழியாகவே தொடர்ந்து உறுதி செய்து கொண்டன. இந்த இரு பிரிவினருக்குமிடையில் நடந்த அதிகாரப் போராட்டங்கள் பற்றியும் அழித்தொழிப்புகள் பற்றியும் அண்ணல் அம்பேத்கரின் ஆய்வுகள் மிகவிரிவாக விளக்கியுள்ளன. பரசுராமன் என்ற தொன்மத்தின் வழியாக ஷத்திரியர்களின் மீதான பிராமணர்களின் பழிதீர்ப்பை விளக்கியெழுதும் அம்பேத்கர் அவ்விரு வருண-சாதிகளுக்கிடையிலான நெடிய போராட்டத்திற்குப் பிறகான ஒப்பந்தத்தையும் இடப்படுத்திக் காட்டுகிறார். பிராமணர்களின் சமய-சடங்கு அதிகாரமும் ஷத்திரியர்களின் அரசு அதிகாரமும் ஒன்றிணையும் கட்டம்தான் இன்றுள்ள பிராமணியத்தின் தொடக்கம் என்பதையும் அம்பேத்கர் தெளிவாக விளக்கியிருக்கிறார்.

வால்மிகி ராமாயணம் தசரதன் தன் நாட்டை நான்கு புரோகித பிராமணர்களுக்கு பங்கிட்டுக் கொடுத்ததாகவும் அதனை அவர்கள் அவனிடம் திரும்ப வழங்கி பாதுகாக்கும் பணியைச் செய்யக் கேட்டுக்கொண்டது பற்றியும் ஒரு கதையை உருவாக்கி பிராமணர்கள் அளித்ததுதான் ஷத்திரியர்களின் அரசியல் அதிகாரம் என்று நிறுவ முயல்கிறது. ராமன் சீதை இருவரும் எண்ணற்ற வேள்விகளைச் செய்து, பல்லாயிரம் பசுக்களைப் பிராமணர்களுக்குத் தானமாக வழங்கி, தன் செல்வங்கள் அனைத்தையும் பிராமணர்களுக்குப் பங்கிட்டுக் கொடுத்து, அந்த அந்த வர்ணத்தினர் அவரவர்க்கு உரிய கடமைகளைச் செய்யும்படி பதினோரு ஆயிரம் ஆண்டுகள் ஆட்சி செய்து வைகுந்தம் சேர்ந்ததாக சொல்வதன் வழி ஷத்திரியர்களின் செல்வங்கள் அனைத்தும் பிராமணர்களுக்கானது என்றும் ஷத்திரியர்களின் கடமை வர்ண விதிமுறைகளைப் பாதுகாப்பதுதான் என்றும் விவரிக்கிறது. மகாபாரதத்தின் கதைகள் ஒவ்வொன்றிலும் வேள்வி, தவம், பிராமண மையமான தர்ம சாஸ்திரங்கள் எனத் தொடர்ந்து விளக்கப்படுகின்றன. இந்தியப் பொது நினைவில் ஊறிக்கிடக்கும் இந்து மதக் கதைகள் ஷத்திரிய-பிராமண இணைப்பில் உள்ள வர்ண-சாதி ஒப்பந்தத்தின் குறியீடுகளாகவே உள்ளன.

வருணப் பாகுபாட்டை தெய்வீக, புனித சட்ட விதியாகவும் பிறப்படிப்படையிலான மாறாத வகைப்பாடாகவும் மாற்றியமைத்ததின்

வழி பிராமணியத்தின் வல்லாதிக்கம் நிறுவனமயப்படுகிறது. இந்த நிறுவனத்தின் வழியாக, அதிகாரக் கட்டமைப்பின் வழியாக வளம் பெற்றவர்கள், வலிமை பெற்றவர்கள், வாழ்வாதாரம் பெற்றவர்கள், இன்புறும் உரிமை பெற்றவர்கள் பிராமணிய-வைதிக சமூகப் பகுப்பு முறையை ஏற்றுக்கொண்டு அதனைக் காக்கவும் மேலும் அதனைப் பலப்படுத்தவும் கடமைப்பட்டவர்களானார்கள். அவர்களில் அடிமைநிலையில் வைக்கப்பட்ட சூத்திரர்கள் உழைப்பு, தொண்டு என்பதைத் தன் வாழ்வுக்கான புனிதக் கடமையாக ஏற்றுக்கொள்ளத் தயங்கிய நிலையில்தான் இந்தியச் சமூகங்களின் உள்முரண்பாடுகள் தொடக்கம் பெறுகின்றன. நாலாம் வர்ணப் பிரிவினரின் அடிமை நிலைக்கும் கீழாகத் தீண்டாமைக்குட்பட்ட, அவர்ண, பஞ்சம மக்கள் பிரிவினர் வைக்கப்பட்டதன் வழியாக சூத்திரர்கள் தங்களுக்கும் கீழான ஒரு அடிமைச் சமூகத்தை, உரிமைகள் மறுக்கப்பட்ட சமூகத்தை அடக்கி வைத்திருப்பதான உரிமை பெற்றவர்களாக மாறினர். இந்த அடிமைகளுக்குக் கீழான அடிமைமுறையின் கொடுமைதான் இந்திய சமூக உளவியலை பெரும் தீமையும் வன்முறையும் கொண்டதாக மாற்றியுள்ளது.

இந்த நீண்டகால கொடுங்கோன்மை அமைப்பில் ஆகக் கீழாக வைக்கப்பட்ட, அனைத்து மனித உரிமைகளும் மறுக்கப்பட்ட மக்களின் வரலாற்றில் பிராமணியமும் பிற வருணசாதிகளும் அரசுகளும் நிகழ்த்திய பெரும் அநீதிகளை வன்கொடுமைகளை அம்பேத்கர் இந்து மதத்தின் வன்கொடுமை என்ற கூட்டிணைப்பால் சுட்டிக்காட்டுகிறார்.

இந்துக்களின் சாதிய உளவியலைத் தகர்க்க பிராமணியத்தின் பெருமைகள், புனிதப் பொய்கள் தகர்க்கப்படவேண்டும். இந்தத் தகர்ப்பின் தொடக்கத்தை நாம் அயோத்திதாசரிடம் காண்கிறோம். இந்து மதமும் பிராமணியமும் வேறு வேறானவை அல்ல என்பது அவர் கருத்து. “இந்துமதமென்பது யாவருடையதென்னில், தற்காலம் பிராமணரென்று சொல்லிக் கொள்ளுவோர் போதனைகளுக்குட்பட்டதும், அவர்களது மதத்திற்கு அடங்கியதும், அவர்கள் வரத்துப் போக்குக்கு இடமாயதும், அவர்களது ஆலயத்துக்குட் பிரவேசிக்க சுதந்திரமுடையதும், பிராமணர்களென்போர்களுக்கு தானங்கொடுக்கக் கூடியவர்களுக்கும், பிராமணரென்போர்களையே தெய்வமாகவும் குருவாகவும் சிந்திக்கும் கூட்டத்தோர்கள் யாரோ அவர்களே இந்துக்களென்று அழைக்கப்படுவார்கள்.” *(தமிழன்: பிப்ரவரி 22, 1911)* அயோத்திதாசரின் இந்த அறிவிப்பில் தொடங்கும் பிராமண எதிர்ப்பு சாதிச் சமத்துவத்திற்கான வழியைச் சொல்வதுடன் ஒடுக்கப்பட்ட மக்களுக்கு இந்துக்கள் என்ற அடையாளம் எதிரானது என்றும் சொல்கிறது.

சாதிகளை உருவாக்கியது பிராமணியம் அல்ல, ஆனால் அதற்குச் சமயம் சார்ந்த, புனிதம் சார்ந்த அடித்தளத்தை உருவாக்கித் தருவது பிராமணியம், அதன் தொடர்ச்சியாக அமைவதுதான் பிராமணியத்தின் அதிகாரமும்

அதன் சிறப்புச் சலுகைகளும். இந்து மதம், அரசு அதிகாரம், பிராமணியம் என்ற மூன்றின் கூட்டமைப்பைத் தகர்த்தால்தான் தீண்டாமைக்குட்பட்ட, ஒடுக்கப்பட்ட மக்களின் விடுதலையும், சாதியழிப்பும் சாத்தியமாகும் என்ற விடுதலை அரசியல் சமன்பாட்டை அம்பேத்கர் உருவாக்கித் தருவதற்கும் இதுவே பின்புலமாக அமைந்தது.

"இந்துக்களின் சமயச் சடங்குகளைச் செய்யும் சாதியினருக்கென சட்டங்களோ, ஒழுக்கவியல் முறைகளோ இல்லை என்பதால் இச்சமயத்தின் மொத்த நிலைமையும் அருவருக்கத்தக்கதாக உள்ளது. அந்தச் சாதி தனக்கென சமூகக் கடமைகள் எதையும் வைத்திருக்கவில்லை. அதற்குத் தெரிந்ததெல்லாம் உரிமைகள், சிறப்புச் சலுகைகள் மட்டும்தான். கடவுள் சக்தி ஏவிய கொள்ளை நோய் போன்ற இந்தச் சாதி மக்களைத் தாக்கி அவர்களை உளவியல் வகையில் சிதைத்து ஒழுக்க நியதிகளை அழித்து வருகிறது. நான் குறிப்பிட்டுள்ள முறையில் இந்தச் சாதிகள் சட்டத்தின் கீழான கட்டுப்பாட்டுக்குள் கொண்டுவரப்படவேண்டும். அதன் வழியாகவே இந்தச் சாதியினர் தீமைகள் புரிவதையும் மக்களிடம் குழப்பங்கள் உருவாக்குவதையும் தடைசெய்ய முடியும். அனைத்துச் சாதியினரும் வழிபாட்டுச் சடங்கைச் செய்யும் உரிமை பெருவதற்கான வழியை இச்சட்டத்தின் வழி உருவாக்க வேண்டும். இதன் வழியாக பிராமணியம் அழிக்கப்படும், பிராமணியம் அழிந்தால்தான் சாதி ஒழியும், சாதியென்பது பிராமணியத்தின் இன்னொரு வடிவமே தவிர வேறில்லை. பிராமணியம் இந்து மதத்தை நாசம் செய்த நஞ்சு." (அம்பேத்கர், சாதியழிப்பு, 1936)

சாதியழிப்பு என்பதை எங்கிருந்து தொடங்குவது என்பதில் நவீன சமூக விடுதலைப் போராளிகளான அயோத்திதாசர், அம்பேத்கர், பெரியார் மூவரும் ஒத்த கருத்தைக் கொண்டிருந்தனர். பிராமணிய எதிர்ப்பு, இந்து மத மறுப்பு, சாதியழிப்பு என்ற இயக்கப் போக்கை இவர்கள் மூவரும் ஒன்றிணைத்தனர். இந்தியச் சமூகப் புரட்சிக்கான தொடக்கமாக அவர்கள் பிராமணிய எதிர்ப்பை முன்வைத்தனர். அதுவரை ஷத்திரிய அரச-அதிகாரத்தின் சேவகர்களாக இருந்து சமூக அதிகாரம் பெற்ற பிராமணர்கள் பிரிடிஷ் அரசியல் வழியாக நேரடியான அரசியல் பொருளாதார அதிகாரத்தைப் பெற்றுக் கொண்டர். இந்திய தேசியம் என்பது அவர்களின் மேலாதிக்கத்தில் அமைந்த புதிய அரசியல் வடிவமாக மாற முடியும் என்பதை உணர்ந்த பிராமணர்கள் தம் சாதி வரையறைகளை மீறி அனைத்துத் துறைகளிலும் இடம் பெற்றனர். ஆனால் பிற சாதிகளைச் சாதியக் கட்டுக்குள் வைப்பதற்கான புதிய உத்திகளை கையாளத் தொடங்கியிருந்தனர்.

"தங்களது சாதித் தொழிலை தின வாழ்வில் விட்டுவிட்ட பிராமணர்களில் எத்தனைபேர் சாதியமைப்புக்கும் சாஸ்திரங்களுக்கும் எதிராகக் கருத்தைப் பரப்பி வருகிறார்கள்? சாதி முறைகளை சாஸ்திர

விதிகளைக் கைவிட்ட நூற்றுக்கணக்கான பிராமணர்கள் உள்ளனர், ஆனால் அவர்கள்தான் சாதியமைப்பையும் சாஸ்திரங்களின் புனிதத்தன்மையைம் கட்டிக் காப்பதில் வெறித்தனமாக ஈடுபட்டு வருகிறார்கள். ஏன் இந்த வஞ்சக மனம்? ஏனெனில் மக்கள் சாதிமுறையின் கட்டிலிருந்து விடுதலையடைவதென்பது பிராமணர்கள் பெற்றுள்ள அதிகாரத்தையும் சமூகச் செல்வாக்கையும் இல்லாமலாக்கிவிடும் என்று அவர்கள் உணர்ந்திருக்கிறார்கள்.'' (அம்பேத்கர், சாதியழிப்பு, 1936)

பிராமணர்கள்-பிராமணியம் என்ற அடையாள அமைப்பு நவீன அரசியலுக்கும், விடுதலை நெறிகளுக்கும் எதிரானதாக உள்ளதை அம்பேத்கர் கூறுவது போலவே பெரியாரும் விளக்குகிறார், அந்த நவீன அரசியலுக்கு தேசிய இயக்கம் துணை செய்யாது என்பதை உணர்ந்தே தான் மிகவும் மதித்த காந்தியின் தலைமையை மறுத்து புதிய இயக்கம் உருவாக்கினார். காந்தி முன் வைத்த பிற சமூக நலத்திட்டங்களும் விடுதலைக்கான செயல்பாடுகளும் அவரது சனாதன-வர்ண ஆதரவு நிலைப்பாட்டினால் அடிப்படைத் தகர்ந்து பிற்போக்குத் தன்மை பெறுவதை பெரியார் விளக்கிய போது தனது அரசியலின் மையமான கருத்தியலை அடையாளம் காட்டுகிறார், "அதாவது மகாத்மா காந்தி நமது பார்ப்பனர்கள் சொல்லுவது போலவே நமது சமூக வாழ்வில் வருணாசிரம தர்மம் உண்டு என்றும் அது பிறவியிலேயே ஏற்பட்டது என்றும் அடிக்கடி சொல்லி வருகிறார். சமீபத்தில் மைசூரில் ஒரு கூட்டத்தில் தீண்டாமையைப் பற்றி பேசும் போதும் இந்து சமூகத்தில் வருணாச்சிரம தர்மம் உண்டு என்றும், அது நமது சமூகத்திற்கு அவசியம் என்றும், ஒவ்வொரு வர்ணத்தாருக்கு ஒவ்வொரு தர்மம் விதிக்கப்பட்டிருக்கிற தென்றும், அந்தந்த வர்ணத்தார் அந்தந்த தர்மத்தைச் செய்யும் போது அவரவர்கள் அம்மட்டிலுயர்ந்தவர்கள் என்றும், பிராமணன் அவன் தர்மத்தைச் செய்யும் போது உயர்ந்தவனாகிறது போலவே மற்ற வர்ணத்தானும் அவனவன் தர்மத்தைச் செய்யும்போது தான் உயர்ந்தவனாகிறான் என்பதாகவும் பேசியிருக்கிறார். இதைத்தான் பார்ப்பனர்களும் தாங்கள் பிறவியிலேயே உயர்ந்தவர்கள் என்பதற்குக் காரணங்களாகச் சொல்லி வருகிறார்கள். வருணாசிரம தர்மத்தின் மூலமாகத்தான் நமது நாட்டில் தீண்டாமைக் கொள்கை அமுலில் இருந்து வருகிறதே ஒழிய வருணாசிரமம் இல்லாவிட்டால் தீண்டாமைக் கொள்கை பரவ மார்க்கமே கிடையாது. வருணாச்சிரம தர்மம் என்கிற ஓர் உடல் இல்லாவிட்டால் தீண்டாமை என்கிற உயிருக்கு ஆட்டம் இல்லை.'' *(பெரியார் ஈ.வெ.ரா, குடி அரசு: 07.08.1927)*

பிராமணிய எதிர்ப்பு, பிரமாணரல்லாதார் அரசியல் என்பது தீண்டாமை ஒழிப்பு என்ற வகையில் ஒடுக்கப்பட்டோர் விடுதலைக்கான அரசியலுடன் இணைவதற்கான தொடக்கத்தை பெரியார் செய்த போதும் அது தமிழகத்தில் ஏன் விரிவடையாமல் தேங்கியது என்பதுதான் நம்

கவனத்திற்குரியது. பிராமண-பிராமணிய எதிர்ப்பு என்ற இயக்கப் போக்கு பிற இடைநிலைச் சாதிகள், பிராமணரல்லாத நிலவுடைமைச் சாதிகளின் கருவியாக மாறியதுடன் அரசியல், பொருளாதார பலம் கொண்ட புதிய சாதியமாகப் பெருகியது. பெரியாரின் பல்வேறு கருத்தியல்களை மறுத்துப் பிராமண எதிர்ப்பு மற்றும் சாதி அடிப்படையிலான இட ஒதுக்கீடு என்ற இரண்டை மட்டும் தம் அரசியல் திட்டமாக, அரசியல் சொல்லாடலாக மாற்றிக் கொண்ட இயக்கங்கள் தீண்டாமையை உள்ளடக்கிய சாதியச் சக்திகளாக மாறியுள்ளன. இடைநிலைச் சாதிகள் தீண்டாமையை நியாயப்படுத்தக் கூடிய, வன்கொடுமைகளை செயல்படுத்தும் சக்திகளாக மாற்றம் பெற்றுள்ளதை பிராமணிய சக்திகள் மிகுந்த மகிழ்ச்சியுடன் ஊக்குவித்து வருகின்றன. பிராமணியம் தம்மை ஒதுக்கி வருவதாகச் சொல்லி அரசியல் அணியாக மாறிய சூத்திர அரசியலின் தற்போதைய நிலைப்பாடு ஒடுக்கப்பட்டோர் அரசியலின் எதிர்க்களமாக மாறியிருப்பது இந்திய அரசியலின் பின்னோக்கிய நகர்வாக மாறி உள்ளது. இந்நிலையில் பிராமணியம் தன்னை இந்தியாவின் கருத்தியல் தலைமையாக மாற்றிக் கொள்ளும் முயற்சியில் ஈடுபட்டுள்ளதற்கான பின்னணியை நாம் புரிந்து கொள்ள வேண்டும். சாதியமைப்பில் தான் வெளியே இருப்பதாக ஒரு தோற்றத்தை அது உருவாக்க முயல்கிறது. அத்துடன் தமிழகத்தில் அது பாதிக்கப்பட்ட இனக்குழு என்ற அடையாளத்தை உருவாக்க முயல்கிறது. பிராமணியத்தை மறுத்த பிராமணர்கள் என்ற நிலை பற்றிய பேச்சுகள் கருத்தியல் குழப்பத்தை உருவாக்கும் திட்டம் கொண்டவை. பெரியாரை தலித் அரசியலுக்கு எதிராக நிறுவிக்காட்டி சாதியழிப்புக்கான பொதுக்களத்தை அதாவது அம்பேத்கர்-பெரியார் என்ற இணைப்பு அரசியலை இல்லாமலாக்கிவிடுவதற்கான சொல்லாடல்கள் உருவாக்கப்படுகின்றன. இதற்குப் பின்புலமாக அமைவது திராவிட என்ற பெயரடையாளம் கொண்ட கட்சிகள், சமூக குழுக்களின் சாதிய உளவியல் மற்றும் சாதி காக்கும் அரசியல் செயல்பாடுகள். ஆனால் பெரியாரியக் களம் இது போன்ற சாதி காக்கும் அரசியலுக்கும் எதிரான இயக்கத்தைக் கொண்டது.

பெரியாரின் பிராமணிய எதிர்ப்பு தீண்டாமைக்கெதிரான சமூக இயக்கத்தை முன்வைத்து உருவானது, பெரியாரின் தெளிவான விளக்கம் இது, "பிராமணியத்தை ஒழிப்பது என்பதில் பார்ப்பனர்களை ஒழிப்பது என்பதும் அவர்களுக்குப் போகும் பிச்சைக் காசையும் பிச்சைச் சாமான்களையும் நிறுத்துவதும் என்பதே நமது கருத்து என்பதாகப் பலர் அபிப்பிராயப்படுவதாகக் கற்பனை செய்துகொண்டு பார்ப்பனரினால் வயிறு வளர்க்கும் சில பார்ப்பனரல்லாதாரும், சில பார்ப்பனரும், பார்ப்பனப் பத்திரிகைகளும், "பிராமணன்" என்கிற பார்ப்பன வருணாசிரம தர்ம பத்திரிகையும் கூச்சல் போடுகின்றதுகள். பிராமணீயத்தை ஒழிப்பது என்பதை நாம் எந்தக் கருத்தின் பேரில் தொடங்கினோம் என்றால் நம்மைவிடப் பார்ப்பனன் உயர்ந்தவன்

என்று எண்ணுவதும், அவன் பிழைப்புக்காக ஏற்படுத்தி வைத்துக் கொண்டிருக்கும் வஞ்சக சாஸ்திரங்களையும், பொய்ச் சுருதிகளையும், புரட்டு ஆகமங்களையும் நம்புகிற மூடநம்பிக்கையையும் நமது மனதை விட்டு அகற்றுவதும், நம்மை விடப் பஞ்சமன் என்பவன் தாழ்ந்தவன் என்று எண்ணுவதை ஒழிப்பதுமாகிய தத்துவத்தைத்தான் முதன்மையாகக் கருதித் தொடங்கினோமேயல்லாமல் வேறல்ல. உதாரணமாக, பார்ப்பனனை நாம் ஏன் 'சுவாமி' என்று கூப்பிட வேண்டும்? அவனைக் கண்டால் நாம் தான் முதலில் கும்பிட வேண்டும் என்கிற மனப்பான்மை நம்மிடத்தில் ஏன் இருக்க வேண்டும்? பார்ப்பனரும் ஏன் அதை எதிர்பார்க்க வேண்டும்? அவனுக்குப் பணம் கொடுப்பதும் சாப்பாடு போடுவதும் புண்ணியம் என்று ஏன் நாம் நினைக்க வேண்டும்? இதுபோன்ற பல உயர்வுகள் நம் போன்ற நம்மிலும் பல வழிகளில் தாழ்ந்தவனாயிருக்கிறவனுக்கு பார்ப்பனனாகப் பிறந்தான் என்கிற காரணத்திற்காக ஏன் கொடுக்க வேண்டும்? அல்லாமலும் நம்மை விட எந்த விதத்திலும் தாழ்மையில்லாதவனையும் நம்மிலும் பல விதத்தில் உயர்குணங்கள் கொண்டவனையும் போலிப் பிறவிக்காரணமாக நாம் ஏன் தாழ்ந்தவன் என்று சொல்ல வேண்டும்? அவன் நம்மைக் கும்பிடும்படி ஏன் நாம் எதிர்பார்க்க வேண்டும்? ஒருவனை நாம் தொட்டால் தோஷம் என்று நாம் ஏன் நினைக்க வேண்டும்? ஆகிய இப்பேர்ப்பட்டதான அஞ்ஞானத்தை, மூடநம்பிக்கையை, கொடுமையை, அகம்பாவத்தை, கொலை பாதகத்தை, வஞ்சகத் தத்துவத்தை ஒழிப்பதல்லாமல் பிச்சை எடுக்கும் பார்ப்பனர் மேல் துவேஷங்கொண்டு செய்வதல்ல என்பதை உறுதியாய்த் தெரிவித்துக் கொள்ளுகிறோம்." (பெரியார் ஈ.வெ.ரா, குடி அரசு: 19.09.1926)

அயோத்திதாசரின் இயக்கப் போக்கினைத் அதே மொழியில், அதே இயங்கியல் வழியில், எதிர்ப்பியக்க மரபில் தொடர்ந்த பெரியார் அயோத்திதாசரின் அறிவியக்கத்தை இணைத்துக்கொண்டு முன் செல்லாததன் தீய விளைவு பின்னாளில் ஒடுக்கப்பட்டோர் விடுதலையரசியலின் இடத்தை மறதிக்குள்ளாக்கும் நிலையையே உருவாக்கியது. அது இன்றும் சாதிய அடையாளத்துடன் திராவிட அடையாளமாகத் தேங்கிப் பின்னகர்ந்து செல்கிறது.

தமிழ் அடையாளம் பற்றிய பழமை மீட்புவாதங்கள் பிராமணியத்திற்கெதிரான தோற்றம் கொண்டபோதும் ஆதிக்கச் சாதிகளின் அடையாள மீட்பாக மாறுவதன் மூலம் பிராமணிய கட்டமைப்பின் ஒரு பகுதியாகவே தன்னை நிலைநிறுத்திக் கொள்கிறது.

இன்றுள்ள இந்திய மரபில் எந்த ஒன்றையும் அப்படியே தன்வயப்படுத்திக் கொள்வதன் வழி தலித் அரசியல் முன்னோக்கிச் செல்ல முடியாது என்பதை அண்ணலின் வழியில் மீண்டும் நாம் மறுஉறுதி செய்துகொள்ள வேண்டியுள்ளது. அவரது சிந்தனை முறை இந்திய மரபில் முற்றிலும் புதியது, அயோத்திதாசரோ மாறுதலுக்கான அறத்தை மாற்று

மரபின் வழி உருவாக்கிய நவீன சிந்தனையாளர், பெரியார் பகுத்தறிவு, சுயமரியாதை, சுதந்திரம் என்பவற்றுடன் ஓயாத தன்விமர்சனம் கொண்ட நவீன அறிவுமரபை உருவாக்கித் தந்தவர். இவர்களின் இணைப்பு வேறெந்த அரசியல் இயக்கப் போக்கிலும் இவ்வளவு ஆற்றலுடன் பொருந்த இயலாது. ஆம், தலித் அரசியல் என்பதான ஒடுக்கப்பட்டோர் விடுதலை அரசியலில் தவிர வேறு எந்தக் களத்திலும் இத்தனை ஆற்றலுடன் இந்த மூன்று பேரறிவாளர்களின் மாற்றுச் சிந்தனைப் போக்குகளும் பொருந்தி இயங்குவதில்லை. பெரியார் பிராமணியத்தை மறுத்து, எதிர்த்து இயங்க முன்வைத்த அத்தனை காரணங்களும் இன்றும் உள்ளன, அத்துடன் பிராமணியத்தை உள்வாங்கிய பிறசாதிகளின் பின்னோக்கு அரசியலும் கூடுதலாக இணைந்து கொண்டுள்ளது. இந்திய அரசியலின் இந்துத்துவ மயமாக்கம் என்பது பிராமணிய மையத்தன்மை பெற்று வருவதை இடைநிலைச்சாதிகள் கொண்டாடுவதற்கான காரணம் இப்போது தெளிவாகப் புரிய வரலாம்: "பிராமணியம் அழிந்தால் சாதி ஒழியும், சாதியென்பது பிராமணியத்தின் இன்னொரு வடிவமே தவிர வேறில்லை" *(அண்ணல்)*. "வருணாசிரம தர்மத்தின் மூலமாகத்தான் நமது நாட்டில் தீண்டாமைக் கொள்கை அமுலில் இருந்து வருகிறதே ஒழிய வருணாசிரமம் இல்லாவிட்டால் தீண்டாமைக் கொள்கை பரவ மார்க்கமே கிடையாது." *(ஈ.வெ.ரா)*.

அம்பேத்கர், பௌத்தம், மொழி அரசியல்

இந்தியப் பெருந்தேசிய அரசியலில் நிலவிவரும் பல்வேறு ஒடுக்குமுறைகளில் ஒன்று மொழி சார்ந்த ஒடுக்குமுறை. உலக அரசியலில் பெரும் ஒடுக்குமுறைகளுக்குக் காரணமாக அமைந்த இந்த மொழிசார்ந்த ஒடுக்குமுறை பிற ஒடுக்குமுறைகளிலிருந்து பலவழிகளில் வேறுபட்டது. இந்தியச் சமூகத்தின் மற்ற ஒடுக்குமுறைகளான தீண்டாமை, சாதிப்படிநிலைகள், ஆணாதிக்கம், நிலவுடைமை என்பவை சமூகப் பொருளாதாரக் கட்டமைப்புகளில் நேரடியான விளைவுகளை ஏற்படுத்துவதால் அவை இன்றும் வெளிப்படையாகப் புலப்படக்கூடியனவாக உள்ளன. இந்தப் பழமையான ஒடுக்குமுறைகளை நவீன அரசியலும், மக்கள் ஆட்சிமுறையும் கருத்தியல் அடிப்படையில் மறுக்கின்றன. ஆனால் இந்தியச் சமூகத்தில் இந்த ஒடுக்குமுறைகளை முழுமையாக நீக்குவதற்கானச் சட்டங்கள் இயற்றப்பட்ட அளவுக்கு நடைமுறைத் திட்டங்கள் உருவாக்கப்படவில்லை. நவீன அரசு, தேசியம் சார்ந்த அரசியல் இரண்டும் குடிமைச் சமூகங்களை, அடிப்படை மனித உரிமைகளை மையமாகக் கொண்டு கட்டப்பட்டவை, அதனால்தான் இந்திய அரசியல் அமைப்புச் சட்டம் சமநீதி, சுதந்திரம், சமத்துவம், தனிமனித தன்மதிப்புடன் கூடிய சகோதரத்துவம் பற்றிய அக்கறைகள் கொண்டதாக வடிவமைக்கப்பட்டுள்ளது.

இந்தியச் சமூகத்தின் பழமையான ஒடுக்குமுறைகள் அனைத்துமே நவீன சட்டங்கள் மற்றும் அரசியல் விதிகளின்படி பல்வேறு வடிவில் தடை செய்யப்பட்டவை, நீதியியல் அடிப்படையில் தண்டனைக்குரியவைகூட. ஆனால் இன்றும் இந்தியச் சமூகங்கள் சுதந்திரம், சமத்துவம், சமநீதி என்ற மதிப்பீடுகளை நடைமுறையில் ஏற்பனவாக இல்லை. அதனால் தேசிய மதிப்பீடுகள், மக்கள் ஆட்சித் தத்துவங்கள் என்னும் நவீனக் கருத்தியல்கள் இந்தியச் சமூகங்களில் செயலாற்றல் அற்றனவாகத் தேங்கிக் கிடக்கின்றன. இந்தியச் சமூகங்கள் நவீன சமூகங்களாக மாறவேண்டுமெனில் சாதிப்படிநிலைகள் அற்ற, தீண்டாமையின்

பருண்மையான மற்றும் நுண்மையான வன்கொடுமைகளை மறுத்த பண்பாட்டு மதிப்பீடுகள் உருவாக்கப்பட வேண்டும். இந்த மதிப்பீடுகள் சமய நம்பிக்கைகள், மரபான பற்றுகள் அனைத்தையும் கடந்த பொது அறத்தின் அடிப்படையில் கட்டப்படவேண்டும். இந்த மாற்றத்தையே அண்ணல் அம்பேத்கர் 'புதிய வாழ்வியல்' என்று அடையாளம் காட்டினார். இந்தப் புதிய வாழ்வியலைக் கட்டமைக்க அரசியல், பொருளாதாரம், சமூகவியல், பண்பாடு என்ற அனைத்து அமைப்புகளிலும் மாற்றங்கள் நிகழ வேண்டுமென அம்பேத்கர் விளக்கியிருக்கிறார்.

அம்பேத்கர் தாம் வரையறுத்துக் காட்டிய நவீன இந்தியாவை உருவாக்குவதற்கான முயற்சிகளில் ஒன்றாகத்தான் அரசியல் வரைவுக் குழுவின் தலைமையை ஏற்றுக் கொள்கை சார்ந்த தம் பதிவுகளை அதில் இடம்பெறச் செய்தார். ஆனால் அண்ணல் விரும்பிய அடிப்படை மாற்றங்கள் நிகழ்வதற்கான அரசியல், பொருளாதார முன்னெடுப்புகள் அவர் வாழ்நாளில் உருவாகாத சூழலில் அவர் தன் கவனத்தைப் பண்பாட்டுக் கட்டமைப்புகள் மீது குவித்தார். ஒடுக்கப்பட்ட மக்களின் விடுதலையில் தொடங்கி, ஒன்றுபட்ட இந்தியத் தேசிய உருவாக்கம் வரை, தனிமனித விடுதலை தொடங்கி உலக அரசியல் விடுதலை வரை அம்பேத்கருக்குத் தெளிவான பார்வைகள் இருந்தன. ஆனால் இந்தியாவின் தேசிய அரசியல் ஒடுக்கப்பட்ட மக்களையும் அவர்களின் அரசியலையும் வெளியில் வைத்துப் பார்ப்பதைத் தொடர்ந்த பொழுது அம்பேத்கர் ஒடுக்கப்பட்ட மக்களின் விடுதலைக்கான உறுதியான, தனித்த திட்டங்களை முன் வைத்தார். அதில் ஒன்றுதான் ஒடுக்கப்பட்ட மக்கள் இந்து மதத்திலிருந்து வெளியேறி பௌத்த நெறியைத் தழுவுதல்.

அரசியல் அதிகாரம், பொருளாதார உரிமைகள், சமூக விடுதலை அனைத்திற்கும் தொடக்கமாக அமைவது ஒடுக்கப்பட்ட மக்களிடம் நிகழவேண்டிய பண்பாட்டுப் புரட்சியே என்பதை அம்பேத்கர் தன் ஆழ்ந்த ஆய்வின் வழியாகவும் வரலாற்று அனுபவத்திலிருந்தும் தெளிவாக அறிந்தார். இந்தியாவின் இன்னொரு உலகமாக வெளியே வைக்கப்பட்டுள்ள ஒடுக்கப்பட்ட மக்கள் தம்மைப் பலப்படுத்திக் கொள்ளாதவரை தமக்கான விடுதலையை, சமத்துவத்தை, அரசியலில் தமக்கான பங்கை பெறமுடியாது என்பதை தெளிவுபடுத்தவே கற்பி, போராடு, ஒன்றுசேர் (கற்பி, எழுச்சிகொள், ஒன்றுபடு / கற்பி, புரட்சி செய், ஒன்றிணை எனப் பல பொருள்களில்) என்ற முப்பெரும் கொள்கைகளை அண்ணல் முன் வைத்தார். அறிவு பெறுதல், அடக்குமுறைக்கெதிராகப் போராடுதல், விடுதலைக்காக ஒன்றிணைதல் என்பதைத் தன் உள்ளடக்கங்களில் ஒன்றாகக் கொண்ட இந்த மும்மை நெறி பௌத்தம் நோக்கிய அம்பேத்கரின் அறிவிப்பின் தொடக்கமாக அமைந்திருந்திருந்தது. விடுதலையை யாரும் இரந்து பெறமுடியாது என்பதுடன், இரக்கத்திற்குரியவர்கள் அடையும் விடுதலை விடுதலையாக

இருக்காது என்பதையும் விடுதலையை யாரும் யாசகமாகத் தம் மக்களுக்கு வழங்கத் தேவையில்லை என்பதையும் தெளிவாக உணர்ந்திருந்ததால்தான் காந்தி முன்வைத்த தீண்டாமை ஒழிப்புத் திட்டங்களை அம்பேத்கர் தன் மக்களின் மீதான அவமானமாகக் கருதினார். தமக்கான விடுதலையைத் தாமே அடைதல் என்பதுதான் அம்பேத்கர் தம் மக்களுக்குக் கற்பித்த அரசியல். தம் மக்களின் விடுதலையின்றி இந்தியச் சமூகம் ஒரு நாளும் சுதந்திர நாடாக, நவீன தேசமாக மாறமுடியாது என்பதுதான் அம்பேத்கர் உலகுக்கு அறிவித்த செய்தி.

1951-ஆம் ஆண்டு எழுதிய ஒரு கட்டுரையில் இதனை அண்ணல் மற்றொரு வடிவில் அறிவித்திருக்கிறார், "அறிவியல் விழிப்புணர்வு கொண்ட ஒரு சமூகம் ஏற்றுக்கொள்ளத்தக்க சமய நெறி புத்தரின் சமயம் மட்டுமே, இல்லாவிடில் அச்சமூகம் அழிந்துவிடும். பௌத்த நெறி மட்டுமே நவீன உலகம் தன்னைக் காத்துக் கொள்வதற்கான ஒரே வழி." இந்த அறிவிப்பில் இரண்டு விதமான நோக்கங்கள் உள்ளன, முதல் நோக்கம் அடிமைப்பட்டிருப்பவர்களை விடுதலை நோக்கி அழைப்பது, இரண்டாவது நோக்கம் அடிமைப்படுத்திக் கொண்டிருப்பவர்களை தம்மை திருத்திக் கொள்ள அழைப்பது. நவீன உலகம், அறிவியல் விழிப்புணர்வு, அழிதல், காத்துக் கொள்ளுதல் என்ற கருத்தியல்களை புரட்சி மற்றும் புதிய உலகம் என்ற தெளிவான அரசியல் பொருளில் அம்பேத்கர் இங்கு பயன்படுத்துகிறார். மாற விரும்பாத சமூகங்களை மக்கள் மாற்றுவார்கள், அந்த மாற்றம் பெரும் வன்முறைகளைக் கொண்டதாக அமையும் என்பதை அம்பேத்கர் பல இடங்களில் சுட்டிக்காட்டியிருக்கிறார். இதனை புத்தரா அல்லது கார்ல் மார்க்ஸா என்ற தன் கட்டுரையில் விரிவாக விளக்கும் அம்பேத்கர் சுதந்திரம், சமத்துவம், சகோதரத்துவம் என்ற கொள்கைகளின் அடிப்படையில் மார்க்ஸிசமும் பௌத்தமும் ஒன்றிணைந்தாலும் வன்முறை, சர்வாதிகாரம் என்ற வழிமுறைகளில் வேறுபடுகின்றன. அதனால் நீடித்த நல்விளைவை ஏற்படுத்தும் நெறி பௌத்தம்தான் என்று தன் முடிவை அறிவிக்கிறார். உண்மையான சகோதரத்துவம், சமத்துவம், சுதந்திரம் என்பவை பண்பாட்டு மாற்றங்கள் வழிதான் உருவாக முடியும் என்பது அம்பேத்கரின் உறுதியான நம்பிக்கை. இதனை விரிவாக விளக்கவே தன் வாழ்வின் பெரும் படைப்பான புத்தரும் அவர் தம்மமும் (1957) நூலை அவர் உருவாக்கினார். இந்த நூலில் அம்பேத்கர் தன் உள்ளத்தில், அறிவில் புதைந்திருந்த அனைத்துக் கேள்விகளையும் எழுப்பி விடை தேட முயற்சித்திருப்பதைக் காணலாம். ஒரு வகையில் நவீன உலக அரசியலில் மார்க்சியம் கடந்த விடுதலைக் கருத்தியல் தொகுதி ஒன்றை உருவாக்கும் முயற்சியை அம்பேத்கர் இந்த நூலில் மேற்கொண்டிருப்பதைக் காணலாம். அதனால்தான் இந்நூலை எழுத அவர் ஐந்து ஆண்டுகளைச் செலவிட்டார். உடல்நிலை வருத்திய அந்த காலகட்டத்தில் அம்பேத்கருக்குத் தன் மக்களின் எதிர்காலம் பற்றி மட்டுமின்றி இந்திய-உலக அரசியல் மற்றும் மக்கள் சமூகத்தின் எதிர்காலம்

பற்றியும் பெரும் கேள்விகள் எழுந்தன. அவர் தன் அறிவின் வழியும், அறம் சார்ந்த தேடுதல் வழியும் அக்கேள்விகளுக்கான விடைகளைக் கண்டறிய முயற்சித்தார்.

அக்கேள்விகளை அவர் பின்வருமாறு வரிசைப்படுத்தியிருக்கிறார்: புத்தர் சமூகத்துக்கான கருத்துகளைச் சொல்லியிருக்கிறாரா? புத்தர் நீதியைப் போதித்திருக்கிறாரா? அன்பைப் போதித்திருக்கிறாரா? விடுதலையைப் போதித்திருக்கிறாரா? சமத்துவத்தைப் போதித்திருக்கிறாரா? சகோதரத்துவத்தைப் போதித்திருக்கிறாரா? கார்ல் மார்க்சின் கேள்விகளுக்கு புத்தரால் விடையளிக்க இயலுமா? இதற்கெல்லாம் அம்பேத்கர் சொல்லும் பதில் "புத்தர் சமூகத்துக்கான கருத்தியலையே சொல்லியிருக்கிறார். பௌத்தம் இந்தக் கேள்விகள் அனைத்திற்கும் பதில் சொல்லுகிறது. ஆனால் அவை நவீன பௌத்த அறிவாளிகளால் மறைக்கப்பட்டுள்ளன." அம்பேத்கர் தன் நூலின் வழியாக மறைக்கப்பட்டுள்ள உண்மைகளை வெளிக்கொண்டுவரும் பெரும் பணியை மேற்கொள்கிறார், ஒரு வகையில் பௌத்தத்தைப் புதுப்பித்து நவீன விடுதலைக் கருத்தியலாக விளக்குகிறார். இதன் வழி அண்ணல் நவீன பௌத்த குருவாக, விடுதலைத் தூதுவராக வடிவம் பெறுகிறார். அம்பேத்கரின் வாழ்வில் அதிகம் விவாதிக்கப்படாத பகுதியாக உள்ள இந்த நவீன புத்துருவாக்க பௌத்தம் தற்கால அரசியல், சமூக, பொருளாதார, பண்பாட்டு, உளவியல் கேள்விகளை கையாளக்கூடிய ஆற்றல் கொண்டது. அதன் மையமாக உள்ளதுதான் பல்வேறு ஒடுக்குமுறைகள் பற்றியும் ஒடுக்குமுறைகளிலிருந்து விடுதலை அடைவதற்கான வழிகள் பற்றியுமான கேள்வி.

மொழி அரசியல், மொழி வழியான ஒடுக்குமுறை பற்றிய கேள்விகளை நாம் இதன் தொடர்ச்சியாகவும் தற்காலப் புரிதலுடனும்தான் விளங்கிக்கொள்ள வேண்டியுள்ளது. ஏனெனில் தலித் அரசியலில் மொழி அரசியலின் இடம், அது பெறும் முக்கியத்துவம் மற்ற அரசியல் கருத்தியல்களில் இருந்து பல வழிகளில் வேறுபட்டது. இந்த வேறுபாட்டை இந்தியாவின் மற்ற தலித் அரசியல் கட்சிகள் மற்றும் தலித் இயக்கங்கள் தமிழகத்தின் விடுதலைச் சிறுத்தைகள் கட்சியை அணுகும் முறையிலிருந்து புரிந்து கொள்ள இயலும்.

விடுதலைச் சிறுத்தைகள் கட்சியை தேசிய, மாநில அளவிலான மற்ற தலித் கட்சிகள் தம்மிலிருந்து வேறுபட்டதாகவே பார்க்கின்றன, சற்று விலகியிருந்தும் பார்க்கின்றன. தமிழின அரசியல், தமிழ் மொழி அரசியல், ஈழவிடுதலை ஆதரவு, பெருந்தேசியத்துக்கு மாறான கூட்டாட்சித் தத்துவத்தை முன்வைத்தல், அடையாள அரசியலை ஏற்ற செயல்திட்டம் என்பவை தேசியத்தை ஏற்ற பல தலித் சிந்தனையாளர்களுக்கு உவப்பானதாக இல்லை. அவர்கள் தலித் விடுதலையில் மொழிவழி அரசியலுக்கு இடமில்லை என நம்புகின்றனர். அம்பேத்கரின் மொழிக் கொள்கை, மொழித் தேசியம் பற்றிய கருத்துகளைத்

தாம் பின்பற்றுவதாகவும் நம்புகின்றனர். மொழிவழி மாநிலங்கள் அமைக்கப்படுதல் பற்றிய தன் விரிவான கருத்துரையில் (1955) அம்பேத்கர், "இந்திய தேசியம் ஒன்றுபட்டு இருக்க வேண்டும், ஒரு மாநிலத்திற்கு ஒரு மொழி இருக்கலாம் ஆனால் ஒரு மொழிக்கு ஒரு மாநிலம் இருப்பது தேசம் உடையக் காரணமாக அமையும், ஒரு மாநிலத்தின் தாய்மொழி அம்மாநிலத்தின் அலுவல் மொழியாக இருக்கக்கூடாது, அது தொடக்கத்தில் ஆங்கிலமாகவும் பின்பு ஹிந்தியாகவும் இருக்க வேண்டும், ஒன்றிணைந்த இந்தியத் தன்மையை உருவாக்க ஹிந்தி மொழியை நாம் அனைவரும் கற்க வேண்டும்" என்பதான சில கருத்துகளைத் தெரிவித்திருக்கிறார். ஹிந்தி மொழி, ஒன்றிணைந்த இந்திய தேசியம் பற்றிய பகுதிகளை மட்டும் பிரித்தெடுத்துக் கொண்டு வாசித்தால் அம்பேத்கரின் அரசியல் பற்றி நாமும் மிகத்தவறான முடிவுகளுக்கே வந்து சேருவோம்.

அம்பேத்கர், இந்திய மொழிகள், இந்து மதம் இரண்டிலும் சாதி ஆதிக்கமே மேலோங்கியுள்ளது அதனால் மொழிவழி அரசியலால் சிறுபான்மையினரான ஒடுக்கப்பட்ட மக்கள், பெரும்பான்மையினரான சாதி இந்துக்களின் அடக்கு முறைக்கு தொடர்ந்து உள்ளாக வேண்டியிருக்கும் என்பதை விளக்கி அதனால் ஒரு மொழி கொண்ட பல மாநிலங்கள் அமைப்பது, ஒரு அலுவல் மொழி கொண்ட ஒருங்கிணைந்த தேசம் ஒன்றைக் கட்டமைப்பது பற்றிய திட்டத்தை முன்வைக்கிறார். தீண்டாமையைத் தன் பண்பாடு, சமயங்கள், மரபுகள், நம்பிக்கைகள், சடங்குகள் அனைத்தின் வழியாகவும் நியாயப்படுத்தி வருகிற, சாதிப் படிநிலையைத் தன் அடிப்படை அடையாளமாகக் கொண்ட சமூகங்கள் உள்ள நாட்டில் மொழிவழி அரசியல் தீய விளைவையே ஏற்படுத்தும் என்ற அம்பேத்கரின் அன்றைய கணிப்பு பிழையானதல்ல. மொழி அரசியலின் விளைவு பற்றி அம்பேத்கர் இவ்வாறு விளக்குகிறார், "மொழி வழி மாநிலங்கள் அமைக்கப்பட்டால் சாதியின் கொடிய விளைவுகள் தீவிரமடையும். சிறுபான்மைச் சமூகங்கள் சிதறடிக்கப்படும். அல்லது அவை அடக்குமுறைக்கும் அடிமைப்படுத்தலுக்கும் உள்ளாக்கப்படும். சட்டத்தின் முன் சமநீதி பெறுவதும் பொதுவாழ்வில் சமவாய்ப்புகள் பெறுவதும் அவர்களுக்கு மறுக்கப்படும்." மொழிப் பெரும்பான்மை பற்றிய அச்சம், ஒருங்கிணைந்த தேசிய அரசியலின் தேவை இரண்டைப் பற்றியும் அம்பேத்கரின் புரிதல்கள் வரலாற்று முக்கியத்துவமுடையவை, ஆழமான அக்கறைகளின் வழி உருவாக்கப்பட்டவை. தேசிய அரசியல் பின்னடைந்து உலக மயமான பொருளாதார அரசியல் அனைத்து மட்டங்களிலும் ஊடுருவியுள்ள நிலையில், சாதி அரசியல், இந்து மதஅரசியல் இரண்டும் வலிமை அடைந்து, புதிய வடிவங்களில் பெருகிவரும் நம் கால கட்டத்தில் மொழி அரசியல் பற்றி கூடுதலான தரவுகளின் அடிப்படையில் நாம் விவாதிக்க வேண்டியுள்ளது.

அந்த உரையாடலின் ஒரு பகுதியை மட்டும் நான் இங்கு பதிவு செய்கிறேன். ஒடுக்கப்பட்டோர் விடுதலையில் மொழியின் இடம் மிக முக்கியமானது. மண்ணை அடிமை கொள்ளுதல், இனத்தை அடிமை கொள்ளுதல், மொழியை அடிமை கொள்ளுதல் அனைத்தும் ஒன்றுடன் ஒன்று உறவுடையவை. மக்களின் மொழியை மக்களிடமிருந்து நீக்கிவிடும் பொழுது அவர்கள் அறிவின் வழி ஒன்றுமற்றவர்களாக மாறுகின்றனர். ஆப்பிரிக்க, தென்னமெரிக்க இனக்குழுச் சமூகங்கள் தம் மொழிகளை இழந்து அடக்குமுறையாளர்களின் மொழியைச் சுமந்து வாழ நேர்ந்ததின் மூலம் நிரந்தரமான அடிமைகளாக மாற்றப்பட்டனர். ஆட்சிமுறை, அறிவியல் துறைகள், நிர்வாகம், கல்வி, கலை-இலக்கியங்கள் என ஒவ்வொன்றும் தாய்மொழியற்ற வெறொரு மொழியில் செயல்படுத்தப்படும் பொழுது மக்கள் அடிப்படையிலேயே அடிமைநிலையில் வைக்கப்படுகின்றனர், அவர்களிடம் அடிமை உளவியல் உருவாக்கப்படுகிறது. இந்தியாவில் ஆங்கிலம் ஒரு மொழி என்ற அளவிலேயே அடக்குமுறைத் தன்மைகொண்டது, அது தாய்மொழிவழியான அறிவை அறியாமை எனச் சொல்கிறது. ஆங்கிலத்தின் இடத்தில் ஹிந்தி வைக்கப்படும் பொழுது அது மற்ற மொழி மக்கள் மீது அதே வகையான அடக்கு முறையைச் செலுத்துகிறது.

ஹிந்தி மொழியைப் பேசும் மக்கள் ஆங்கிலம் தம் மீது செலுத்தும் வன்முறையை, கீழாக்கத்தை உணர்ந்துள்ளனர். மருந்துப் பொருள்கள் தொடங்கி உணவுப் பொருள்கள், மின்சாதனப் பொருள்கள், மின்னணுச் சாதனங்கள் என அனைத்தின் மீதும் ஆங்கிலத்தில் அச்சான சொற்கள் தங்களை அவமதிப்பதாக, அடிமைப்படுத்துவதாக, அந்நியமாக்குவதாக அவர்கள் ஒவ்வொரு நாளும் உணர்கின்றனர். ஆங்கிலம் ஒரு காலனிய, மேலாதிக்க ஆயுதமாக செயல்படுவதாக அவர்கள் பல சமயங்களில் குறிப்பிடுகின்றனர். அதனால் ஆங்கிலத்தை நீக்கிவிட்டு ஹிந்தியை இந்தியா முழுதும் கொண்டுவர வேண்டுமென அவர்களிடம் ஒரு வெறி உருவாகியுள்ளது. அவர்களின் அறியாமை இந்தியாவில் ஹிந்தி போல இன்னும் இருபதுக்கு மேற்பட்ட தாய்மொழிகள் உள்ளன, இருநூறுக்கு மேற்பட்ட கிளைமொழிகள் உள்ளன என்பதை மறைத்து விடுகிறது.

இன்றைய மொழி அரசியலில், மொழி அடக்குமுறையில் அதிகம் பாதிக்கப்படுபவர்கள் ஒடுக்கப்பட்ட மக்களும், உழைக்கும் பிற்படுத்தப்பட்ட மக்களும்தான் என்பதை நாம் கவனத்தில் கொண்டால் தமிழ் அரசியல் பேசும் விடுதலைச் சிறுத்தைகள் கட்சியின் அக்கறை இந்திய ஒடுக்கப்பட்ட, பிற்படுத்தப்பட்ட, பழங்குடியின மக்கள் அனைவருக்குமான மொழிவழி உரிமைகளைக் கவனத்தில் கொண்டுள்ளது என்பதைப் புரிந்துகொள்ள முடியும்.

மருத்துவத்துறையின் ஒவ்வொரு கட்டச் செயல்பாட்டையும் நாம் மொழிவழி வன்முறைக்கு உதாரணமாக எடுத்துக் கொள்ளலாம்.

இந்தியாவின் பல கோடிக்கணக்கான மக்கள் தங்களுக்கு வழங்கப்படும் மருந்துகளை தம்முன் வைத்துக்கொண்டு எந்த மருந்தை எந்த வேளை எத்தனை முறை சாப்பிடுவது எனத் தெரியாமல் துயரப்படுவதை ஒரு நூற்றாண்டாக நாம் பார்த்து வருகிறோம். மருந்தின் பெயரைப் படித்து வழங்க மருத்துவமனைகளில் தொழில்முறை மருந்தாளுநர்கள் தேவைப்படுகின்றனர். நோயின் பெயரை அறிந்துகொள்ளாமலும் மருந்துகளை அறியாமல் மாற்றி உட்கொண்டும் உயிரிழப்போர் எண்ணிக்கை இந்தியாவில் அதிகம். மருந்துக் கடைகளில் மருந்துகளைத் தம் வசதிக்கேற்ப மாற்றித்தரும் கொடுமையும் ஆங்கிலத்தால் நிகழ்த்தப்படும் ஏமாற்று வேலை. உயிர் வாழும் உரிமையுடன் விளையாடும் இந்த மொழி வன்முறை உணவுப் பொருள்களின் வழியாக அதிகம் நிகழ்கிறது. ஒவ்வொரு உணவுப்பொருளின் மேலட்டையிலும் அதில் உள்ள மூலப்பொருள்கள், உலோக அலோகச் சேர்மங்கள், ஒவ்வாமை ஏற்பட உள்ள சாத்தியங்கள் பற்றி அச்சடிக்கப்பட்டுள்ளன, அனைத்தும் ஆங்கிலத்தில். ரொட்டியை வாங்கிச் சாப்பிடும் ஒருவருக்கு அதில் உள்ளவற்றைத் தெரிந்துகொள்ள ஆங்கிலம் தேவை என்றால் உயிர் வாழும் உரிமையுடன் அந்த ரொட்டி விளையாடுகிறது என்றுதான் பொருள். நாம் பயன்படுத்தும் பொருள்களை எப்படி உண்பது அல்லது இயக்குவது என்பதை வேற்று மொழியில் அச்சடித்து வைத்துக் கொண்டு நாம் என்ன செய்யப் போகிறோம்.

உலக மயமான சந்தையும், உலக மயமான பொருளாதாரமும் இன்று மக்களின் அறிவின் மீது பெரும் தாக்குதலைத் தொடுத்துள்ளன. தாய்மொழி அறிவை மட்டும் சார்ந்து இயங்கும் பெரும் மக்கள் கூட்டங்கள், இனங்கள் விளிம்பு நிலைக்குத் தள்ளப்பட்டு சமூகத்தின் மையத்திலிருந்து வெளியேற்றப்படுகின்றனர். இந்தியாவில் ஆங்கிலவழிக் கல்வி ஒடுக்கப்பட்ட மக்களையும், பழங்குடியினரையும், உழைக்கும் பிற்படுத்தப்பட்ட, சிறுபான்மை மக்களையும் வெளியேற்றிவிட்டு தனித்த அறிவு அதிகாரம் பெற்ற வர்க்கம் ஒன்றை உருவாக்கி வைத்துள்ளது. தற்போது இந்த மொழிவழி அதிகாரம் பன்னாட்டு முதலீடுகளின் ஆயுதமாக மாறிப் பல மடங்கு அடக்குமுறையை, விளிம்புநிலையாக்கத்தை உருவாக்கி வருகிறது. இந்தத் தாய்மொழி நீக்கத்தை ஆதிக்கச் சாதியினரும், நகர்சார் சாதியினரும் தமக்கான திறன்சார் பயிற்சியாக மாற்றிக்கொள்ள முடியும். ஆனால் ஒடுக்கப்பட்ட, பழங்குடிச் சமூகங்கள் மேலும் விளிம்புநிலைக்குத் தள்ளப்பட்டு தீண்டாமையின் புதிய வகைக் கொடுமைகளுக்கு ஆளாகிக் கொண்டிருக்கிறார்கள்.

அரசியல், சமூக, பொருளாதார விடுதலை மற்றும் சமத்துவத்திற்கான போராட்டங்களுக்குப் பதிலாக வெறும் உயிர்வாழும் உரிமைக்காகப் போராட வேண்டிய நிலைக்குத் தள்ளப்பட்டுள்ள இந்தியாவின் ஒடுக்கப்பட்ட, குடியின மக்கள் தம் மொழியில் பேசவும், எழுதவும்,

அறியவும் போராட வேண்டிய நிர்ப்பந்தம் தற்போது உருவாகியுள்ளது. தமிழ் காக்கும் போராட்டத்தைத் தலித் அரசியலின் தலைமையில் நிகழ்த்துவதற்கான வரலாற்றுத் தேவையைத் தமிழின் அடையாள அரசியல் இயக்கங்கள் புரிந்து கொள்ளுமெனில் தமிழின அரசியல் பொருளுடையதாக, செயல்பாடுடையதாக மாறும். இல்லையெனில் சாதி இந்துக்கள் போல, சாதித் தமிழர்களை உருவாக்கவே மொழி உணர்வு பயன்படும். அம்பேத்கர் இந்த மொழிச்சாதி அரசியல் பற்றியே தன் அச்சத்தை அன்றையச் சூழலில் தெளிவாக விளக்கினார். அனைத்து வகை அடக்குமுறைகளுக்கும் எதிராக பௌத்த அறத்தை முன்வைத்த அம்பேத்கருக்கு மொழிவழியான அடக்குமுறை பற்றி மிகத்தெளிவாவே தெரியும், அதனால்தான் எங்கு சென்றாலும் அங்குள்ள மக்களின் தாய்மொழியைக் கற்று அம்மக்களின் தாய்மொழியில் தம் அறத்தைப் போதிக்கும் மரபைக் கொண்ட பௌத்தத்தை நவீன உலகிற்கான சமய நெறியாக அறிவிக்க முடிந்தது, அதே காரணத்தால்தான் அயோத்திதாசரால் பௌத்தத்தைத் தமிழ் நெறியாக மறு உருவாக்கம் செய்ய முடிந்தது.

தலித் அரசியல்: கருத்தியலும் உடலும்

பேராசிரியர் பி.லட்சுமி நரசு அவர்கள் 1907-ஆம் ஆண்டு வெளியிட்ட 'புத்த நெறியின் சாரம்' *(எஸன்ஸ் ஆஃப் புத்திசம்)* என்ற நூலை 1948-இல் மறுவெளியீடு செய்த அண்ணல் அம்பேத்கர் அதற்கு எழுதிய முன்னுரையில் பேராசிரியரை இவ்வாறு அறிமுகம் செய்கிறார், "பேராசிரியர் நரசு ஒரு பக்தி மறுப்பாளர், அவர் ஒரு சமூகச் சீர்திருத்தவாதி, சாதி அமைப்புக்கு எதிராகத் தனது முழு ஆற்றலுடன் போராடியவர், பத்தொன்பதாம் நூற்றாண்டில் எவருக்கும் முன்பாக இந்து மதத்தில் உள்ள சாதிக்கொடுமைக்கு எதிரான போராட்டத்தை வலிமைப்படுத்தியவர்."

முதல் பார்வையிலேயே இந்த வரிகள் ஒரு சிந்தனையாளரைப் புகழுவது என்பது நமக்குத் தெரியும். ஆனால், அண்ணல் வரலாற்றில் யாரையும் தேவையின்றி புகழும் வழக்கம் கொண்டவர் இல்லை. அவர் யாரையாவது மதிப்புடன் குறிப்பிடுகின்றார் என்றால், அவர்கள் மக்களுக்காக வாழ்ந்தவர்களாக, மக்கள் விடுதலைக்கான கருத்துகளை அளித்தவர்களாக, அறமும் அறிவும் கொண்ட பெரும் ஆளுமைகளாகவே இருப்பார்கள் என்பது உறுதி.

புத்த நெறி பற்றிய நூலை எழுதிய பேராசிரியரின் பெருமைகள் என அண்ணல் குறிப்பிடுவனவற்றைக் கவனியுங்கள்: பக்தி மறுப்பாளர், சமூகச் சீர்திருத்தவாதி, சாதி அமைப்புக்கு எதிராகப் போராடியவர், சாதிக் கொடுமைக்கு எதிரான போராட்டத்தை வலிமைப்படுத்தியவர். இவை அனைத்தும் புரட்சியாளராம் அம்பேத்கர் பார்வையில் பெருமைகளாக உயர்வடைகின்றன. பிற்போக்காளர்கள், சாதி வெறியர்கள், சமயவாதிகள் பார்வையில் இதே பண்புகள் இழிவுக்கும் வெறுப்புக்கும் உரியவை, தண்டிக்கப்பட வேண்டியவை. தனி மனிதர்களின் வரலாற்றுப் பங்களிப்பை இந்தியச் சூழலில் அண்ணல் அளவிட்ட முறை இவைதான்: சீர்திருத்தம், சாதி மறுப்பு, தீண்டாமை கொடுமைக்கெதிரான போராட்டம். இவற்றில் ஒன்றில் பங்களிக்காதவர்கள் எத்தனை கற்றறிவு கொண்டவர்களாக

இருந்தாலும் அண்ணல் அவர்களை வரலாற்றின் குப்பைகளாகக்கூட மதிப்பதில்லை.

அண்ணலின் பார்வையில் நவீன அறிவாளர்கள் எப்படி இருக்கவேண்டும் என்ற கேள்விக்கு தெளிவான பதில் இதுதான்: "அவர்கள் போராளிகளாக இருக்கவேண்டும்." போராட்டம், போராளி என்றவுடன் இந்துமத வெறியர்களும், சாதிகாக்கும் வன்கொடுமைக்காரர்களும், ஆணாதிக்க அறிவிலிகளும்கூட நாங்களும் போராடுகிறோம், நாங்களும் போராளிகள்தான் என ஆயுதங்களுடன் அணிதிரண்டு வரக்கூடும். இவர்கள் வெறும் வன்முறையாளர்கள்தானே தவிர நவீன அறிவியக்கம் சார்ந்தவர்கள் இல்லை.

நவீன அறிவு எதற்கு எதிராகப் போராட வேண்டும்? எதனைக் கருவியாகக்கொண்டு போராட வேண்டும்? என்பதை அண்ணல் மிகச்சுருக்கமாகச் சொல்கிறார். அதனையும் ஓர் அறிஞரை முன்வைத்து நமக்கு அடையாளம் காட்டுகிறார், "பத்தொன்பதாம் நூற்றாண்டின் சமூகப்போராளி பேராசிரியர் நரசு ஐரோப்பிய இனத்திமிருக்கு எதிராக நாட்டுணர்வின் ஆற்றலுடன் போராடினார், பழமைவாத இந்துமதத்திற்கு எதிராகக் கடவுள் ஒழிப்பின் வழி போராடினார், கிளைத்துப் பரவிய பிராமணியத்திற்கெதிராக தேசியத் தொலைநோக்குடன் போராடினார், அழுத்தி நசுக்கும் கிறித்துவத்திற்கெதிராக பகுத்தறிவின் வழியில் போராடினார், மகான் புத்தரின் போதனைகளின் மீது அவருக்கு இருந்த தளராத பற்றின் ஊக்கத்துடன் இந்தப் போராட்டங்களை அவர் முன்னெடுத்துச் சென்றார்." (பி.லட்சுமி நரசு, 1948). இனத்திமிர், மத அடக்குமுறை, சாதிவர்ண பாகுபாடு, அறிவை அடக்கும் சமய நம்பிக்கை இவற்றை இல்லாமலாக்கும் போராட்டத்திற்கு தேவையானவை என அண்ணல் அடையாளம் காட்டும் கருத்தியல்கள் கருவிகள் நவீன தேசிய-தேச உணர்வு, கடவுள் மறுப்பு, பகுத்தறிவு, புத்தரின் போதனைகள். இந்தக் கருவிகள்தான் நவீனத் தன்மையடைவதற்கு அடிப்படைத் தேவை என்பதை அண்ணல் தன் ஒவ்வொரு சொல்லிலும் செயலிலும் விளக்கியிருக்கிறார்.

அம்பேத்கர் அடையாளம் காட்டும் நவீன எதிர்ப்பியக்கம் இந்தியாவின் பின்காலனியகால மக்கள் அரசியலுக்கான அடிப்படையை அமைத்துத் தந்துள்ளது. இதனை இவ்வளவு தெளிவாகவும் அழுத்தமாகவும் சொன்ன சிந்தனையாளர்கள், மக்கள் தலைவர்கள் இந்தியாவில் வேறு யாரும் இல்லை. இந்த அழுத்தமும் தெளிவும் அவரது அயராத ஆய்வுகளின் வழி உருவானவை. அண்ணலின் ஆய்வுமனம் சில முன்னோடிகளை நமக்கு அடையாளம் காட்டும்போது அதற்குப் பலஅடுக்கு அர்த்தங்கள் கூடிவிடுகின்றன.

1949-இல் பாராளுமன்றத்தில் அரசியல் அமைப்புச் சட்டத்தை அறிமுகப்படுத்தி ஆற்றிய உரையில் அண்ணல் மூன்று அறிவுரைகளை அளித்தார். அவை அனைவரும் அறிந்தவைதான், ஆனால் அதற்கான தலித்திய வரலாற்றுப் பின்புலம் மிகவிரிவானது. அவர் அளித்த அறிவுரைகளை முதலில் சுருக்கமாக நினைவு கொள்வோம்:

1) சமூக-பொருளாதார கோரிக்கைகளை ஜனநாயக அரசியலமைப்பின் வழியாகவே அடைய முயற்சிக்க வேண்டும். ஜனநாயக அரசியலமைப்பு உள்ளவரை வன்முறையான வழிகளில் போராடுவதை நாம் தவிர்க்க வேண்டும்.

2) தனிமனித வழிபாட்டையும் மகாமனிதர்கள் என யாரையும் துதிபாடுவதையும் நாம் விட்டொழிக்க வேண்டும். அரசியலில் பக்தியும் தலைமை வழிபாடும் நாசத்தை விளைவித்து கொடுங்கோன்மையே கொண்டுவரும்.

3) அரசியல் ஜனநாயகம் போதுமானது அல்ல, சமூக ஜனநாயகத்தை நாம் உருவாக்க வேண்டும். சுதந்திரம், சமத்துவம், சகோதரத்துவம் கொண்ட சமூக ஜனநாயகம் இன்றி அரசியல் ஜனநாயகம் நிலைத்திருக்க முடியாது.

இந்த மூன்று அறிவுரைகளும் அரசியல் பற்றிய தொடக்க அறிவு மட்டுமேகொண்ட, ஆனால் நிறைய கனவுகள்கொண்ட அரசியல் வாதிகளிடமும் மக்கள் தொகுதியிடமும் சொல்லப்பட்டவை.

இவற்றின் உள்ளார்ந்த பொருள் வேறு ஒன்றும் அல்ல, நவீன அரசியல் அறம் கொண்ட, அதாவது மக்களை மையமாகக்கொண்ட நவீன சமூக அமைப்பை நாம் உருவாக்க வேண்டும் என்பதுதான். இந்த அறிவுரையின் இன்னும் முழுமையான மையமாக, உள்ளடக்கமாக உள்ள கருத்து ஒடுக்கப்பட்ட மக்களின் விடுதலையும் சமத்துவமும்தான்.

ஜனநாயகத்தின் அடிப்படை என்ன என்பதை தனது பாராளுமன்ற உரையினூடாக விளக்குவதற்கு பௌத்த சங்கத்தை எடுத்துக்காட்டாகத் தருகிறார், "பாராளுமன்ற ஜனநாயக முறை இந்தியாவுக்குப் புதிதா, இல்லை. புத்த சங்க முறையில் பாராளுமன்ற ஜனநாயகமுறை கடைபிடிக்கப்பட்டுள்ளது, அந்த ஜனநாயக முறையை நாம் பின்னாளில் இழந்து விட்டோம். இரண்டாவது முறையும் நாம் அதனை இழந்து விடுவோமா? அதனை நான் உறுதியாகச் சொல்ல முடியாது.இந்தியா போன்ற பரந்துபட்ட நாட்டில் இந்த ஜனநாயகமுறை சர்வாதிகார அடக்கு முறையைக் கொண்டு வருவதற்கான சாத்தியம் உள்ளது." (இன்றுள்ள இந்துத்துவ கொடுங்கோன்மை அரசியலை நினைவு கொள்க.)

அப்படியெனில் அதனைத் தடுக்க, ஜனநாயகத்தைக் காக்க என்ன செய்ய வேண்டும் என்ற கேள்விக்கு அண்ணல் அளிக்கும் பதில், "தனிமனித

வழிபாட்டையும் மகா மனிதர்கள் என யாரையும் துதிபாடுவதையும் நாம் விட்டொழிக்க வேண்டும். அரசியலில் பக்தியும், தலைமை வழிபாடும் நாசத்தை விளைவித்துக் கொடுங்கோன்மையே கொண்டுவரும்."

இவ்வளவு தெளிவான வழிகாட்டுதலை அளித்துள்ள அண்ணல், சில வரலாற்று முன்னோடிகளை நமக்கு அடையாளம் காட்டும்போது அதற்குப் பலஅடுக்கு அர்த்தங்கள் கூடிவிடுகின்றன.

அண்ணலின் செறிவான ஆய்வு நூலான "சூத்திரர்கள் யார்?" 1946-இல் வெளிவந்தது. அதில் மகாத்மா ஜோதிபா ஃபுலே (1827-1890) நினைவைப் பதிவு செய்கிறார். முதல் பக்கத்தில் உள்ள அந்த வாசகம் எளிய அன்பை வெளிக்காட்டி ஏராளமான வரலாற்றைச் சொல்கிறது.

"ஆதிக்க சாதியினரிடம் அடிமைப்பட்டிருந்த தாழ்த்தப்பட்ட மக்களிடம் தாம் அடிமைப் பட்டிருக்கிறோம் என்ற உணர்ச்சியை ஊட்டியவர், அந்நிய ஆட்சியில் இருந்து விடுதலை அடைவதைவிட சமூக சமத்துவம் பெறுவதே உயிர்த் தேவையாக உள்ளது என்ற நற்செய்தியைப் பரப்பியவர், சூத்திர வகுப்பில் பிறந்த நவீன இந்தியாவின் மிகச்சிறந்த மனிதர், மகாத்மா ஜோதிபா ஃபுலே-வின் நினைவாக இந்த நூல்."

இதன் ஒவ்வொரு வரியிலும் ஒரு பெரும் வரலாறு, உண்மையான விடுதலையடையத் தவிக்கும் மக்களின் உயிர்த்தேவையின் வரலாறு படிந்து கிடக்கிறது. இந்த வரிகளில் உள்ள நவீன இந்தியாதான் அண்ணல் கண்ட நவீன இந்தியா.

1948-இல் அண்ணல் எழுதியளித்த நூல் "தீண்டாமைக்குட்டவர்கள் : யாராக இருந்தனர்? ஏன் அந்நிலையடைந்தார்கள்?" "கி.பி.400 அளவில் தீண்டாமை உருவாக்கப்பட்டது, பௌத்தத்திற்கும் பிராமணியத்திற்குமிடையில் நடந்த மேலாதிக்கப் போராட்டத்தின் விளைவாக இது உருவானது" என்ற கருத்தை அயோத்திதாசரின் வழி நின்று விரிவான சான்றுகளுடன் விளக்கும் நூல் அது.

இந்த நூலின் நினைவளிப்பில் உள்ள பொருள்பொதிந்த வரிகள் இவை: "தீண்டாமைக்குட்பட்ட குலத்தில் பிறந்து தங்கள் பக்தியாலும் பண்புச்சிறப்பாலும் அனைவரின் பெருமதிப்பையும் பெற்ற நந்தனார், ரவிதாசர், சொக்கமேளர் ஆகியோரின் நினைவாக." விடுதலைக்கான சொல்லாடலில் நம் மக்களின் நினைவில் எதனைப் பதிவு செய்ய வேண்டும் என்பதில் அண்ணல் காட்டிய கவனம் ஒவ்வொரு வரிகளின் ஊடாகவும் வாக்கியங்களின் ஊடாகவும் பெருகிச் செல்வதற்கு இவை உதாரணங்கள்.

விடுதலைக்கான முன்னோடிகளை, போராளிகளை நினைவுபடுத்தி நம் மக்களின் மறைக்கப்பட்ட வரலாற்றைத் தேடியளித்த அண்ணல்தான்

“காங்கிரசும் காந்தியும் தீண்டாமைக்குட்பட்ட மக்களுக்கு இழைத்ததென்ன” (1945) என்ற நூலை எழுதியளிக்கிறார்.

அதன் அன்பளிப்பு பக்கம் ஒரு காவியத் தன்மை கொண்டது, தோழமையில் தோய்ந்த அந்த எழுத்துகள் பல ஆய்வுரைகளுக்கு முன்னோடியான வரிகளைக் கொண்டது. ஆனால் அந்நூலின் முதல் பக்கத்தில் ஒரே மேற்கோள் வாக்கியம் இந்திய வரலாற்றை இரண்டாகப் பிளந்து விடுகிறது.

“எங்களுக்கு ஆண்டைகளாக இருப்பது உங்களுக்கு மகிழ்வளிப்பதாக இருக்கலாம், ஆனால் உங்களுக்கு அடிமைகளாக இருப்பது எங்களுக்கு எப்படி உவப்பானதாக இருக்க முடியும்?- துசிடைசஸ்.” இந்த வாக்கியங்களூடாக நம் மக்களின் வாழ்க்கைக் கதை பொங்கிப் பாய்கிறது.

அது காங்கிரஸ்- காந்தி என அனைத்துக் கட்டுக்கதைகளையும் புரட்டி உடைக்கும் போராக விரிகிறது. இந்த நூலின் ஒவ்வொரு வரியிலும் அறச் சீற்றத்தின் அழல் சுடுவதை உணரலாம். “மகாத்மா ஜோதிபா ஃபுலே” என அன்புடன் குறிப்பிடும் அண்ணல், காந்தியை மகாத்மா என்று குறிப்பிடுவது இல்லை என்பதுடன் கடும் சொற்களால் அவரைத் தன் வாழ்நாள் முழுக்க விமர்சிக்கவும் செய்தவர்.

இதற்கான காரணமும் நியாயமும் தலித் அரசியல் அறிந்த, ஒடுக்கப்பட்ட மக்களை நேசிக்கும் யாருக்கும் எளிதாகப் புரிந்துவிடும். ஆனால் வெளியில் உள்ளவர்களுக்கு புதிராகவே இருக்கும். இது புதிர் அல்ல, அரசியலின் அடிப்படை அறம்சார்ந்தது.

காந்தி தனிமனிதராக இருந்தும் காங்கிரசுடன் இணைந்தும் இந்தியாவின் தலித் அரசியலுக்கான களத்தை இல்லாமலாக்கினார். ஒடுக்கப்பட்ட மக்களைத் தன் தெய்வீக-புனித பிம்பத்தின் வழி தனித்தன்மையுடைய அரசியலற்றவர்களாக மாற்றினார்.

பிராமண மையமான இந்திய அரசியலுக்கு அது பெரும் அடித்தளத்தை அமைத்துத் தந்துவிட்டது. இரக்கத்திற்குரிய மக்களாக, விடுதலையைக் கெஞ்சிப் பெறும் மக்களாக போராடும் மக்களை மாற்றிவிடுவது போல ஒரு கொடுமை வேறு இல்லை.

இதனைக் காந்தி அன்பு, அருள், கருணை என்ற பெயர்களில் செய்தது அண்ணல் போன்ற ஓர் அறம்சார் அறிஞருக்கு, தன் மக்களின் விடுதலையுடன் தன் நாட்டின் விடுதலையை இணைத்துச் சிந்தித்த ஒரு தலைவருக்கு, பகுத்தறிவைத் தன் ஒவ்வொரு சொல்லிலும் செயலிலும் பிணைத்து வைத்திருந்த புரட்சியாளருக்கு சீற்றத்தை, வெறுப்பை உருவாக்கவே செய்யும்.

ஹரிஜன் என்ற பெயரை ஒடுக்கப்பட்ட மக்களில் பெரும்பான்மையினர் ஏற்கவில்லை. காந்தி வைஷ்ணவர் என்பதால் ஹரிஜன் (வைஷ்ணவ

மக்கள்) என்றார், சிவமதம் சார்ந்தவர் என்றால் ஹரஜன் (சிவனின் மக்கள்) என்று பெயரிடுவார். இந்தப் பெயரிடுதல்கள் பற்றி நம் மக்களிடம் கேட்க யாருக்கும் தோன்றுவதில்லை. ஆதிதமிழர், ஆதி திராவிடர் என்ற பெயரிடுதல்களிலும் இந்தச் சிக்கல் உண்டு.

அண்ணல் காட்டிய அந்தச் சீற்றமும், வெறுப்புமே உண்மையான தலித் அரசியலின் அடிப்படைகள், அதுவே ஒடுக்கப்பட்டோரின் விடுதலை அரசியலுக்கான தொடக்கமும்கூட. அண்ணல் தன் சீற்றத்தை மிகப்பெரும் ஆய்வுகளாக மாற்றினார். அந்த ஆய்வுகளின் அடிப்படை செய்தி இதுதான், "ஒடுக்கப்பட்ட மக்கள் அரசியல் அதிகாரம் அடைய வேண்டும். ஒடுக்கப்பட்டோர் தலைமையில் இந்திய அரசியலும், சமூகமும், பொருளாதாரமும் அடிப்படை மாற்றங்களை அடைய வேண்டும்."

"ஒடுக்கப்பட்ட மக்களின் விடுதலை பிற சாதிகளால், பிற தலைமைகளால் அளிக்கப்படுவதோ, பங்கிடப்படுவதோ இல்லை, அது மேல் நிலையடைந்து பின் சமத்துவம் நோக்கித்தளர வேண்டும்." இதனை ஏற்காத எந்த அரசியலும் கருணை, அருள், அன்பு என்ற வெற்றுப் பெயர்களில் தீண்டாமையை, அடிமைத்தனத்தை, வன்கொடுமைகளை நிலைத்திருக்கவே செய்யும். அண்ணலின் ஆய்வுகள் நமக்கு மீண்டும் மீண்டும் இதனையே சொல்லித்தருகின்றன.

தலித் அரசியலின் தொடக்கமே இந்தியாவின் ஆதிக்கசாதி, இடைநிலைச்சாதி, பிராமண சாதிகளின் தேசிய நாடகத்தைத் தொடங்கி வைத்தது. தேசபக்தியும் தெய்வபக்தியும் இணைந்த இந்த பிற்போக்குச் சக்திகள் ஒடுக்கப்பட்ட மக்கள் அரசியல்-சமூக அடையாளம் பெறுவதைக் கண்டு அஞ்சியும் பொருமியுமே தேசபக்தி, தேச விடுதலை, அரசியல் விடுதலை என அலங்கார அணிவகுப்பைத் தொடங்கினார்கள்.

அதன் இன்றைய நீட்சிதான் இந்துத்துவ தன்மைகொண்ட இடைநிலைச்சாதிகள்-பிற்பட்ட சாதிகளின் பாசிசக் குரல்கள். அதாவது சாதிகளை, தீண்டாமையை மீட்டுருவாக்கம் செய்து பிராமணத் தலைமை கொண்ட ஆதிக்க சாதி அரசியலை உருவாக்குவதுதான் இவர்களுடைய அடிப்படைச் செயல்திட்டம்.

தேசியம், அரசியல் விடுதலை என்ற பெயர்களில் நம் மக்களை உள்ளடக்குவது போன்ற தோற்றத்தை, நம் மக்களின் மீது அன்பு கொண்டது போன்ற பாசாங்கை இவர்கள் உருவாக்கிய போது தனித்தன்மை கொண்ட தலித் அரசியலின் வேர்கள் வெட்டப்பட்டன. தங்களின் சாதி மேலாதிக்கத்திற்கு எந்த குறைவும் இன்றி நவீன அரசியல் நடத்த அவர்கள் தீட்டிய திட்டம் இன்று வரை சாதிஇந்தியா- சேரிஇந்தியா என்ற இருவடிவங்களில் நீண்டு கொண்டே இருக்கிறது.

"சாதி மதங்களைப் பாரோம் உயர்ஜன்மம் இத்தேசத்தில் எய்தினராயின்
வேதியராயினும் ஒன்றே அன்றி வேறுகுலத்தின ராயினும் ஒன்றே
ஈனப் பறையர்களேனும் அவர் எம்முடன் வாழ்ந்திங்கிருப்பவர் அன்றோ?
சீனத்தராய் விடுவாரோ பிறதேசத்தார் போற்பல தீங்கிழைப்பாரோ?
ஆயிரம் உண்டிங்குசாதி எனில் அன்னியர் வந்து புகல் என்ன நீதி? ஓர்
தாயின் வயிற்றில் பிறந்தோர் தம்முள் சண்டை செய்தாலும் சகோதரர்
அன்றோ?"

இந்த வரிகளில் கெட்டியாகப் படிந்துள்ளது பிராமண மையமான சாதி அரசியல். சாதி காக்கும் சமூகத்தில் "சமத்துவம்" பேசும் இதுபோன்ற பாடல்கள்கூட நம் மக்களை இழித்துக் கொல்வதை அயோத்திதாசர் அன்று பெருஞ்சீற்றத்துடன் எதிர்த்தார்.

இந்த வரிகள் தனிமனிதன் ஒருவனின் வரிகள் அல்ல, இந்து-வைதிக அரசியலின் பொது உளவியல் இது. ஆயிரம் உண்டிங்கு சாதி எனில் அன்னியர் வந்து புகல் என்ன நீதி? என்ற அந்த வாக்கியத்திற்கு அம்பேத்கர் அளித்த பதில்தான் "எங்களுக்கு ஆண்டைகளாக இருப்பது உங்களுக்கு மகிழ்வளிப்பதாக இருக்கலாம், ஆனால் உங்களுக்கு அடிமைகளாக இருப்பது எங்களுக்கு எப்படி உவப்பானதாக முடியும்?"

இந்தியச் சனாதன அரசியலின் மென்குரலாக ஒலிக்கும் பாரதி பதிவு செய்யும் முற்போக்குக் குரல் இதுதான், "ஒரே தேசத்தில் எத்தனையோ யுகங்களாய் வசித்துவரும் நமது சகோதரர்களாகிய பஞ்சமர்களை நாம் அவ்வாறு நடத்திவந்தால், அவர்களுக்குச் சுதேசாபிமானம் எவ்வாறு ஏற்படும்? அன்னியர்கள் அவர்களை நாம் நடத்துவதைக் காட்டிலும் மேலாக நடத்தினால், அவர்கள் அந்த அன்னியர்களுக்கு வசப்பட்டுப் போகிறார்கள்."

"பஞ்சமர்களை நாம் எவ்வாறு சகிக்க முடியாத கொடுமைக்கிடமாக நடத்தினோமோ அவ்வாறே நம்மையும் அன்னியர் நடத்திக்கொண்டு வருகிறார்கள்." *(இந்தியா-02 -01-1909)*

"நமது தேசத்தில் ஆயிரக்கணக்கான ஜாதி பேதங்கள் இருக்கின்றன. ஒன்றுக்கொன்று விவாகம், பந்தி போஜனம் எதுவுமே செய்து கொள்வதில்லை. பெரும்பான்மையான ஜாதியார் ஒருவருக்கொருவர் தீண்டுவதில்லை. பிராமணர் மற்றெல்லா ஜாதியர்களையும் தீண்டாத ஜாதியாகத்தான் பார்க்கிறார்கள்."

"இதனால் பஞ்சமர்களை சுத்தமாக ஸ்நானம் முதலியன செய்துவிட்டுத்தான் கோயிலுக்குள் வரலாமென்று ஏற்படுத்தினால், அது நியாயம். அப்படிக்கில்லாமல் நிஷ்காரண்யமாகப் பதினாயிரக்கணக்கான நமது சகோதரர்களை நாம் கோயிலுக்குள் வராமல் தடுத்து வைத்தால்,

அவர்கள் கிருஸ்தவம், மகமதியம் முதலிய அந்நிய மதங்களில் சேர்ந்து விடுவார்கள்.'' *(கோயில் சீர்திருத்தம் கட்டுரையில் பாரதி)*

இந்து- இந்திய நடிப்பு ''முற்போக்குக் குரலில்'' இன்றும் ஒலிக்கும் ''நமது சகோதரர்கள்'' என்ற தொடர் ஒரு கருத்துருவ வன்முறையென தலித் அரசியல் கற்ற அனைவருக்கும் தெரியும். ஆனால் இந்தக் கருத்துருவத்தில் ஒடுக்கப்பட்ட நம் மக்களின் உடல்கள் அடங்குவதில்லை, அடங்கவும் முடியாது, ஏனெனில் இது சாதி காக்கும் குரல், சனாதனம் போற்றும் குரல், தேசபக்தி- தெய்வபக்தி என்ற வெறிநோய்களால் பீடித்த குரல்.

சாதி நீக்கம் செய்யாத, சாதி உடலாக இருப்பதை விட்டு வெளியேறாத யாரும் சாதிச் சமத்துவம் பேச இயலாது. தலித் அரசியல் என்ற கருத்தியலை ஏற்பதாகச் சொல்லிக் கொண்டு தலித் தலைமையை ஏற்காத, தலித் அரசியலின் அதிகாரம்பெறும் உரிமையை ஏற்காத ஒவ்வொருவரும் தலித் உடல்களை இழிப்பவர்களாக, சாதி கடந்த அரசியல் என்ற அடையாளத்துடன் சாதி அரசியல் மேலாதிக்கத்தைக் கைப்பற்றுகிறவர்களாக மாறுகின்றனர்.

சாதி அரசியல் என்ற தொடரைத் தலித் அரசியலின் வளர்ச்சிக்குப்பின்தான் இந்திய ஊடகங்களும் குறையறிவுக் கொள்கையாளர்களும் பயன்படுத்தத் தொடங்கினர். அதாவது சாதி ஒழிப்பு அரசியலை ''சாதி அரசியல்'' என்று சொல்லி அடையாளப்படுத்தினர். சாதியைத் தவிர வேறு அரசியல் அற்ற இந்திய மண்ணில் இதனை முற்போக்கு அரசியல் எவ்வாறு எதிர்கொண்டது, எதிர்கொள்ளப் போகிறது என்பதை வைத்தே இனியான இந்திய அரசியலின் தன்மையும் செயல்பாடும் அமைய முடியும்.

தற்போது சட்டமன்ற தேர்தல் பின்னணியில் விடுதலைச் சிறுத்தைகள் கட்சியுடன் அணியாக நிற்க முன்வந்துள்ள இடதுசாரிகள் விடுதலைச் சிறுத்தைகளின் தலைமை ஏற்று முன் செல்லுவதற்கான மனத்தகவு கொள்வார்களேயானால் இந்தியாவின் முற்போக்கு அரசியல் சாதி ஒழிப்பிற்கானதாகத் தன்னை மாற்றிக்கொண்டதன் தொடக்கமாக அமையும்.

இந்திய முற்போக்குக் கட்சிகள், இயக்கங்கள் அனைத்தும் தலித் தலைமையை கட்டாய நிபந்தனையாக ஏற்கும் எனில் இந்திய அரசியல் நவீனத்தன்மை அடையத் தொடங்கியுள்ளதாக நாம் சொல்லிக் கொள்ளலாம்.

இதனை அண்ணல் இதே வரியில் சொல்லியிருக்கிறாரா? இந்து மதம் பற்றி கேள்வி கேட்டபோது தீண்டாமைக்குட்பட்ட சாதியில் பிறந்த ஒருவரை ஆச்சாரியராக ஏற்பீர்கள் எனில் என் மக்களை நான் இந்துக்களாக இருக்கச் சொல்கிறேன் என்ற நிபந்தனைதான் சாதி கடந்த அரசியல், சாதி அழிக்கும் அரசியலுக்கும் பொருந்தும்.

“நவீன இந்தியாவின் மிகச்சிறந்த மனிதர்” என ஜோதிபா ஃபுலேவை அண்ணல் குறிப்பிட்டதை நான் இங்கு நினைவூட்டியதற்குக் காரணம் இதுதான், “நவீன இந்தியாவின்” ஒவ்வொன்றும் நவீனத்தன்மை அடைவதற்கு உள்ள மூன்ற வழிகள் தலித் மையத்தன்மை, தலித் அரசியல் தன்மை, தலித் தலைமை ஏற்ற சமூக மனம். இது முற்போக்குத் தன்மை அல்ல கருத்துருவமாக மட்டும் ஏற்றுக் கொள்ள. இது உடல், ஆம் தலித் அரசியல் கருத்துருவம் பொதிந்த உடலால் அமைவது.

குறிப்பு: கோயிலில் வழிபடும் உரிமைக்காகப் போராடிய நந்தனார், திருப்பாணாழ்வார் போன்றோரைக் கொலை செய்துவிட்டு நாயன்மார், ஆழ்வார் எனப் பெயர் தரும் உத்திதான் கருத்துருவத்தை வைத்துக் கொண்டு உடலை மறுப்பது.

குறிப்பு

அம்பேத்கர்–காந்தி என்ற வரலாற்று நிகழ்நிலைகளை தனிமனிதர்கள் என்ற வகையில் அணுகுதல் இவர்களின் அரசியலை அறிவதற்கான முதல் தடை. 1931–க்கு முன் இருந்த காந்தி–காங்கிரஸ் 1932–க்குப் பிறகான காந்தி–காங்கிரஸ் இரண்டுக்கும் இடையிலான வேறுபாடு அம்பேத்கர் மற்றும் ஒடுக்கப்பட்டோர் அரசியல்–அறிவுத்தளம் இரண்டுக்கும் பதிலளிக்கும் முயற்சியால் உருவானது.

1945–க்குப் பிறகான காந்தி தன்னை காங்கிரஸ் என்ற அமைப்புக்கு வெளியில் வெளிப்படையாக வைத்து அடையாளப்படுத்தினார். அதற்கான காரணம் முசல்மான்கள்–ஒடுக்கப்பட்ட மக்கள் என்ற இருபெரும் கேள்விகளில் அவருக்கு ஏற்பட்ட சிக்கல். அம்பேத்கரின் ‘காங்கிரஸூம் காந்தியும் தீண்டாமைக்கு உட்பட்ட மக்களுக்குச் செய்ததென்ன (1945)’ நூல் காந்தியை மிக அதிகமாக தாக்கிய–வருத்திய நூல். தனது தொடக்க கால சாதி–சமத்துவப் (சாதிமறுப்பு அல்ல) பார்வையை காங்கிரஸ்–தேசியம் என்ற பெயரில் பின்னுக்குத் தள்ளிய தனது தவறை காந்தி உணர்ந்த காலகட்டம்.

1920–இல் மூக்நாயக் வழி தன் அரசியல் போராட்டத்தைத் தொடங்கிய அம்பேத்கரின் அறிவுசார் இருப்பு 1932–க்குப் பிறகான அரசியலில் தேசியப் புனிதம், மகாத்மா என்ற மயக்கம் இரண்டையும் கேள்வி கேட்டு அதற்கான பதிலைச் சொல்ல வைத்தது. இதைத்தான் இந்திய நவீன அரசியலுக்கான அடிப்படை என்று நான் அடையாளப்படுத்துவது.

நான் அம்பேத்கரிய–பெரியாரிய அறிவுவாக்க முறையிலிருந்து காந்தி–காந்தியம்–இடைநிலை அரசியல் என்ற பகுதிகளை அணுகுகிறேன். நான் முன்வைப்பது காந்தியத்துடனான உரையாடல்தான், காந்தி உரையாடலோ, காந்திய உரையாடலோ அல்ல. காந்தி–காந்தியம் இன்றி அம்பேத்கரிய–பெரியாரிய–மார்க்ஸிய அறச் சட்டகத்திலிருந்தே இனியான அற அரசியலைக் கட்டமுடியும்.

ஆனால் அம்பேத்கரிய கேள்விக்குப் பதில் அளிக்க மறுக்கும் காந்தியைக் கற்பனை செய்து பாருங்கள்? காந்தியை 1915 அளவில் 'மகாத்மா' என்றவர்கள் பிற்போக்கு, ஆசிரம–அழகியல்வாதிகளும் பிரிடிஷ் அரசியலின் நல்லெண்ண அணியினரும்தான். பேரரசரின் படைக்கு ஆள்சேர்க்கும் யாத்திரையை மேற்கொண்ட அந்த மகாத்மா அப்படியே தொடர்ந்திருந்தால் இந்திய அரசியலின் பெருங்கேடுகளின் குறியீடாகத்தான் மீந்திருப்பார்.

பிரிடிஷ் பேரரசின் நண்பர் எம்.கே.காந்தியை பத்திரமாக இந்தியாவுக்கு அனுப்பிவையுங்கள் என்ற முடியரசின் உத்தரவின் பின் தென்னாப்பிரிக்காவிலிருந்து இங்கிலாந்து சென்று தன் பணியைத் தொடர்வேன் என்ற ஒப்பந்தத்துடன் இந்தியா வந்த காந்தியும் பிரிடிஷ் பேரரசை பத்திரமாக இங்கிலாந்துக்குக்கு அனுப்பிவைக்கவேண்டும் என்று மக்களுக்கு உத்தரவு பிறப்பித்த காந்தியும் (1942–47) ஒன்றல்ல.

அவர் ஒரு தீசியஸ் கப்பல். ஆனால் கப்பல் என்பதை மறுக்கமுடியாது. அது வாழும் இடமல்ல வழி கடக்கும் கலம். அது இயங்கினால் பயணம், தயங்கினால் மரணம், ஆழத்தில் கொண்டுபோய் சேர்த்துவிடும் அழிவு.

அம்பேத்கர் அது தயங்கிய இடங்களில் எல்லாம் சுட்டிக்காட்டினார். காங்கிரஸூம் காந்தியும் தீண்டாமைக்குட்பட்ட மக்களுக்கு இழைத்ததென்ன என்ற அம்பேத்கரிய ஆய்வின் உள்ளியக்கத்தைப் புரிந்து கொள்ள காங்கிரஸ் காந்திக்கு இழைத்ததென்ன என்பதை விரிவாகப் பேசவேண்டும். அவர்களுக்கு 1915–இல் இருந்த மகாத்மாதான் வேண்டும் என்பதில் பிடிவாதமாக இருந்தனர், 1947 வரை. பிறகு மகாத்மா என்ற பெயர்மட்டும் இருந்தால் போதும் என்பதில் பிடிவாதமாக இருந்து வருகின்றனர்.

காந்தி–மகாத்மா என்ற பெயர் எவ்வளவு அநியாயங்களுக்கு அடித்தளமாக, அழிவுகளை மறைக்கும் மந்திரச்சீலையாக அமைந்துவிட்டது. காந்தி தேசம் என்ற அடையாளப் பெயர் காந்திகளால் ஆளப்படும் தேசமாக எளியோர் மனதில் எவ்வளவு எளிதாகப் பதிந்துவிட்டது!

இந்திரா காந்தி–ராசிவ் காந்தி–சோனியா காந்தி–ராகுல் காந்தி... காந்தியென்ற தீசியஸ் கப்பலிலிருந்து தேவையில்லையென கழற்றப்பட்ட பலகைகளை இணைந்து உருவாக்கப்பட்ட கப்பல் இது.

காந்தி பிறந்த மண்ணிலிருந்து உங்களுக்குச் சேவை செய்ய வந்திருக்கிறேன் என்ற அச்சுறுத்தும் மதவாதக் குரலும் நினைவுக்கு வரலாம்.

புனித தேசியம் உருவாக தேசியப் புனிதங்கள் தேவைப்படும், அந்த வகைப் புனிதச் சொல்லாடலுக்குப் பயன்படும் மகாத்மா என்ற குறிப்பீட்டையும் காந்தியென்ற சாதிப் பெயரையும் அம்பேத்கர் வெறுத்தது நவீன விடுதலை அறவியலின் இயல்பான வெளிப்பாடு.

அம்பேத்கர் கண்டெடுத்த நவீன இந்தியா

"இந்தியாவில் சமூகச் சீர்த்திருத்தத்திற்கான பாதை விண்ணுலகத்தை அடைவதற்கான பாதை போன்று பல இடர்பாடுகளால் நிரம்பியுள்ளது. இந்தியச் சமூகச் சீர்திருத்தம் குறைவான ஆதரவாளர்களையும் அதிகமான மறுப்பாளர்களையும் பெற்றுள்ளது. மறுப்பாளர்கள் இரண்டு பிரிவுகளாக உள்ளனர், ஒரு பிரிவினர் அரசியல் சீர்திருத்தம் பேசுபவர்கள், மற்ற பிரிவினர் பொதுவுடைமைக் கொள்கை கொண்டவர்கள்."

"அய்ரோப்பியச் சமூகங்களின் அரசியல் விடுதலைக்கு லூதர் தொடங்கிய சமயச் சீர்த்திருத்தம் முன்னோடியாக அமைந்தது. இங்கிலாந்தின் தூய கிறித்துவ இயக்கம் அரசியல் விடுதலைக்கு முன்னோடியாக அமைந்தது, அது புதிய உலகத்தைக் கண்டறிந்தது. அது அமெரிக்கச் சுதந்திரப்போரை வெற்றியடையச் செய்து ஒரு சமய இயக்கமாக உருவானது. இஸ்லாமிய அரசுகளின் உருவாக்கத்திலும் இதுவே நிகழ்ந்தது. அராபியர்கள் ஓர் அரசியல் சக்தியாக உருவாகும் முன்பு முகம்மது நபியால் தொடங்கப்பட்ட முழுமையான ஒரு சமயப்புரட்சி அங்கு நடந்தது. இந்திய வரலாற்றிலும் கூட இதற்குச் சான்று உள்ளது. புத்தரின் சமூக, சமயப் புரட்சிக்குப் பிறகுதான் சந்திரகுப்தன் தொடங்கிய அரசியல் புரட்சி நிகழ்ந்தது. மகாராஷ்டிரத்தின் சமயப் பணியாளர்கள் முன்னெடுத்த சமூக-சமயச் சீர்த்திருத்தம்தான் சிவாஜி தலைமையிலான அரசியல் புரட்சிக்கு முன்னோடியாக அமைந்தது. சீக்கியர்களின் அரசியல் புரட்சிக்கு குரு நானக் தொடங்கிய சமய, சமூகப் புரட்சியே அடிப்படையாக அமைந்தது. இதற்கு மேலும் உதாரணம் தேவையில்லை. மக்களின் அரசியல் விடுதலை அவர்களின் அறிவிலும் ஆன்மாவிலும் நிகழும் விடுதலையில்தான் தொடங்குகிறது என்பதற்கு இவையே போதுமான சான்றுகளாக உள்ளன." *(சாதியழிப்பு நூலில் அண்ணல் அம்பேத்கர்)*

கடந்தகால உலகின் அடிப்படைகளை விளக்கி அவற்றை மாற்றுவதற்கான வழிமுறைகளையும் கோட்பாடுகளையும் உருவாக்கித் தந்த சிந்தனையாளர்களை நாம் நவீனச் சிந்தனையாளர்கள் என்று

கொண்டாடுகிறோம். அவர்களைத் தொடர்ந்து கற்று அவர்களின் சிந்தனைகள் மற்றும் செயல்திட்டங்களை நடைமுறைப் படுத்துவதையே நம் காலத்திற்கான அரசியலாக ஏற்றுக் கொள்கிறோம். அவர்கள் கண்டறிந்து விளக்கிய அறங்களை ஏற்று நம் வாழ்வியலாக அவற்றை மாற்றிக் கொள்கிறோம். அதற்குத் தடைகள் வரும்பொழுது அவற்றை நீக்கப் போராடுகிறோம். நம்மை அறிந்து கொள்ளவும் உலகையும் வாழ்வையும் புரிந்து கொள்ளவும் அச்சிந்தனையாளர்களே ஆசான்களாக, அறிவூட்டும் வழிகாட்டிகளாக அமைந்து வரலாற்று உருவங்களாக மாறுகின்றனர். நம் காலத்தின் வாழ்வை, சமூகத்தை, அரசியலை, பண்பாடு மற்றும் கருத்தியல்களை இவ்வாறான பேராசான்களின் கருத்தியல் கொண்டே நாம் அறிந்து கொள்ளவும் அளவிடவும் முடியும்.

இந்த வகையான வழிகாட்டிகள் நவீன காலத்திற்கு முன்பும் உருவாகி மக்களையும் சமூகங்களையும் மாற்றியமைத்து புதிய வாழ்வியலை போதித்திருக்கிறார்கள். அவர்கள் சமயத் தலைவர்களாகவும், இறைத் தூதர்களாகவும் சில இடங்களில் வழிபடத் தகுந்த புனிதர்களாகவும் மக்களால் மாற்றப்பட்டுள்ளனர். புத்தர், மகாவீரர், இயேசு கிறிஸ்து, முகம்மது நபி போன்ற வரலாற்று உருவகங்கள் இதற்குச் சான்றுகள். ஆனால் நவீன அறிவு, நவீன வாழ்வியல், இறைத்தூதர்கள் மற்றும் புனிதர்களை ஏற்பதில்லை. நம் காலத்தின் சிந்தனையாளர்கள் நமக்குத் தலைவர்களாக, ஆசான்களாக, வழிகாட்டிகளாக மட்டுமே இருக்க இயலும். ஏனெனில் நவீன அறிவும் வாழ்வியலும் மக்கள் மையமானது, பகுத்தறிவு, சமத்துவம், சமஉரிமை, சுதந்திரம், தன்மதிப்பு என்பவற்றை அடிப்படையாகக் கொண்டது. நம் வழிபாட்டு உணர்வு, பெருமதிப்பு, வியப்புணர்வு அனைத்தையும் கடந்து நவீன காலத்தின் அறிஞர்கள் தலைவர்களாக, ஆசான்களாக, வழிகாட்டிகளாக மட்டுமே நம்முடன் என்றும் இருப்பார்கள். அவ்வகையில் கார்ல் மார்க்ஸ் (1818-1883) மற்றும் அண்ணல் அம்பேத்கர் (1891-1956) என இரு நவீனப் பேராசான்கள் நமக்கு வாய்த்துள்ளனர்.

கௌதம புத்தரையும் கார்ல் மார்க்ஸையும் ஒப்பிடும் போது அண்ணல் அம்பேத்கர் "மார்க்ஸையும் புத்தரையும் ஒரே தளத்தில் வைத்து ஆய்வு செய்வதை மார்க்சியர்கள் நகைப்புக்குரியதாக கருத இடமுண்டு. மார்க்ஸ் மிக நவீனமான ஒருவர் புத்தர் மிகத் தொன்மையானவர்! மார்க்சுடன் ஒப்பிடும் பொழுது புத்தர் வெறும் ஒரு புராதனச் சிந்தனையாளர்தான் என மார்க்சியர்கள் சொல்லக்கூடும்." (புத்தரா கார்ல் மார்க்ஸா) என ஓர் எச்சரிக்கை அறிவிப்பு செய்வார். ஆனால் அந்த வகையான அறிவிப்பு எதுவும் அம்பேத்கரையும் மார்க்ஸையும் இணைத்தும் ஒப்பிட்டும் அறியவும் ஆய்வுசெய்யவும் தேவைப்படாது. ஏனெனில் அம்பேத்கர், மார்க்ஸ் இருவரும் மிக மிக நவீனமானவர்கள், மக்கள் அரசியல், அனைவருக்குமான விடுதலை, அறிவியல் அணுகுமுறை என

அனைத்திலும் இன்றைய உலகச் சிந்தனையாளர்கள் எவரை விடவும் முன்னோக்கிய பார்வையைக் கொண்டவர்கள். அறிவின் மீதான பற்று, அனைத்தையும் மக்கள் மற்றும் மனித சமத்துவம் என்பதைக் கொண்டு அளவிடும் ஆற்றல், விடுதலையைத் தவிர வேறு எதனையும் வழிகாட்டு நெறியாகக் கொள்ளாத பிடிவாதம் என ஒவ்வொன்றிலும் இருவரும் ஒருவருக்கு ஒருவர் போட்டியாக நிற்பவர்கள். இவர்கள் இருவரின் வாழ்வும் அறிவைத் தேடும் அதீத வேட்கையை அடிப்படையாகக் கொண்டது, அதனைவிட அவ்வறிவை மக்களின் விடுதலைக்கானதாக மாற்றும் போராட்டத்தை முன்னிலைப்படுத்தியது.

மார்க்சையும் அம்பேத்கரையும் ஒப்பிடும் பொழுது முதலில் நமக்கு வேறுபட்டுத் தெரியவருவது அவர்கள் இருவரின் சமூக, வர்க்கப் பின்னணி. மார்க்ஸ் அறிவின் நெடிய மரபை உரிமை கொண்டாடும் ஓர் இனத்தின் (யூத) பின்னணி கொண்டவர், கல்வியும் ஆய்வும் அவருக்கு மரபான உரிமையாக அமைந்தவை. தன் அறிவை உலகை மாற்றும் கருவியாக உருவாக்க முனைந்து அதற்காக வறுமையையும் துயரத்தையும் ஏற்றுக் கொண்டது மார்க்ஸின் தன்னீகையாக அமைந்தது. அம்பேத்கரின் வாழ்க்கையோ அதற்கு முற்றிலும் மாறான பின்னணி கொண்டது. அடிமைநிலை, அவமதிப்பு, உரிமையின்மை என்பனவற்றால் நிரம்பியது. தன் வாழ்வை மட்டும் மாற்றிக் கொள்வதற்கான வாய்ப்புகள் அவருக்கு அமைந்தபோதும் அவற்றை விலக்கிவிட்டு தன் மக்கள் அனைவருக்குமான விடுதலைக்காக தன் அறிவுத்திறன், போராட்ட வலிமை அனைத்தையும் அளித்த அவரது தன்னீகம் ஆன்மிகத் தன்மை கொண்டது. இந்த வகையான போராட்டமும் தன்னீகமும் இணைந்த அறிவுச் செயல்பாட்டையே அம்பேத்கர் அரசியலில் ஆன்மிகம் என்று குறிப்பிடுகிறார். அவரது அறிவாற்றல், சிந்தனைத் திறன், ஆய்வுத்திறன், நினைவாற்றல், எழுத்து வலிமை இந்தியாவில் இதற்கு முன் யாருக்கும் அமையாதவை. அதனைவிட யாருக்கும் அஞ்சாமல் தான் கண்ட உண்மையை எடுத்துரைக்கும் துணிவு.

இந்தியாவில் சாதி இந்துக்களால் அதிக அளவு வெறுக்கப்பட்ட, எதிர்க்கப்பட்ட ஒரு தலைவராக, கருத்தியலாளராக அவர் இருந்தார். ஆனால் அவர் யாருக்காகவும் தன் அறிவின் கடுமையை, உரிமைப் போராட்டத்தை விட்டுக் கொடுக்கவோ மென்மைப்படுத்தவோ முன்வரவில்லை. தன் மக்களால், தன் நண்பர்களால் கைவிடப்பட்ட பொழுதும் தன் அரசியல் முன்னெடுப்புகள் தோல்வியடைந்த போதும், உடன் பயணிகளான எம்.சி.ராஜா போன்றவர்கள் விலகிச் சென்ற போதும், சாதிய ஊடகங்கள் தன் மீது அவதூறுகளை, இழிமொழிகளை அள்ளி வீசிய போதும் அவர் தயக்கமின்றி முன்னோக்கிச் சென்று கொண்டே இருந்தார். மார்க்ஸ், அம்பேத்கர் இருவரிடமும் காணப்படும் இந்த பிடிவாதமான

அறிவுகாண்முறை பேரறிவு என்பதற்கு முழுமையான எடுத்துக்காட்டாக அமைவது.

மார்க்ஸ், அம்பேத்கர் இருவரின் வாழ்வையும், பணியையும், எழுத்தையும் முழுமையாக வாசித்து அறியும் எவருக்கும் முதலில் தோன்றுவது வியப்பு, பின் அறிவைக் கண்டடைந்த ஆறுதல். வரலாறு, அரசியல், சமூகவியல், தத்துவம், சமய ஆய்வு, சமூகஉளவியல் என அனைத்தைப் பற்றியும் ஒரே இடத்தில் அறியக் கிடைத்து விட்ட ஆறுதல்தான் அது. இந்த ஆறுதலுக்குப் பின் உருவாவது மிகப்பெரிய ஆதங்கம், வருத்தம். மார்க்ஸ் உலக வரலாற்றில் என்றும் மறைக்கவும் மறுக்கவும் முடியாத விடுதலை உருவகமாக மாறிவிட்ட நிலையில் இந்திய அளவில் கூட அம்பேத்கரின் வரலாற்று, கருத்தியல் பங்களிப்பு புரிந்து கொள்ளப்படவில்லை என்பது பற்றிய ஆதங்கமாக அது இருக்கும். ஆனால் அதனைக் கடந்து இன்று உலக அளவிலான மாற்றுச் சிந்தனையாளர்கள், விடுதலை அரசியல் பணியாளர்கள் அம்பேத்கரை ஆழ்ந்து படிக்கத் தொடங்கியுள்ளனர். பின்காலனியச் சிந்தனையிலும் பெண்ணிய இயக்கங்களிலும் அடித்தள மக்கள் அரசியலிலும் இன்று அம்பேத்கரின் ஆய்வுகள் அடிப்படையான தரவுகளாக மாறியுள்ளன.

மாற்று அரசியல் தளத்தில் அம்பேத்கர் ஒரு குறியீடாக மாறியுள்ளதற்குப் பல காரணங்கள் இருந்தாலும் மார்க்சுக்கு அமையாத கூடுதலான மூன்று வரலாற்றுப் பணிகள் அம்பேத்கருக்கு அளிக்கப்பட்டன. முதல் பணி தன் மக்களை புதையுண்ட வாழ்வில் இருந்து மீட்டு விடுதலையை நோக்கி அழைத்துச் செல்லுதல். இரண்டாவது பணி இந்தியாவிற்கான புதிய சமூகம், நவீனத் தேசியம் எவ்வாறு அமைய வேண்டும் என்பதைத் திட்டமிட்டு அளித்தல். இதனைக் கடந்து மூன்றாவதாக அம்பேத்கர் ஏற்றுக்கொண்ட பணி நவீன தேசியத்திற்கான புதிய கருத்தியலை கட்டமைப்பதுடன் ஒரு தேசத்தை அக்கருத்தியல் அடிப்படையில் வடிவமைக்கும் பணி, இது இந்தியா என்னும் பன்மைப்பட்ட சமூகத்தை நவீனமாக்கும் சிக்கலான பணி. ஆம் அது மிகச் சிக்கலான ஒரு பணிதான் ஏனெனில் நவீனமடைய விரும்பாத மக்களைக் கொண்ட, சமத்துவத்தை வெறுக்கும் பல சாதிகளைக் கொண்ட ஒரு நாட்டை நவீனமடையச் செய்வது, அதற்கான வழிகாட்டு நெறிகளை உருவாக்குவது எதனைவிடவும் கடுமையான ஒரு பணி.

அம்பேத்கர் இப்பணியை ஏற்றுக் கொண்டது 1946-இல் சட்ட அமைச்சராக பொறுப்பேற்றுக் கொண்ட பொழுதுதான் என்று ஒரு பொதுப்பார்வையில் தோன்றக்கூடும். ஆனால் அவர் அந்தப் பணியைத் தன் பல்கலைக்கழக ஆய்வுக் காலத்திலேயே தொடங்கி விட்டார். *இந்தியாவில் சாதிகள்: அவற்றின் செயல்முறை, தொடக்கம் மற்றும் பெருக்கம் (1916)* என்ற ஆய்வுக் கட்டுரையில் “ஒன்றை நான் அழுத்தமாகச் சொல்லிக்கொள்ள விரும்புகிறேன். சாதி விதிமுறையை உருவாக்கியது

மனு அல்ல, தனி ஒருவரால் அதனைச் செய்யவும் இயலாது. மனுவுக்கு முன்பே சாதி அமைப்பு இருந்தது, அதனை மனு நியாயப்படுத்தி தத்துவ வடிவம் தந்திருக்கிறான், நிச்சமாக இன்றுள்ள இந்து சமூக அமைப்பை மனு உருவாக்கவில்லை, அது இயலாத ஒன்று. அவனுடைய நூல் தற்போதுள்ள சாதி விதிகளைப் பட்டியலிட்டுக் காட்டுகிறது, சாதி தர்மத்தைப் போதிக்கிறது" என்று சாதி மற்றும் தீண்டாமையின் வேர்களை அடையாளம் காட்டிய அம்பேத்கர் இந்தியாவில் அடிப்படையான அமைப்பு மாற்றத்தை உருவாக்காமல் சாதி மற்றும் தீண்டாமை வன்கொடுமையை அழிக்க இயலாது என்பதை உணர்ந்தவராக இருந்தார்.

இந்தியாவை ஒரு தேசமாக, நவீனச் சமூகமாக மாற்ற அரசியல் விடுதலைக்கு முன் சமூக, சமய அமைப்பின் அடிப்படைகளை மாற்றியமைக்க வேண்டும் என்பதையும் அம்பேத்கர் கண்டறிந்தார், அதற்காகவே தன் வாழ்க்கையை அளித்தார். இந்தியாவில் சமூகச் சீர்திருத்தத்திற்கான பாதை பல இடர்பாடுகளைக் கொண்டது என்பதைத் தெளிவாக அறிந்திருந்தும் அதனை தன் வாழ்க்கையாக அமைத்துக் கொண்ட அண்ணல் இந்த தளத்தில்தான் மார்க்சிடம் இருந்து வேறுபடுகிறார். இந்தியச் சமூகத்தை முழுமையாக ஆய்ந்து புரிந்து கொண்ட அம்பேத்கருக்கு யாருடைய வழிகாட்டுதலும் இன்றி தன் மக்களின் விடுதலையை உள்ளடக்கிய இந்திய விடுதலை பற்றித் தனியாகச் சிந்திக்க முடிந்தது. இந்தத் தனித்த பார்வை அம்பேத்கரை காங்கிரஸ், இந்துத்துவ அமைப்புகள், இந்திய கம்யூனிச இயக்கம், பிற்போக்கு சனாதனிகள் என அனைத்துப் பகுதியினரிடமிருந்தும் விலகியிருக்கச் செய்தது. அம்பேத்கரை ஒரு சாதித் தலைவராக பார்த்த இந்த அமைப்புகளும் கட்சிகளும் அவரது சமூகக் கோட்பாடுகளைப் புரிந்து கொள்ளவில்லை. அம்பேத்கரின் அரசியல், சமூக, பொருளாதாரக் கொள்கைத் திட்டங்கள் இந்தியச் சமூகத்தை அடிப்படையிலிருந்து மாற்றியமைப்பதற்கான கோட்பாடுகளைக் கொண்டவை, பிராமண-உயர்சாதி ஆதிக்கத்தை உடைத்து உண்மையான மக்கள் அரசியலைக் கட்டுவதற்கான கருத்தியலைக் கொண்டவை என்பதை உணர்ந்த சாதிய-பிராமணிய அறிவுத்துறையினர் அண்ணலை அரசியலில் இருந்து நீக்கி வைப்பதையே தம் முழுநேரப் பணியாகக் கொண்டிருந்தனர்.

இந்தத் தடைகளைக் கடந்து அம்பேத்கர் தேசிய உருவாக்கத்தின் மைய சக்தியாகத் தன்னை மாற்றிக் கொண்டார். அரசியல் அமைப்புக்குழுவில் பங்கு, சட்ட அமைச்சர் பொறுப்பு, வரைவுக்குழுவின் தலைமைப் பொறுப்பு என்பவை அவரைத் தவிர அன்று வேறு யாராலும் கையாள முடியாத பெரும் பணிகள் என்பதை நாம் முதலில் புரிந்து கொள்ள வேண்டும். காந்தியின் பரிந்துரை, நேருவின் நவீன சிந்தனை என்பவை அம்பேத்கருக்கு அப்பொறுப்புகளை வழங்கின என்ற கதைகளில் சிறுபகுதி உண்மை இருக்கலாம். ஆனால் இந்தியாவின் ஐந்தில் ஒரு

பங்காக அமைந்த ஒடுக்கப்பட்ட மக்களின் ஒற்றைக் குரலாக, மக்கள் அரசியலின் அறிவுக்களனாக இருபத்தைந்து ஆண்டுகள் இருந்துவரும் ஒரு சிந்தனையாளரை ஒதுக்கிவிட்டு ஒரு நவீன அரசியல் அமைப்பை யாரும் அமைத்துவிட இயலாது. அது மட்டுமின்றி அம்பேத்கருக்கு இணையான அரசியல், வரலாற்று, சமூக, சட்ட அறிவு கொண்ட மக்கள் சிந்தனையாளர், புரட்சிகர அறிவாளி எனச் சொல்ல வேறொருவர் அப்பொழுது இந்தியாவில் இல்லை.

நேருவின் நவீன-பகுத்தறிவுப் பயிற்சி அம்பேத்கரை ஓரளவு புரிந்து கொள்ள உதவியாக இருந்தது, அத்துடன் அரசியல் அமைப்பை நவீனத் தன்மையுடையதாக மாற்ற அம்பேத்கரின் உதவி அவருக்குத் தேவைப்பட்டது. காந்திக்கு 1937-க்குப் பிறகு அம்பேத்கரின் மதிப்பும், அவர் முன்வைத்த கேள்விகளின் நியாயமும் புரியத் தொடங்கியிருந்தது. ஐந்து ஆண்டுகளில் இல்லை, ஐம்பது ஆண்டுகள் ஆனாலும் அரிஜன சேவா சங்கம் போன்ற அமைப்புகளால் ஒடுக்கப்பட்ட மக்களின் விடுதலையைப் பெற்றுத்தர இயலாது என்பது அவருக்கு தெரியத் தொடங்கியிருந்தது. ஒடுக்கப்பட்ட மக்களுக்கும் அம்பேத்கருக்கும் காந்தி அளித்த உறுதி மொழி மறக்கப்பட்ட ஒன்றாக மாறியிருந்தது. ஆனால் அம்பேத்கரின் அரசியல் யாராலும் மறுக்க இயலாத இடத்தை அடைந்திருந்தது. அவர் தன் மக்களை முழுமையான அரசியல் சக்தியாகத் திரட்ட இயலாத நிலை இருந்தாலும் அவரது அரசியல்தான் விடுதலை அரசியலின் அடிப்படையாக அமைந்திருக்கிறது என்பதை சட்டமும், அரசியல் வரலாறும் படித்த காந்தி, நேரு போன்றவர்களால் ஓரளவு புரிந்து கொள்ள முடிந்தது.

அம்பேத்கரின் பங்களிப்பு இந்திய அரசியலாக்கத்தில் மிகப்பெரும் முக்கியத்துவமுடையது என்பதை அவரது ஒரு பேச்சிலிருந்து நாம் புரிந்து கொள்ளலாம்: "நண்பர்களே, இந்தப் பெரும் தேசத்தின் சமூக, அரசியல், பொருளாதார அமைப்பின் எதிர்கால வளர்ச்சி, மற்றும் அது அடைய இருக்கும் வடிவம் பற்றி எனக்குச் சிறு ஐயமும் இல்லை. இன்று நாம் அரசியல், சமூக, பொருளாதார அடிப்படையில் பாகுபட்டுக் கிடக்கிறோம் என்பதை நான் அறிவேன். நாம் முரண்பட்டு மோதிக்கொள்ளும் பலவேறு குழுக்களாகவே இன்று இருக்கிறோம், ஏன் நானே அப்படியான ஒரு முரண்படும் குழுவின் தலைவன்தான் என்பதை சொல்லிக்கொள்ளவும் நான் தயங்கவில்லை. நண்பர்களே இவற்றையெல்லாம் கடந்து, காலமும் சூழலும் அமையும்போது இந்த நாடு ஒன்றுபட்டதாக உருவாவதை உலகில் யாராலும் தடுக்க முடியாது என்பதை நான் உறுதியாக நம்புகிறேன். (மகிழ்ச்சியொலி) சாதி, சமயப் பிரிவுகள் எல்லாம் நமக்குள் இருந்தாலும் ஒரு வகையில் நாம் ஒன்றுபட்ட தேசமக்கள் என்பதைச் சொல்லிக்கொள்ள நான் சிறிதும் தயங்கவில்லை. (மகிழ்ச்சியொலி) (அம்பேத்கரின் பாராளுமன்ற உரை: டிசம்பர் 17, 1946). எல்லாவித அடக்குமுறைக்கும் பிறகு பலவித ஏமாற்றத்திற்கும் பிறகு

மன்னிப்பு வழங்கி நம்பிக்கை தந்து அதற்காகத் தன் வாழ்வை அளித்து ஆசி வழங்கிய அண்ணலின் இந்தக் குரல்தான் இந்திய நவீன அரசியலின் தொடக்கம். "மறப்போம் மன்னிப்போம்" என்ற காங்கிரஸ் தலைவர்களின் வாக்குதான் அம்பேத்கருக்கு பாராளுமன்றத்தில் இடமளித்தது எனச் சொல்லும் அறிவீனர்கள் இந்திய அரசியலைத் தம் தோட்டத்து விருந்து என நினைத்துக் கொள்பவர்கள்தான்.

இந்திய அரசியலில் அம்பேத்கரின் இந்தக் குரல் தேசிய உருவாக்கத்தின் அடிப்படை. தன் மக்களின் விடுதலையையும் உள்ளடக்கிய ஒரு சுதந்திர நாடு பற்றிய கனவுடன் அம்பேத்கர் தன் அரசியலமைப்புப் பணியைத் தொடங்குகிறார். "யாருக்கும் ஐயம் தேவையில்லை. இறுதியான எதிர்காலம் அல்ல நம்முன் உள்ள இடர்பாடு. இன்று பல்வகைப்பட்ட பிரிவாக உள்ள மக்கள் குழுக்களை பொதுவான கருத்தின் அடிப்படையில் ஒருங்கிணைப்பு நோக்கி எப்படி நகர்த்துவது எப்படியென்பதுதான் நமக்கு முன் உள்ள இடர்பாடு. நமக்கு முன் உள்ள சிக்கல் இறுதி இலக்கு பற்றியதல்ல, எப்படித் தொடங்குவது என்பதில்தான் உள்ளது." *(மேலது).*

அம்பேத்கர் தன் நாடு மற்றும் தன் மக்கள் இரண்டிற்குமான புதிய தொடக்கம் பற்றிச் சிந்தித்தவர், அதனால்தான் பொதுக் குடிமைச்சட்டம் (இந்து குடும்பச் சட்டம்) போன்ற ஒரு சட்டத்தை இந்தியச் சீர்த்திருத்தத்தின் ஒரு தொடக்கமாக அவர் காண்கிறார். பெண்களுக்கான சொத்துரிமை, பெண்கள் தனித்து வாழ்வதற்கான உரிமை, பெண்கள் மணவிலக்கு பெறுவதற்கான உரிமை, சாதிப்பிரிவு கடந்த மண உறவுக்கான உரிமை, சாதிப்பாகுபாடு இன்றி குழந்தைகளைத் தத்தெடுத்து வளர்க்கும் சட்ட உரிமை, ஆண்கள் பலமணம் செய்தலுக்குத் தடை என்பன அச்சட்ட வரைவில் முதன்மையான கூறுகள். பெண்ணுரிமை, சாதிக்கலப்பு என்பவை இவற்றின் உள்நோக்கம் என்பதால் இந்து-சனாதன சக்திகள் இவற்றைக் கடுமையாக எதிர்த்ததும், இச்சட்ட வரைவு விலக்கிக்கொள்ளப்பட்டதும், அண்ணல் அமைச்சரவையில் இருந்து விலகியதும் நாம் அறிந்தவை. இவற்றைக் கடந்து நாம் கவனத்தில் கொள்ள வேண்டியது: 1916-இல் *இந்தியாவில் சாதிகள்: அவற்றின் செயல்முறை, தொடக்கம் மற்றும் பெருக்கம்* என்ற தன் ஆய்வில் குடும்பம், பெண்களின் மீதான கட்டுப்பாடு, உட்சாதித் திருமணம் என்பவற்றிற்கும் இந்தியச் சாதி அமைப்பிற்கும் உள்ள உறவை விளக்கிய அம்பேத்கர் இந்தியச் சமூகத்தை நவீனமடைந்த சமூகமாக மாற்றுவதற்கான தொடக்கமாக இச்சட்டத் திருத்தத்தைக் கண்டார். "மக்களின் அரசியல் விடுதலை அவர்களின் அறிவிலும் ஆன்மாவிலும் நிகழும் விடுதலையில்தான் தொடங்குகிறது" என்பதை அறிவித்த அம்பேத்கர் இந்திய மக்கள் அனைவருக்கமான விடுதலை பற்றியே சிந்தித்தார். அந்த விடுதலை தன் மக்களின் விடுதலையில்தான் தொடங்குகிறது என்பதுதான் அவர் உலகுக்கு அறிவித்த செய்தி.

தன்னை ஓர் உலகக் குடிமகன் (I am a citizen of the world) என அறிவித்த கார்ல் மார்க்சும் "எனக்குத் தாய்நாடு இல்லை" (I have no homeland: எனக்கென ஒரு நாடு இல்லை) என காந்தியின் முன் அறிவித்த அம்பேத்கரும் இணைந்து கூறும் செய்தி இது "ஆகக்கீழான ஒடுக்குதலுக்கு உள்ளாகும் மக்களின் விடுதலையில்தான் மனிதர்கள் அனைவருக்குமான விடுதலை தொடங்குகிறது. இந்த விடுதலையை கொண்டுவரக் கூடிவர்கள் அந்த ஒடுக்குதலுக்கு உள்ளானவர்கள்தான்." இந்த அறிவிப்பு வெறும் உணர்ச்சிவயமானதோ, நல்லெண்ண அடிப்படையில் உருவானதோ, அந்தராத்மாவின் ஒலியோ அல்ல உலக வரலாற்றின் மிக அரிதான இரு பேரறிவாளர்களின் ஆய்வின் வழி கண்டறியப்பட்ட உண்மை.

குறிப்பு:

> *"இதற்குமுன் வரலாற்றில் நிகழ்ந்த இயக்கங்கள் அனைத்தும் சிறுபான்மையினரின் இயக்கங்களாகவோ, அல்லது சிறுபான்மையினரின் நலனுக்கான இயக்கங்களாகவோ இருந்தன. ஆனால் பாட்டாளி வர்க்க இயக்கமோ மிகப் பெரும்பான்மையினர் பங்குபெறும், மிகப் பெரும்பான்மையினரின் நலனுக்காக நடக்கும், தன்னுணர்வுடன் கூடிய தற்சார்புடைய இயக்கமாகும். இன்றைய நமது சமுதாயத்தின் மிகக் கீழான அடுக்காகவுள்ள பாட்டாளி வர்க்கம், அதிகாரப்பூர்வ சமுதாயத்தின் மேலமைந்துள்ள அடுக்குகள் முழுவதையும் உடைத்தெறியாமல், கிளர்ந்தெழவோ தன்னை உயர்த்திக் கொள்ளவோ முடியாது. முதலாளித்துவ வர்க்கத்துடன் பாட்டாளி வர்க்கம் நடத்தும் போராட்டம், உள்ளடக்கத்தில் இல்லாவிட்டாலும், வடிவத்திலேனும், முதலில் அதுவொரு தேசியப் போராட்டமாகவே இருக்கிறது. மெய்யான வடிவில் ஒவ்வொரு நாட்டின் பாட்டாளி வர்க்கமும் முதலில் தன் நாட்டின் முதலாளித்துவ வர்க்கத்துடன்தான் கணக்குத் தீர்த்தாக வேண்டும்." (கம்யூனிஸ்ட் கட்சி அறிக்கை, 1848)*

விடுதலை அறிவும் விடுதலை அரசியலும்

அறப்பேரறிஞர் அயோத்திதாசரும் அண்ணல் அம்பேத்கரும் கடந்த காலத்தை மீட்க முயன்ற சிந்தனையாளர்களோ, தேய்ந்து குறையுற்ற ஒரு சமயத்தை மீட்டுருவாக்கம் செய்ய முயன்ற மரபுப் பற்றாளர்களோ அல்லர். அவர்கள் இருவரும் ஒடுக்கப்பட்ட மக்களைச் சமூக, அரசியல், சமய ஒடுக்குமுறைகளிலிருந்து விடுதலை செய்யவும் ஒடுக்கும் மக்களைத் தம் வன்கொடுமை உளவியலில் இருந்து மீட்டு மனிதத்தன்மை கொண்டவர்களாக மாற்றி நவீன சமத்துவச் சமூகத்திற்குரிய மனிதர்களாக வளர்த்தெடுக்கும் வழிகளைக் காட்டவும் தம் வாழ்வை அளித்த நவீன விடுதலைக் கருத்தியலாளர்கள். இந்திய வரலாற்றில் இவர்கள் இருவரைத் தவிர வேறு யாரும் இதற்கு முன்பு இந்த இருமுனைப்பட்ட பணியை மேற்கொள்ள முன்வந்ததில்லை. இவ்விரு பேரறிஞர்களின் வழியைக் கற்று ஏற்று நடக்க முன்வராத யாரும் இதற்குப் பின்பும் இந்தக் கடினமான பணிக்குத் தம்மை ஒப்படைத்ததில்லை. தலித் அரசியல் என இன்று அடையாளப்படுத்தப்படும் 'இந்திய ஒடுக்கப் பட்டோர் விடுதலை' அரசியலின் மீது சுமத்தப்பட்டுவிட்ட இந்த வரலாற்றுச் சுமை உண்மையில் உலகின் வேறு எந்த அரசியலின் மீதும் சுமத்தப்பட்டதும் இல்லை, அதற்கான தேவைகள் இருந்த இடங்களில் கூட ஒடுக்குவோரை நிலைமாற்றி சமூக வயப்படுத்தும் சுமையை விடுதலை அரசியல் ஏற்றுக்கொண்டதில்லை.

விடுதலை கோரும் மக்களுக்கான அரசியல் தீண்டாமையையும் சாதியமைப்பையும் அழித்துச் சமத்துவச் சமூகத்தை உருவாக்குவதன் வழியாக உண்மையான தேசிய அரசியலையும் தேச அமைப்பையும் உருவாக்கித் தருகிறது என்பதைப் புரிந்துகொள்வதற்கான அறிவற்ற அரசியல் சிந்தனையாளர்களும் சாதிப்பற்றுக் கொண்ட தலைவர்களும் இன்று தலித் அரசியலையும் தலித் கட்சிகளையும் 'சாதிய அரசியல்' 'சாதிக் கட்சிகள்' என்று புலம்பித் திரிவதைக் காண்கிறோம். இனம், மொழி,

அடையாள அரசியலிலும் இந்த வரலாற்றுப் புரிதலற்ற நிலை அச்சுறுத்தும் அளவுக்குப் படிந்து கிடப்பதைக் காணலாம். ஒடுக்கப்பட்டோர் அரசியலைத் தலைமையேற்று களம் நிற்கும் தலைவர்களைச் சாதித் தலைவர்கள் என்று புறம்தள்ளியும் சாதி ஆதிக்கத்தை நிலைப்படுத்தும் தலைவர்களை இனத்தலைவர்கள், தமிழ்த்தேசியப் போராளிகள் என்று புகழ்பாடியும் நிலைக்கேடு அடைந்து நிற்கும் நிலை உண்மையில் விடுதலை அரசியலுக்கு எதிரானது மட்டுமின்றி இனவெறி மற்றும் சாதிவெறி அரசியலுக்கு இணக்கமானது.

உலக அளவில் நடந்த பல்வேறு புரட்சிகர அரசியல் நிலைமாற்றங்கள் உருவாகிய இன்றையச் சூழலிலேயே ஒடுக்கப்பட்டோர் விடுதலை அரசியல் (தலித் அரசியல்) இவ்வளவு கடினமான துயர்நிறைந்த நிலையை எதிர்கொள்ள நேர்கிறதெனில் நம் தலைவர்களான அயோத்திதாசரும் அம்பேத்கரும் தம் அரசியல் பெரும் பணிகளை மேற்கொண்ட காலத்தில் அவர்கள் அடைந்தத் துயர்கள், தொல்லைகள், உள்ளக் காயங்கள் பற்றி எண்ணும் பொழுது மிகுந்த வலியில் தளர்கிறோம். ஆனால் அவற்றையெல்லாம் கடந்து அவர்கள் உருவாக்கிய புரட்சிகர இயக்கம், அவர்கள் கண்டறிந்துத் தொகுத்தளித்த விடுதலைச் சிந்தனைகள் பற்றி எண்ணும்போது வியப்பில் எழுகிறோம். இந்த வலிமையை, இந்த வகை எதிர்ப்புச் சக்தியை, உள்ளார்ந்த அறிவுச் செருக்கை, அறம் சார்ந்த முன்னோக்குப் பார்வையை அவர்களுக்கு அளித்தது எது என அவர்களின் எழுத்துகள் (வாழ்வும் சிந்தனையும் ஒன்றிணைந்த பகுதி) வழி அறிந்துகொள்ள முயற்சிக்கும் போது நமக்கு இரு மையப்புள்ளிகள் கிடைக்கின்றன. முதலாவது: அவர்கள் தம் மக்கள் மீது கொண்டிருந்த அன்பு, இரண்டாவது: அவர்கள் இருவருக்கும் பொதுவான பௌத்தம். ஆம், இவை இரண்டும்தான் அவர்களின் அறிவு, அறம், அரசியல் அனைத்தையும் வழிநடத்தியுள்ளன. இதில் பௌத்தம் அவர்களுக்கான அறம் சார்ந்த அரசியலை மட்டுமின்றி எதிர்ப்புகள், தோல்விகள், புறக்கணிப்புகள், வலிகள் அனைத்தையும் கடந்து வலிமையுடன் முன்செல்லும் ஆற்றலை அளித்திருக்கிறது. அவர்களின் அறிவுத் தேடலுக்கும் பகுத்தறிவு அரசியலுக்கும் பௌத்தம் மிகப்பெரும் அடித்தளத்தை அமைத்துத் தந்திருக்கிறது. இப்படிக் கூறும்போது பௌத்தம் வழிதான் அவர்கள் விடுதலைச் சிந்தனையாளர்களாக மாறினர் என்று புரிந்துகொள்ள வேண்டிய தேவையில்லை. மாறாக அவர்களின் விடுதலைக்கானத் தேடுதலுக்கும் அறிவு சார்ந்த அறக்கோட்பாடுகளுக்கும் பௌத்தம் பொருந்தி வந்ததால் அதனை அவர்கள் ஏற்றுக்கொண்டு புத்துருவம் அளித்தனர்.

ஆதிகுருவாம் புத்தரை இருவருமே தம் தத்துவ ஆசானாக, அரசியல் வழிகாட்டியாகக் குறிப்பிடும் பாங்கு மிகச்செறிவான வரலாற்று பொருள் பொதிந்தது. யாரையும் புனிதராகவோ வணங்கிப் பணியத் தக்கவராகவோ

ஏற்காத அறிஞர்களான இருவரும் புத்தரை அறிவின் வடிவாக, அறத்தின் உருவாக, ஒரு புரட்சியாளராக, தமக்கு நெருங்கமான ஒரு துணைவராக அடையாளம் காண்கின்றனர். இந்த அடையாளம் அவர்களுக்கு ஒரு தொன்மையான உரிமையை, மேன்மையுற்ற உணர்வை வழங்குகிறது. என்னிலும் மிக்க ஒரு அறிஞன் தற்போது இந்தியாவில் யார் உள்ளார் என்று கேட்பதற்குரிய உண்மையான ஆற்றல், உழைப்பினால் உருவான தகுதி அம்பேத்கருக்கு மட்டுமல்ல அயோத்திதாசருக்கும் இருந்தது. இது மிகைப்படுத்தப்படாத ஒரு முன்மொழிதல். இதற்கு அடித்தளமாக அமைந்தது பௌத்தம் உருவாக்கித் தந்த அறிவையும் அறத்தையும் மையமாகக் கொண்ட மரபு. “புத்தருக்குப் பிறகு யார் குருவாக இருக்க முடியும்?” என்ற கேள்வி எழுந்தபோது “தம்மமே குருவாக இருக்க முடியும்” என்ற பதிலை அம்பேத்கர் பதிவு செய்து “ஓர் அறக் கோட்பாடு தன் வலிமையால் வாழவேண்டுமே தவிர தனிமனிதர் ஒருவரின் ஆளுமையால் அது நிலைநிறுத்தக் கூடாது. தனிமனிதர் ஒருவரின் ஆளுமையால் நிலைப்படுத்தப்படுகிறதெனில் அது அறக்கோட்பாடாக இருக்க இயலாது ” என்று விளக்கமும் தருவார்.

அதன் வழியாக பௌத்தத்தைக் கிறித்துவ, இஸ்லாமிய மரபிலிருந்து வேறுபட்டது என்று நிறுவுகிறார் அம்பேத்கர். புத்தர் ஒரு குருவே தவிர இறைமைந்தனோ, இறைத்தூதரோ அல்லர் அதனால் அறிவார்ந்த புரட்சிக்குரிய சமய நெறியாகப் பௌத்தம் அமைந்துள்ளது என்பது அயோத்திதாசர், அம்பேத்கர் இருவரும் கண்டறிந்த உண்மை. இந்த அறிவு மரபில் தம்மை இணைத்துக் கொண்டதன் வழியாக விடுதலையுற்ற அறிஞர்களாக விடுதலைக்கு வழிகாட்டும் புரட்சியாளர்களாக இருவரும் தம்மை உறுதிப்படுத்திக்கொள்ள முடிந்தது. வேறு நிறுவனமான, தலைமை அதிகாரம்கொண்ட சமயங்கள் அளிக்க இயலாத இந்த அறிவார்ந்த விடுதலையைப் பௌத்தத்தின் வழி தம் வாழ்வில் உணர்ந்ததால்தான் அவர்கள் தம் மக்களுக்கும் விடுதலைக்கான மார்க்கமாக அதனை முன்மொழிந்தனர்.

அயோத்திதாசர் இந்த விடுதலையைத் தம் வாழ்வில் 16 ஆண்டுகளுக்கு (1898-1914) மேல் நடைமுறை மெய்யாக்கினார். அக்காலகட்டத்தில் அவருடைய எழுத்து, பேச்சு, இயக்கம் அனைத்திலும் விடுதலையுற்ற ஆற்றலும் அச்சமற்ற தெளிவும் அநீதிகளை முகத்திற்கு நேராகத் தாக்கும் வலிமையும் வெளிப்பட்டன. அவர் வரலாற்றையும் மரபுகளையும் பொய்மைகளில் இருந்து விடுவித்துப் புதிதாகக் கட்டியெழுப்பினார். அம்பேத்கர் தம் வாழ்வின் தொடக்கக் கட்டத்திலிருந்து பகுத்தறிவாளராக இருந்தவர், தம் 44 ஆம் வயதில் மதமாற்றம் பற்றியும் இந்து மதத்திலிருந்து வெளியேற முடிவு செய்துள்ளது பற்றியும் அறிவிப்பை வெளியிடுகிறார். அதற்குப்பிறகு 1956-இல் தம் மறைவுக்குச் சில வாரங்களுக்கு முன் பௌத்த தம்மத்தைச் சடங்கு முறைகளுடன் ஏற்றுத் தம் மக்களுக்கான

எதிர்காலச் செய்தியாக அதனை அறிவிக்கிறார். இடைப்பட்ட காலத்தில் அனைத்துச் சமயங்களையும் அவற்றின் அரசியல் சமூக வரலாறுகளையும் ஆய்வு செய்வதாக அவர் அறிவித்த போதும் பௌத்தத்தின் மீதான பற்று உள்ளீடாக அவருக்குள் எப்போதும் இருந்துகொண்டே இருந்தது. ஆனால் அதனை விடுதலைக்கான அரசியலுடன் இணைப்பதில் அவருக்கு பல விளக்கங்கள் தேவைப்பட்டன. 1930- களில் மதமாற்றம் தான் ஒடுக்கப்பட்ட மக்களுக்கான விடுதலைக்குத் தொடக்கம் என்றும் இந்து மதத்திலிருந்து உடனே வெளியேறுங்கள் என்றும் மக்களுக்கு அறிவுறுத்திய அண்ணல் எந்த சமயத்தைச் சார்வது என்பதை அறிவிக்கவில்லை. இஸ்லாம், கிறிஸ்துவம், பௌத்தம், சீக்கியம் பற்றிப் பொதுவாகக் குறிப்பிடுகிறார். ஆனால் பின்னாட்களில் தீண்டாமைக்குட்பட்ட மக்கள் தொல்புத்தர்களே, பிராமண சமயத்தின் தாக்குதலால் வீழ்ச்சியுற்ற மக்கள்தான் இன்றைய ஒடுக்கப்பட்ட மக்கள் என்ற வரலாற்று கருதுகோளை முன்வைக்கிறார். இந்த இரண்டு கருத்துகளும் அயோத்திதாசரால் சான்றுகளுடன் முன்பே நிறுவப்பட்டவை. “பூர்வத் தமிழர்களே, திராவிட பௌத்தர்களென்னும் பெயர்பெற்று சாதிபேத மென்னுங் களங்கமற்று சகலரும் ஒற்றுமெயுற்று வாழ்ந்ததுபோல் நாளதுவரையில் சாதிபேதமற்று வாழ்ந்து வருகின்றார்கள்.” (தமிழன்: ஆகஸ்டு 18,1909). இதற்காக அம்பேத்கர் வைக்கும் சமூகவியல் தரவும்கூட அயோத்திதாசரால் முன்பே பதிவுசெய்யப்பட்டுள்ளது. ஒடுக்கப்பட்ட மக்கள் பூர்வ பௌத்தர்களே பிராமண-இந்து வன்முறையால் தம் பௌத்த அடையாளம் மறைத்து வாழ நேர்ந்தது வரலாற்றுச் சதி என்ற அறிவிப்பு ஒருவகையில் பௌத்தநெறியை ஏற்பது மதமாற்றம் இல்லை ‘எங்கள் மதமீட்பு’ என்ற செய்தியை முன் வைக்கிறது. அத்துடன் ஒடுக்கப்பட்ட மக்களுக்கான புதிய வாழ்வை, அரசியலை, அடையாளத்தை வழங்குவதாகவும் அமைந்துவிடுகிறது. அயோத்திதாசர் ‘சாதிபேதமற்று வாழ்ந்து வந்த பூர்வத் தமிழ்க்குடிகள், திராவிட பௌத்தர்கள்’ என்று இனம், மொழி உள்ளடக்கிய மீட்பைக் கட்டியெழுப்புகிறார். அத்துடன் உலகம் முழுமைக்குமான தன்மம் என்று அதனை அறிவிக்கவும் செய்கிறார். அம்பேத்கர் அதனை நவீன சமத்துவ அரசியலுடன் இணைத்து எதிர்கால உலகிற்கான விடுதலையாகவும் விரிவுபடுத்துகிறார்.

இந்த முன்னெடுப்பு இருவரிடமும் நிகழ்வதன் பின்னணியை இங்கு நாம் குறித்துக்கொள்ள வேண்டும். அயோத்திதாசர் தம் காலத்தில் முன்வைத்த போராட்டத்திற்குப் பிரிட்டிஷ் அரசைப் பாதுகாப்பு அளிக்கும் ஒரு அமைப்பாக முன்வைத்து செயல்படுகிறார். பிராமணியம், இந்து மதம், சாதியம், தேசியம், நிலவுடைமை அமைப்பு என அனைத்தையும் அவர் அச்சமற்று எதிர்க்க வேற்று நாட்டு அரசின் சட்டங்களின் பாதுகாப்பினை அவர் பயன்படுத்திக் கொள்கிறார். அவர் மேலும் சில ஆண்டுகள் வாழ்ந்திருப்பாரேயானால் பிராமணரல்லாதார் அரசியல், தேசபக்தி அரசியல், இந்துத்துவ அரசியல் என வலிமைகொண்ட அரசியலுடன்

மோதி நின்று போராட வேண்டிய நிலை ஏற்பட்டிருக்கும். அவருக்கு நேராத அந்த கடினமான மோதலும் தாக்குதலும் அம்பேத்கருக்கு வாழ்நாள் முழுக்க வந்து சேர்ந்தது. இவற்றை அண்ணல் எதிர்த்து நிற்கத் தளம் அமைத்துக் கொடுத்ததும் அந்நிய ஆட்சி என்ற மூன்றாவது அமைப்புதான். அந்த காலகட்டத்தில் அம்பேத்கருக்கு அளிக்கப்பட்ட பாதுகாப்பு பின்னாளில் அதாவது 1947-க்குப் பிறகான இந்து-பிராமண ஆட்சியில் இல்லாமலாக்கப்பட்டது. அண்ணலின் எழுத்திலும் பேச்சிலும் துயரமும் வலியும் கூடிய காலகட்டம் இது. 1951-க்குப் பின்னான நாட்கள் அவரிடம் தளர்ச்சியும் சோர்வும் சீற்றமும் கூடிய காலகட்டம். தேர்தலில், கட்சியில் ஏற்பட்ட தோல்விகளும் அவரது திட்டங்களில் ஏற்பட்டப் பின்னடைவுகளும் அவரிடம் உள்ளார்ந்த பல கேள்விகளை எழுப்பின. தம் மக்களின் எதிர்காலம் பற்றிய பதற்றம், இந்திய அரசியலில் பிற்போக்குச் சக்திகளின் வளர்ச்சி பற்றி அருவருப்பு, இந்து-பிராமண அதிகார எழுச்சி பற்றிய சீற்றம் என்பன அவரிடம் இறுக்கத்தை ஏற்படுத்தியிருந்தன. அந்த காலகட்டத்தில்தான் *'புத்தரும் அவர் தம்மமும்'* நூலை அண்ணல் எழுதத் தொடங்குகிறார். அவரது அறிவும் உணர்வும் ஒன்றித்து வெளிப்படும் இந்நூலின் வரிகளூடாக நாம் அவரது பயணத்தை அறிந்துகொள்கிறோம். வாழ்நாள் முழக்க போராடுவதற்கான வலிமை அவருக்கு வந்ததற்கான வேர்கள் அதில் படிந்துள்ளன. தோல்விகளைக் கடந்து வரலாற்றின் விடுதலைக் குறியீடாக அவர் மாறுவதற்கு அடித்தளம் அமைத்துத் தந்த உணர்வு அதன் பக்கங்களூடாக விரிகிறது. தன் மனக் கலக்கங்களைக் கடந்து முன்னோக்கிப் பார்க்கும் அண்ணலுக்கு தன் உள்ளார்ந்த அடையாளத்தை உலகுக்கு அறிவிக்க, தம் மக்களுக்கு வழங்க இனியும் காலங்கடத்தக் கூடாது என்பது புலப்படுகிறது. தீக்ஷா பூமியில் 1956 அக்டோபரில் ஒலித்த அவரது தளர்ந்த குரலுக்குள் இரண்டாயிரமாண்டுச் புரட்சிகரச் சிந்தனையின் தெளிவு வெளிப்படுகிறது.

> *"என்னிடம் ஒரு கேள்வி தொடர்ந்து கேட்கப்படுகிறது: எப்படி இவ்வளவு உயர்ந்த அளவு கல்வியை நான் பெற முடிந்தது. இன்னொரு கேள்வியும் கேட்கப்படுகிறது: ஏன் எனக்கு பௌத்தத்தில் பற்று உருவானது. இந்தியாவில் தீண்டாமைக்குட்பட்ட சமூகத்தில் பிறக்க நேர்ந்த காரணத்தால் என் முன் இந்தக் கேள்விகள் வைக்கப்படுகின்றன. முதல் கேள்விக்கு விடையளிக்க இந்த முன்னுரை உகந்த இடமல்ல. ஆனால் இரண்டாவது கேள்விக்கு விடையளிக்க இந்த முன்னுரை உகந்த இடம்.*
>
> *இக்கேள்விக்கு நேரடியான விடை புத்த தம்மமே மிகச்சிறந்த தர்மம் என நான் மதிக்கிறேன். வேறு எந்த சமய தர்மத்தையும் அதனுடன் ஒப்பிட இயலாது. அறிவியல் சிந்தனை கொண்ட நவீன மனிதர் ஒருவர் சமய நெறி ஒன்றைப் பின்பற்ற வேண்டும் என்று விரும்பினால் அதற்குத் தகுந்த ஒரே சமயநெறி புத்த நெறி மட்டுமே. முப்பத்தைந்து*

ஆண்டுகாலம் அனைத்துச் சமய மார்க்கங்களையும் நுட்பமாக ஆய்ந்து அறிந்தபின் இந்த நம்பிக்கை என்னுள் உறுதிப்பட்டுள்ளது."
(முன்னுரை-புத்தரும் அவர் தம்மமும்)

முதல் கேள்விக்கு அம்பேத்கர் இந்த நூலில் நேரடியாகப் பதில் சொல்லவில்லை, ஆனால் இந்த நூல் முழுமையுமே முதல் கேள்விக்கான பதிலாக அமைந்துள்ளது என்பதுதான் நாம் அறிந்துகொள்ள வேண்டிய உண்மை. அயோத்திதாசரின் ஒவ்வொரு எழுத்திலும் இதற்கான விடை பதிந்துள்ளது. அவர்களின் விடுதலை தொடங்கிய இடம் அது, அதனால்தான் தம் மக்களின் விடுதலைக்கான வழியாக அதனை முன்மொழிந்தனர்.

தலித் அரசியலும் உலகக் களமும்

உலக அளவிலான விடுதலை இயக்கங்கள் அனைத்திற்கும் தற்போது பெரும் பின்னடைவுகள் ஏற்பட்டுள்ளன. இந்தப் பின்னடைவு மனித விடுதலை, மக்கள் அரசியல் இரண்டையும் மையமாகக் கொண்டு இயங்கும் மக்கள் சக்திகளுக்கு அச்சுறுத்தலை தரக்கூடியது. மனித வரலாற்றில் அதுவரை இல்லாத புதிய சமூக-அரசியல் அமைப்புகள் உருவான காலமான இருபதாம் நூற்றாண்டு பெரும் போர்களையும், இனப்படுகொலைகளையும், புரட்சிகளையும் கண்டுள்ளது. அதே சமயம் அது மனித சமூகத்திற்கு பெரும் கனவுகளையும் அளித்தது.

அந்தக் கனவு உலக அளவிலான ஒடுக்கப்பட்ட, உழைக்கும் மக்களுக்கெல்லாம் விடுதலையைத் தரக்கூடிய, வாழ்வுரிமைகளை உறுதி செய்யக்கூடிய அரசியல் இயக்கங்களின் உந்து சக்தியாக அமைந்தது. இனியான அரசியல் அனைத்தும் விடுதலைக்கான அரசியலே என்ற நம்பிக்கையுடன் மாற்றங்களுக்கான பெரும் மக்கள் இயக்கங்கள் முன்னெடுக்கப்பட்டன. இந்த முன்னெடுப்புகளும், மாற்றங்களுக்கான இயக்கங்களும் கடந்த 30 ஆண்டுகாலத்தில் உருக்குலைக்கப்பட்டு உலக வல்லாதிக்கமும், பன்னாட்டு முதலீட்டு அதிகாரமும் மீண்டும் உறுதி செய்யப்பட்ட நிகழ்வே மக்கள் அரசியலுக்கான, விடுதலை இயக்கங்களுக்கான பின்னடைவாகவும் தேக்கமாகவும் மாறியுள்ளது.

சமஉரிமை, சமநீதி என்பவற்றிற்கான கனவுடன் தொடங்கிய விடுதலைக் கருத்தியல்களும், அவற்றின் வழிகாட்டுதலில் நிகழ்த்தப்பட்ட விடுதலைப் போராட்டங்களும் இருபதாம் நூற்றாண்டில் பெரும் அமைப்பு மாற்றங்களை உருவாக்கித் தந்தன. மார்க்சியம் உருவாக்கித் தந்த அரசியல் பொருளாதார அமைப்பின் சில வடிவங்கள் நடைமுறைப்படுத்தப்பட்டு வர்க்கப் போராட்டத்தின் அடுத்த கட்டமான சமூகவயப்பட்ட பொருளாதாரம் உருவாக்கப்பட்டது. இவை சோஷலிச அரசுகள் என்றும், சோஷலிச ஜனநாயகம் என்றும் அடையாளப்படுத்தப்பட்டன. சோவியத் ஒன்றியம் தன்னை சோஷலிஸ்ட் ரிபப்ளிக் என்றும், சீன அரசு தன்னை

பீப்பிள்ஸ் ரிபப்ளிக் என்றும் அடையாளப்படுத்தின. கிழக்கு ஈரோப்பிய நாடுகள் பலவும் சோஷலிச அரசியலமைப்பை ஏற்றுக்கொண்டன. கியூபா தன்னை மக்கள் அரசு (ரிபப்ளிக்) என அறிவித்தது. சோவியத் புரட்சிக்குப் பின்னான உலக அரசியலில் சோஷலிசம், மற்றும் மக்கள் அரசு என்பவை புதிய வரலாற்றை புதிய சமூக அமைப்புகளை உருவாக்கித் தந்தன. சமத்துவமும், சமநீதியும் மனித மதிப்பீடுகளின் மையமாக மாறுவதுடன் ஒடுக்குமுறை, ஆதிக்கம், அடக்குமுறை, சுரண்டல், வன்முறை, ஒதுக்குதல்கள் அற்ற மனித சமூகத்தை உருவாக்குவதுதான் இந்தப் புதிய மக்கள் அரசியலின் இலக்கும், நோக்கமும். ஆனால் இந்த விடுதலை அரசியல் முழுமை அடையாததுடன் உலகமயமான முதலாளித்துவ வல்லாதிக்கத்தினால் இன்று ஒடுக்குதலுக்கும் உள்ளாகியிருப்பதற்கான காரணம் என்ன?

ஒடுக்கும் சக்திகள் உலக அளவில் ஒன்று திரண்ட அளவிற்கு ஒடுக்கப்பட்ட, உழைக்கும் மக்கள் ஒன்று திரளாததும் ஓரமைப்பாகாததும்தான் முதல் காரணம் என்பது வெளிப்படையான உண்மை. ஆனால் நவீன அரசியலும், நவீன பொருளாதாரக் கட்டமைப்புகளும் வெள்ளையின மையமானதாக அமைந்து விட்டதுதான் தற்கால உலகமயமான சுரண்டலுக்கு மிகவலிமையான அடிப்படை. வெள்ளையினங்களின் மேலாதிக்கமும், கருப்பினங்களின் அடிமைப்படுதலும் புதிய ஒரு வடிவத்தில் பிணைக்கப்பட்டதன் வெளிப்பாடுதான் சோவியத் கலைந்து அமெரிக்க வல்லாதிக்கத்துடன் ஒத்திசைந்த நிகழ்வு.

ஐநூறு ஆண்டுகால காலனியச் சுரண்டலாலும் அடிமைமுறை உழைப்பினாலும் இயற்கைவளக் கொள்ளைகளாலும் தம்மைப் பெருக்கிக்கொண்ட வெள்ளையின நாடுகள் இன்று தமக்கிடையில் ஒரு தன்னிறைவை அடைந்து விட்டன. அந்தச் சமூகங்களுக்குள் உள்ள வர்க்க முரண் அல்லது வர்க்க வேறுபாடுகளை ஜனநாயக அரசுகள் தமது பரிமாற்ற பொருளாதாரம் அல்லது சமூகப் பாதுகாப்புத் திட்டங்களால் கையாள முடிகிறது. தற்போது ஆப்ரிக்க, ஆசிய, தென்னமெரிக்க நாடுகளின் இயற்கை வளங்களை எந்தக் கட்டுப்பாடும் இன்றிச் சுரண்டுவதன் மூலம் வெள்ளயின நாடுகளுக்கான பொருளாதார வளம் கிடைத்துவிடுகிறது. மத்திய கிழக்கு, அராபிய நாடுகளின் பெட்ரோலிய வளங்களைக் கொள்ளையிடுவதன் வழியாக ஆற்றல் மூலகங்கள் கிடைத்துவிடுகின்றன. புதிய காலனிய முறை என்று சொல்லப்படும் இந்த சுரண்டல் முறையினால் உலகின் கருப்பின, ஆசிய, பழுப்பின மக்கள் உயிர்ச்சத்து இழந்து தினம் மடிந்து வருகின்றனர். இதற்கெதிராக மக்கள் போராட்டங்கள் எழும் போது அவை அழித்தொழிக்கப்படுகின்றன.

உலக அளவிலான மக்கள் இனங்கள் "உழைக்கும் மக்கள்" என்ற அடையாளத்தை இழந்து வெறும் மனிதக்கூட்டங்களாகவும் வெள்ளையின

நாடுகளின் இன்பமான, வளமையான வாழ்க்கைக்குத் தடையாக உள்ள மந்தைகளாகவும் மாற்றப்பட்டுள்ளனர். இயந்திரங்கள், உயர் தொழில் நுட்பங்களின் உதவியால் உலக முதலாளிகள் தங்கள் உற்பத்தியைப் பெருக்கிக்கொள்ள முடியும். அதனால் மக்கள் சக்தி அவர்களுக்குத் தேவையில்லை. உலகம் முழுதும் உள்ள இயற்கை வளங்களை வளர்ந்த நாடுகள்- வெள்ளையின நாடுகள் கொள்ளையிட இந்த மக்கள் தடையாகவே உள்ளனர். அத்துடன் தேசங்கள், நாடுகள் என்ற வகையில் இவர்கள் வளங்களைப் பங்கிட்டுக் கொள்ளுவதால் பெருஞ்சுமையாகவும் மாறிவிடுகின்றனர். மக்கள் அற்ற நிலங்கள், மனிதர்கள் அற்ற பூமிகள், பங்கிட்டுக் கொள்ளப்படாத இயற்கை வளங்கள் இவைதான் இன்றைய வெள்ளை இனமையவாத உலக அரசியல்-பொருளாதாரத்தின் பெரு விருப்பம். இந்தப் பெருவிருப்பத்தை அந்த நாடுகளின் மக்கள் பொது உளவியல்பாகத் தமக்குள் ஏற்றுக்கொண்டுள்ளனர். வெள்ளை மேலாதிக்க குணமும், பிற இனங்களின் மீதான வெறுப்பும் மற்ற நாடுகளைக் கொள்ளையிடுவதையும், மற்ற இனங்களை அழிப்பதையும் நியாயப்படுத்தும் மன அமைப்பை அவர்களுக்குள் உருவாக்குகிறது. இந்த வெறுப்பும் குற்றவியல்பும் அவர்களின் தேசிய அடையாளமாகவும் மாறிவிடுகிறது. அவர்களின் அரசியல் பிற இனங்களை ஒதுக்கிய, பிற மண்ணின் மக்களைப் புறந்தள்ளிய அரசியலாக மாறியுள்ளது.

இந்தப் பின்னணியில்தான் இன்றைக்கான விடுதலை அரசியல் இனங்களின் அரசியலாக, மண்சார்ந்த மக்களின் அரசியலாக தமக்கெனத் தனி அடையாளத்தைப் பெற்றுள்ளது. இந்திய அளவில் அது ஒடுக்கப்பட்ட மக்களின் அரசியலாக தலித் அரசியலாகத் தன்னை அமைத்துக் கொண்டுள்ளது. உலக முதலாளியமும், வல்லாதிக்கமும் இந்தியாவின் அடித்தள மக்கள் அரசியலை அழித்துவிட்டு சிறுபான்மை முதலாளிய அதிகாரத்தை நிறுவத் திட்டமிட்டதன் காரணமாக வளர்த்தெடுக்கப்பட்டதுதான் இந்துதேசியமும் மதவாத அரசியல் சக்திகளும்.

இவை இனவெறித் தன்மை கொண்டவை, மக்கள் வெறுப்பை நியாயப்படுத்துபவை, சமத்துவம் சமநீதி என்பவற்றை எதிர்ப்பவை. வெள்ளையின நிறவெறியும் இந்து சனாதன, ஆதிக்கசாதி உளவியலும் இணையும்தளம் இதுதான். இந்த மண், இந்த இயற்கை வளங்கள், மனித விழுமியங்கள் அனைவருக்கும் பொதுவானவை அல்ல, அதிகாரம் கொண்ட சிலருக்கே உரியவை. மற்றவர்கள் உழைத்தும் அடிமைப்பட்டும் மடிய வேண்டியவர்கள் என்ற அடிமைமுறை நீட்டிப்பு உளவியல்தான் இவற்றின் மையம். வாழ்வுரிமையையும் சமத்துவத்தையும் மறுக்கும் வன்கொடுமை அரசியலுக்கு சாதி, வர்ண, சனாதன அமைப்பு முழுமையாக ஒத்துழைக்கிறது.

இது உலக மயமான இன்றைய சுரண்டலுக்கு ஒத்துழைத்து மண்ணின் மக்களைக் கொல்ல உதவுகிறது. உலக மயமான, சந்தைப் பொருளாதாரத்தை அடிப்படையாகக்கொண்ட, தனியார் மயமாக்கப்பட்ட அனைத்து அமைப்புகளும் மக்களுக்கு எதிரானவை மட்டுமல்ல, மக்கள் என்ற கருத்தியலுக்கும் அனைவருக்குமான வாழ்வுரிமை என்ற நெறிக்கும்கூட எதிரானவை.

1990-களில் நிலைபெற்று வளர்ந்த தாராளமயமாக்கம், தனியார்மயமாக்கம், உலகமயமாக்கம் என்ற மக்கள் மறுப்பு, மக்கள் அழிப்புத் திட்டங்களுடன் இணைந்து வளர்ந்ததுதான் இன்றைய இந்துமைய-இந்துத்துவ அரசியல் அதிகாரம் என்பதைக் கவனத்தில் கொள்ள வேண்டும். அதே காலகட்டத்தில் புதிய எழுச்சி கொண்டு புதிய அடையாளத்துடன் உருவாகி வளர்ந்த தலித் அரசியலோ அதற்கு முற்றிலும் எதிராக அடித்தள மக்களுக்கான விடுதலை, அனைவருக்குமான சமத்துவம் என்பதை முன் வைத்ததுடன் வர்க்க அரசியல், இன அரசியல் என்பதுடன் சாதியையும் அரசியல் களத்தில் இணைத்தது. சாதி, இனம், வர்க்கம் என்ற மூன்று அரசியல் போராட்டக் களங்களும் இணையும் போது இன்றைக்கான விடுதலை அரசியலின் முழு பரப்பும் விளக்கம் பெறுகிறது. இந்தத் தளமே இந்திய விடுதலை அரசியலின் தொடக்கமாக அமைகிறது.

“அவர்கள் தமக்குள் உள்ள குறுகிய வேறுபாடுகளை மறந்துவிட்டு ஒரு மெய்யான நிலைமையின் அடிப்படையில் ஒன்றுபட்டு நின்றார்கள். கென்யாவில் இருக்கும் ஆப்ரிக்கர்கள் ஆங்கிலேயர்களால் அடிமைப்படுத்தப்பட்டிருந்தார்கள், காங்கோவின் ஆப்ரிக்கர்கள் பெல்ஜியத்தால் அடிமைப்பட்டிருந்தார்கள், கையானாவின் ஆப்ரிக்கர்கள் பிரான்ஸால் அடிமைப்படுத்தப்பட்டிருந்தார்கள், அங்கோலாவின் ஆப்ரிக்கர்கள் போர்ச்சுகீஸால் அடிமைப்படுத்தப்பட்டிருந்தார்கள். அவர்கள் அனைவரும் வெள்ளை நிறமும் நீலநிறக்கண்களும் கொண்ட அய்ரோப்பியர்களால்தான் அடிமைப்படுத்தப்பட்டிருந்தார்கள். அவர்களுக்குத் தங்கள் பகைவர்கள் யார் என்பது தெரியவந்தது. கென்யாவில் நம்மை அடிமைப்படுத்தியிருந்தவர்கள்தான் காங்கோவை அடிமைப்படுத்தியிருந்தனர், காங்கோவை அடிமைப்படுத்தியிருந்தவர்கள்தான் தென்னாப்பிரிக்காவில் நம் மக்களை அடிமைப்படுத்தியிருந்தார்கள். அவர்கள்தான் தென்ரொடீஷியாவின் மக்களை, பர்மாவின் மக்களை, இந்தியாவின் மக்களை, ஆப்கானிஸ்தானின் மக்களை, பாகிஸ்தானின் மக்களை அடிமைப்படுத்தியவர்கள். கருப்பினம் எங்கெல்லாம் அடிமைப்பட்டிருந்ததோ அங்கெல்லாம் அவர்களை அடிமைப்படுத்தியிருந்தவர்கள் வெள்ளையினத்தவர்கள், கருப்பினம் எங்கெல்லாம் சுரண்டப்பட்டதோ அவர்களைச் சுரண்டியவர்கள் வெள்ளையினத்தவர்கள். அவர்கள் அனைவருக்கும் பகைவர் ஒருவர்தான் என்பது தெரியவந்தது.” *(மால்கம் எக்ஸ்)*

அமெரிக்க கருப்பின விடுதலைத் தலைவர் மால்கம் எக்ஸ் 1963 ஆம் ஆண்டு கருப்பின மக்கள் விடுதலை மாநாட்டில் ஒடுக்கப்பட்ட, அடிமைப்பட்ட மக்கள் அனைவரும் ஒன்றிணைந்து புரட்சியில் ஈடுபடவேண்டும் என்பதை விளக்கப் பயன்படுத்திய வரிகள் இவை. அவர் தன் பேச்சில் சமரசமற்ற ஒரு புரட்சியைப் பற்றிக் குறிப்பிட்டார். நீக்ரோ புரட்சி (நீக்ரோ ரெவல்யூஷன்) நமக்குத் தேவையில்லை. அது அமெரிக்காவில் உள்ள அடிமை மனம் கொண்ட மக்கள் சொல்லும் புரட்சி. நமக்கு வேண்டியது கருப்பின மக்களின் புரட்சி (ப்ளாக் ரெவல்யூஷன்) என்று உரத்த குரலில் அறிவித்தார். எங்களுக்கு உணவுவிடுதிகளிலும், திரையரங்குகளிலும், பூங்காக்களிலும் பொதுக்கழிப்பறைகளிலும் இடம் வேண்டும் என்று கேட்பதா புரட்சி, அது இல்லை. "புரட்சியின் அடிப்படை நிலம்தான், நிலம்தான் அனைத்து விடுதலைக்கும் அடிப்படை. சுதந்திரம், நீதி, சமத்துவம் அனைத்திற்கும் நிலமே அடிப்படை" என அறிவித்ததுடன் அதனை அடைவதற்காக உயிரையும் தரத் தன் மக்கள் முன்வரவேண்டும் என அழைப்பு விடுத்தார். "கருப்பின மக்களின் புரட்சி உலகம் தழுவியது, அது உலக அளவில் நடக்க வேண்டியது." என்பது அவரது அரசியல் முழக்கம்.

மால்கம் எக்ஸ் முன்வைத்த புரட்சிகர விடுதலைப் போராட்ட முறையை ஏற்றுக்கொள்ளாமல் கருப்பின மக்களுக்கான அதிகாரத்தைப் பெறுவதற்கான வேறுவழியிலான போராட்டத்தைத் தலைமை தாங்கி நடத்திய மார்டின் லூதர் கிங் கருப்பின மக்களுக்கான அதிகாரம் (ப்ளாக் பவர்) என்ற கொள்கை முழக்கத்தை முன் வைத்தார்.

"கருப்பின அதிகாரம் விரிவான ஆக்கபூர்வமான அர்த்தம் கொண்டது, கருப்பின மக்கள் அரசியல், பொருளாதார வலிமை பெற்று தங்களின் நியாயமான கோரிக்கைகளை வென்றெடுப்பதற்கான அதிகாரம் அது. இந்த நியாயமான அதிகாரம் இன்று இல்லை. தெற்கு அமெரிக்க தோட்டங்களில் இருந்த காலம் முதல் இன்று சேரிகளில் வாழும் காலம் வரை குரலற்ற, அதிகாரம் அற்ற வாழ்க்கையில்தான் அவர்கள் அடைப்பட்டுள்ளார்கள். தம் வாழ்க்கையைப் பற்றி முடிவுசெய்யும் உரிமை அவர்களுக்கு இல்லை, வெள்ளை ஆதிக்கத்தின் அடிமையாக அவர்கள் நசுங்கிக்கொண்டுள்ளனர். அடிமைத் தோட்டங்களையும், சேரிகளையும் உருவாக்கியவர்கள் அதிகாரம் பெற்ற வெள்ளையினத்தவர்கள். சேரிகளை மாற்றியமைக்கும் கருப்பின அதிகாரத்திற்கான போராட்டம் மாற்றத்தை விரும்பாத அடிமைத்தனத்தை நீடிக்க விரும்பும் சக்திகளுடனான போராட்டம்தான்" என்ற மார்டின் அந்த மாற்றம் வன்முறையின் வழியில் உருவாக முடியாது என்று நம்பினார். வன்முறையான போரும் போராட்டமும் மிகப்பழமையானவை, அவை ஆக்கபூர்வமான மாற்றங்களை உருவாக்காது என்ற கருத்து கொண்ட அவர் தன் மக்களுக்கு "வன்முறையற்ற புதிய போராட்டம்" என்ற பாதையை உருவாக்கித் தர முயன்றார். "கருப்பின மக்களின் அதிகாரம் அன்பும்,

சமநீதியும் கொண்டதாக, நேற்றைய இருளை நீக்கி, எதிர்காலத்தின் ஒளியைக் கொண்டுவருவதாக இருக்க வேண்டும்" என்று இறுதிவரை சொல்லி வந்தார்.

இதற்குச் சற்று முன்பாக பிரான்ட்ஸ் ஃபானன் "அய்ரோப்பியர்கள் உருவாக்கிய புதிய அரசியல் முறைகள், சமூக நிறுவனங்கள், சமூக அமைப்பு முறைகளை விட்டு நாம் முற்றிலும் புதிய அமைப்பை உருவாக்க வேண்டும். ஆப்ரிக்க நாடுகளையும் தென்அமெரிக்க நாடுகளையும் மற்றும் ஒரு அய்ரோப்பிய அமைப்பாக மாற்றுவது நம் வேலையல்ல. நாம் புதிதான அமைப்பைக் கண்டறியவேண்டும். மனித குலம் முன்னோக்கிச் செல்ல வேண்டும் என்றால் நாம் புதிதான அமைப்பைக் கண்டறியவேண்டும்." என கருப்பின மக்களின் விடுதலையை மையமாகக் கொண்ட ஒரு புதிய உலக அரசியலை முன்வைத்தார்.

இவர்களுக்கு முன்பாக அண்ணல் அம்பேத்கர் தீண்டாமைக்குட்பட்ட மக்களையும் அடிமைச் சமூகத்தையும் ஆய்ந்து ஒப்பிட்டு "அடிமைகளைவிட தீண்டாமைக்குட்பட்ட மக்கள் மிகக்கொடுமையான நிலையில் இருந்துவருகின்றனர். மனித சமூகத்தின் வளர்ச்சிக்கு அடிமைத்தனத்தை விட தீண்டாமை அதிகக் கேடுவிளைவிப்பது.

தீண்டாமை அடிமைமுறையைவிடக் கொடியது ஏனெனில் அடிமையாக உள்ள ஒருவருக்கும் சமூக அடையாளம்- தனிமனித அடையாளம் உள்ளது. ஆனால், தீண்டாமைக்குட்ட ஒருவருக்கு மனித அடையாளம் மறுக்கப்படுகிறது.

அடிமைகளை வைத்துக்கொள்வது ஒருவருடைய விருப்பத்தைப் பொறுத்தது, ஆனால் தீண்டாமை அப்படியல்ல, இந்துவாக உள்ள ஒவ்வொருவனும் தீண்டாமையை செயல்படுத்தும் கட்டாயத்தில் இருக்கிறான். அதனால் தீண்டாமை அடிமை முறையைவிடக் கொடுமையானது" என்று அறிவிக்கிறார்.

அடிமை நிலை, இன ஒதுக்குதல், தீண்டாமை என்ற மூன்று வன்கொடுமைகளின் வலியிலிருந்து உருவான இந்தக் கருத்தியல்களுக்கு இடையில் உள்ள பொதுத்தன்மை ஒன்றுதான்: ஒடுக்குதல் மற்றும் ஒதுக்குதலுக்கு எதிரான போராட்டத்தை வடிவமைத்தல், அனைத்து விதமான ஒடுக்குதலுக்கும் ஒதுக்குதலுக்கும் எதிரான அரசியலைக் கட்டியெழுப்புதல். இந்திய அளவில் தலித் அரசியலும், உலக அளவில் கருப்பின அரசியலும் இணையும் இந்த களம்தான் உலக அளவிலான அனைத்துவகை விடுதலை அரசியலுக்கும் அடிப்படை என்பதை நாம் இன்னொரு முறை நினைவுபடுத்திக்கொள்ள வேண்டும்.

இவ்வகை விடுதலைக்கான அரசியலில் மிக அடிப்படையானது கருத்தியல்களின் உருவாக்கமும் அதன் பரவுதலும். அடிமைப்பட்டுள்ள சமூகத்தின் பொதுநினைவில் விடுதலைக்கருத்தியலை பதிவித்தலும்,

அடங்கமறுக்கும் சமூக உளவியலை உருவாக்குதலும் போராட்டத்தின் பொருண்மையான ஒரு பகுதியே. ஒடுக்கப்பட்ட மக்களின் தன்னடையாளத்தை மாற்றியமைக்கும் சொல்லாடலும், கருத்தியல்களுமே இந்தியச் சமூகத்தின் முதல்கட்ட விடுதலைச் செயல்பாடாக அமைகிறது. இவ்வாறு உருவாகும் கருத்தியல் இந்திய அரசியலில் தொடங்கி உலக அரசியலுடன் இணைவதாக இருக்கும் என்பதை நமது அரசியல் தலைமை தற்போது அறிவித்துள்ளது மிகுந்த முக்கியத்துவம் கொண்டது.

தமிழக அரசியலில் சாதி மேலாதிக்கவாதமும், மொழித்தூய்மை, இனத்தூய்மை, பண்பாட்டுத் தூய்மைவாதங்களும் பல்வேறு வடிவங்களில் பெருகி, பரவியுள்ளதை பாசிசத்தன்மை கொண்டது என்று அறிவிப்பதன் மூலம் தலித் அரசியல் உலக அளவிலான ஒடுக்கப்பட்ட, அடிமைப்பட்ட, விளிம்புநிலைகுட்பட்ட மக்களின் அரசியலோடு தன்னை இணைத்துக் கொள்கிறது. அத்துடன் ஒடுக்குகிற சக்திகள் தமக்குள் இணையும் போது, தமக்குள் கலக்கும் போது விடுதலைச் சக்திகள், மக்கள் சமூகங்கள் தமக்குள் இணைவதும் கலப்பதும்தான் இனிவரும் காலத்திற்கான விடுதலைச் செயல்பாடு என்பதையும் சொல்லித்தருகிறது.

ஆதிக்கமும் அடக்குமுறையும் உலகமயமாகியுள்ள இன்றைய நிலையில் விடுதலை அரசியலும், மக்கள் இயக்கங்களும் உலகமயமாவதற்கான தேவையை உணர்த்துகிறது "அனைத்தும் கலக்க வேண்டும், கலப்பதுதான் வளர்ச்சி" என்ற கருத்தியல்.

"இனத்தூய்மைவாதம் மிக ஆபத்தானது. இனத்தூய்மை சரியென்றால் சாதித்தூய்மையும் சரியென்றாகிவிடும். உலகின் இயற்கையே கலப்புதான். இனப்பெருக்கத்திற்கும் கூட அடிப்படை கலப்புதானே. கலப்புதான் எல்லாவிதமான முற்போக்குக்கும் மேம்பாட்டுக்கும் வளர்ச்சிக்கும் அடிப்படையாக உள்ளது. இனம் கலக்கவேண்டும், மொழி கலக்கவேண்டும், சாதி கலக்க வேண்டும், பண்பாடு கலக்க வேண்டும். எல்லாம் கலந்துதான் புதிய புதிய உற்பத்திகள் உருவாகின்றன, அதுதான் மேம்பாடு. உலகில் எந்த இனமும் தூய்மையாக இருப்பது கிடையாது, இருக்கவும் முடியாது. அது இயங்கியலுக்கு எதிரானது.

கார்ல் மார்க்ஸ் என்ன இனம், என்ன மொழி, என்ன நாடு என்பது முக்கியமில்லை, அவர் பாட்டாளி வர்க்கத்தின் விடுதலைக்காக சிந்தித்திருக்கிறார், அதற்கான கோட்பாட்டைக் கொடுத்திருக்கிறார். எனவே அவர் நமக்கு வழிகாட்டியாகவும் தலைவருமாக இருக்கிறார்.

ஒடுக்குமுறைக்கு எதிராக, சுரண்டலுக்கு எதிராக, ஆதிக்கத்திற்கு எதிராக போராடவேண்டும் என்பதுதான் நமக்கு அடிப்படை. ஜனநாயகம், முற்போக்கு, வளர்ச்சி இவற்றை அடிப்படையாகக்கொண்ட கொள்கை எதுவாக இருந்தாலும், மனித நேயத்தை அடிப்படையாக்கொண்ட கொள்கை எதுவாக இருந்தாலும் அதுதான் நமக்கு வழிகாட்டியாக

இருக்க முடியும், அதைச் சொல்லுகிறவர்கள்தான் நமக்குத் தலைவர்கள். உலகம்தான் நமக்குக் களம்" என்பது நமது தலைவர் தொல்.திருமாவளவன் அவர்களின் கருத்தியல் வாசகம்.

இதற்கு முன்பு அந்நியமாதலும் அய்க்கியமாதலும் கட்டுரையில் "ஒட்டுமொத்த மானுடமும் ஒரே குலம்; ஒட்டு மொத்த நாடுகளும் ஒரே நாடு; ஒட்டுமொத்த மொழிகளும் ஒரே மொழி என உலகில் 'யாவும் ஒன்றே' என்னும் ஒற்றை அலகை உருவாக்கிட இயலாது. அது இயங்கியலுக்கு முரணானது. அவ்வாறு நிகழவே நிகழாது. பல்வேறு அளவுகள், பல்வேறு வடிவங்கள், பல்வேறு ஆற்றல்கள், பல்வேறு நோக்கங்கள் என மானுடம் மற்றும் பிரபஞ்சம் பன்முகக் கூறுகளைக் கொண்டிருப்பதால் பல்வேறு அமைப்புகள் உருவாவதும் இயங்கியல் போக்கேயாகும்." (அந்நியமாதலும் அய்க்கியமாதலும் கட்டுரையில் தொல். திருமாவளவன்) எனப் பல்வேறு அமைப்புகள் இருப்பதற்கான நியதியை விளக்கியிருக்கிறார். அது அனைத்து அமைப்புகளும் தம் வேறுபட்ட அடையாளத்தை நிலைநிறுத்திக்கொள்ளும் உரிமையைச் சுட்டுவது. ஒற்றை அடையாளத்திற்குள், ஒற்றைத்தன்மை கொண்ட ஆதிக்க அமைப்புக்குள் அடங்கிவிடாத பன்முக வாழ்க்கை முறைகளுக்கான நியாயம் பற்றியது. ஆனால் அந்த வேறுபாடுகள் தமக்குள்ளான சமத்துவமான நிலையை அங்கீகரித்து உறவு கொள்ளும்போது நிகழும் கலப்பு புதிய அடையாளமாக, விரிவான ஒரு விடுதலைப் பண்பாடாக மாற முடியும் என்பதைச் சொல்வதுதான் "அனைத்தும் கலக்க வேண்டும், கலப்பதுதான் வளர்ச்சி" என்ற கருத்தியல். இதனைச் சொல்வதற்கான அத்தனை பின்புலமும் கொண்டதாக உள்ளது தற்போதைய நமது தலித் அரசியல்.

"உலகத் தொழிலாளர்களே ஒன்றுபடுங்கள்" என்ற முழக்கம் தற்போது "இனம் கலக்கவேண்டும், மொழி கலக்கவேண்டும், சாதி கலக்க வேண்டும், பண்பாடு கலக்க வேண்டும்" என்ற தெளிவான செயல் திட்டமாக முன் வைக்கப்பட்டுள்ளது. இதனை எதிர்கால அரசியல் பல்வேறு வகையாக விரிவுபடுத்தும், விளக்கமும் அளிக்கும்.

விடுதலைக்கான அறிவியல்

"ஒட்டுமொத்த மானுடமும் ஒரே குலம்; ஒட்டு மொத்த நாடுகளும் ஒரே நாடு; ஒட்டுமொத்த மொழிகளும் ஒரே மொழி என உலகில் 'யாவும் ஒன்றே' என்னும் ஒற்றை அலகை உருவாக்கிட இயலாது. அது இயங்கியலுக்கு முரணானது. அவ்வாறு நிகழவே நிகழாது. பல்வேறு அளவுகள், பல்வேறு வடிவங்கள், பல்வேறு ஆற்றல்கள், பல்வேறு நோக்கங்கள் என மானுடம் மற்றும் பிரபஞ்சம் பன்முகக் கூறுகளைக் கொண்டிருப்பதால், பல்வேறு அமைப்புகள் உருவாவதும் இயங்கியல் போக்கேயாகும்."

(அந்நியமாதலும் அய்க்கியமாதலும் கட்டுரையில் தொல். திருமாவளவன்)

இந்திய வரலாற்றில் தலித் அரசியலின் தேவையும் வலிமையும் உணரப்பட்டுள்ள இன்றைய காலப்பகுதி அடுத்த கட்ட அரசியலைத் திட்டமிடவும், வடிவமைக்கவுமான ஓர் அழுத்தத்தைக் கொண்டுள்ளது. தலித் சமூகத்திற்கான விடுதலையை உறுதி செய்வதற்காகவும் தலித் மக்களின் மீதான வன்கொடுமைகளுக்கெதிராக ஒன்றுபட்டுப் போராடுவதற்காகவும் தலித் சமூகத்திற்கு மற்ற சமூகங்களுக்கிணையான பொது உரிமைகளைப் பெற்றுத் தருவதற்காகவும் எனச் சில அடிப்படை இலக்குகளைக் கொண்டு தலித் அரசியல் இயக்கங்ளும் அமைப்புகளும் செயல்பட்டுக்கொண்டிருந்தாலும் 'தலித் அரசியல்' என்ற முழு அரசியல் கோட்பாடு, மெய்யியல் மற்றும் சமூகக் கருத்தியல் தொகுதி என்பது தலித் சமூகங்களின் உரிமைகளுக்காகவும் விடுதலைக்காகவும் மட்டுமின்றி இந்தியச் சமூகங்கள் அனைத்தையும் நவீனப்படுத்துவதற்கான திட்டத்தையே தனக்குள் கொண்டுள்ளது.

தலித் அரசியல் மற்றும் கோட்பாடுகள் என்பவை தலித் மக்களின் விடுதலையைத் தம் முதன்மை இலக்காகக் கொண்டிருந்தாலும் அவை ஒட்டு மொத்த இந்தியச் சமூகத்தையும் 'விடுதலை அரசியலை' நோக்கிச்

செலுத்தக் கூடிய செயல் திட்டத்தைக் தமக்குள் கொண்டுள்ளன. அதாவது எற்றத்தாழ்வை இயற்கையென ஏற்றல், அடிமைப்படுத்தல் -அடிமைப்படுதல், ஒடுக்குதல்-ஒடுங்கியிருத்தல், மனித மதிப்புகளை நசுக்குதல்-தன் மதிப்பை இழந்து வாழ்தல் என்பனவற்றை நியாயப்படுத்தும் சமய, சமூக, அரசியல் மதிப்பீடுகள் மற்றும் விதிகளைத் தமது உள்ளீடாகக் கொண்டுள்ள இந்தியச் சமூகத்தை முழுமையாக அவிழ்த்துப் பிரித்து மீண்டும் புதிய அமைப்பாகக் கட்டும் பெரும் பணியையே தலித் அரசியலும் தத்துவமும் தம் அடிப்படையாகக் கொண்டுள்ளன.

சாதி வேற்றுமைகளை இயற்கை என்றும்; புனித விதிப்பட்டது என்றும் வலியுறுத்துவதுடன் தீண்டாமை என்பதை தன் உளவியல் அமைப்பிலேயே பதிந்து வைத்துக்கொண்டு அனைத்து வகையான ஒதுக்குதல்கள், வெளிநிறுத்துதல்களையும் நியாயப்படுத்தும் ஒரு பொதுஉளவியல்பு இந்தியச் சமூகத்தில் தொடர்ந்து நிலவி வருகிறது. இதனை ஆதிக்கச் சாதிகள், மேல் நிலைச்சாதிகள், இடைநிலைச்சாதிகள் என்ற மூன்று தளங்களிலும் காண முடியும். இவை சாதிப்பிரிவுகளை மட்டும் அடிப்படையாகக் கொண்டவை அல்ல. சாதி ஏற்றத்தாழ்வுகள், சாதி மேல்கீழ் படிநிலைகள், சாதி ஒதுக்குதல்கள் மற்றும் சாதி ஒடுக்குமுறைகள் என்பனவற்றை அடிப்படையாகக் கொண்டவை. இவற்றைவிட தீண்டாமை, வெளி நிறுத்துதல், விலக்கிவைத்தல், ஒதுக்கி வைத்தல் என்பனவற்றைத் தமது உள்விதியாகக் கொண்டவை. இச்சாதிகள் தமக்குள்ளான வேறுபாடுகள், மேல்கீழ் படிநிலைகள் என்பனவற்றைக் கொண்டிருந்தாலும் ஒடுக்கப்பட்ட மக்களை, தலித் சமூகங்களை வெளியே நிறுத்துதல், விலக்கி வைத்தல் என்ற தீண்டாமை, அணுகாமை, உரிமை கோராமை என்ற வடிவங்களில் அடக்குமுறைக்கு உள்ளாக்குவதில் மட்டும் ஒன்றிணைந்து செயல்படுகின்றனவையாகத் தம்மை வைத்துக் கொள்கின்றன.

தலித் சமூகங்களில் தனி மனிதர் என்ற நிலையிலோ குழுவாகவோ எப்போதாவது உரிமை கோருதல், அடிமைப்பட மறுத்தல், கீழப்படிய மறுத்தல் என்பவை நிகழும் போது வன்முறையை ஏவுவதிலும் அழித்தொழிப்புகளைச் செய்வதிலும் இந்தச் சாதிகள் அனைத்தும் ஊர், நகரம் என்ற அடிப்படையில் ஒன்றிணைந்து கொள்கின்றன. இந்தியச் சமூகத்தில் ஆகக் கடைசியும் அடிப்படையுமான ஒரு எதிர் நிலைப்படுத்தல், முரண் அடையாளம் என்ற ஒன்று இருக்கும் என்றால் அது தலித் சமூகம் மற்றும் இச்சமூகத்தைக் கீழ்ப்பட்ட நிலையில் வைத்திருக்கும் சாதிச் சமூகங்கள் என்ற இரு பிரிவுகளாகவே இருக்கும். அதனால்தான் தலித் அரசியல் என்பது இந்திய வரலாற்றில் அடிப்படை மாறுதல்களுக்கான அரசியலாகத் தன்னை வைத்துக்கொள்ளவேண்டிய தேவையைக் கொண்டுள்ளது.

தீண்டாமையை நியாயப்படுத்தக்கூடிய, இயல்பு என ஏற்கக்கூடிய ஒரு சமூக மனம் தேசம், தேசியம், நவீனச் சமூகம், குடிமைச் சமூகம், மனித உரிமைகள், சமத்துவம், சுதந்திரம் என்ற உயர் மதிப்பீடுகளையோ கருத்தியல்களையோ ஏற்றுக்கொள்ளாது. ஒடுக்குதல், விலக்கி வைத்தல் என்பதைத் தன் உளப் பண்பாக வைத்திருக்கும் ‘சமூக மனம்’ நவீன அறிவு, குடிமைச் சமூக விதிகள் என்பனவற்றை வெறுத்து ஒதுக்கவே செய்யும். இந்த ‘சாதிய’ உளப்பாங்கு ‘சாதி இந்துத் தன்மை’ என்பதை அடைந்து இன்றைய ‘இந்து மைய அரசியல்’ வரை விரிவடைந்து இருக்கிறது. அதாவது நவீன தேசம், தேசிய அரசு, அரசியல் அமைப்பு, மனித உரிமைகள் என்பனவற்றை அடிப்படையாகக் கொண்ட மக்கள் ஆட்சி, குடிமை அரசு என்பவற்றுக்கு எதிரான ‘ஆதிக்க அரசியல்’ தன்மையை ‘சாதிய உளவியலை’ வளர்த்துத் தந்திருக்கிறது. இது இந்தியாவை ஒரு நவீன தேசமாக மாற்றும் செயல்திட்டத்திற்கு முற்றிலும் பகைமையானது. தேசிய உருவாக்கத்தை அழித்து வன்முறைகொண்ட அடக்கி ஆளுதல் என்பதை நியாயப்படுத்துவது.

இந்த அடக்குமுறைகளைத் தன் கருத்தியல் தளத்திலேயே எதிர்த்துச் செயல்படும் ஒரு அரசியல் என்ற வகையில்தான் ‘தலித் அரசியல்’ என்பது நவீன இந்திய அரசியலுக்கே அடிப்படையை உருவாக்கித்தரும் தகுதியைப் பெற்று விடுகிறது. ஏனெனில் இது இந்தியச் சமூகங்களை ‘பண்பட்ட’ தன்மதிப்பு கொண்ட, அற உணர்வு கொண்ட சமூகங்களாக மாற்றுவதற்கான மெய்யியல் மற்றும் இயங்கியல் கருத்தாக்கங்களைத் தனக்குள் கொண்டுள்ளது. இந்தியச் சமூகங்கள் தம்மைச் சமூக அறங்கள், சமூக நீதிகள் கொண்ட அமைப்புகளாக மாற்றிக் கொள்ளவும் மறுசீரமைப்புச் செய்து கொள்ளவும் ‘தலித் அரசியலின்’ கருத்தியல்களே அடிப்படை முன் நிபந்தனையாக உள்ளன. இதனைப் புரிந்து கொள்ளாத நவீன அரசியல், சமூக, வரலாற்று அறிவு என்பது இந்தியச் சூழலில் முன்திட்டம் கொண்ட, பகுத்தறிவுக்கெதிரான சதிச்செயல்களின் ஒரு வடிவமாகவே இருக்க முடியம். தலித் அரசியல் அந்த வகையில்தான் தலித் அல்லாத சமூகங்களுக்குமான விடுதலை அரசியலாகத் தன்னை வைத்துக் கொள்கிறது.

தொன்மையான இந்தியச் சமூகத்தில் பௌத்தம் என்பது இவ்வகை தூய்மையாக்க அரசியலுக்கு தொடக்கமாக அமைந்திருந்தது. அறம் சார்ந்த அரசியல், நீதி-சமத்துவம்-பொதுமை என்பனவற்றை வழிகாட்டு நெறிகளாகக் கொண்ட சமூக மதிப்பீடுகள், ஒடுக்குதல் மற்றும் ஒதுக்குதலை தீமையெனக் கூறும் கருணை அடிப்படையிலான ஒழுக்க நெறிகள் எனப் பல்வேறு உயர்நிலைக் கருத்தாக்கங்கள் வழியாக பௌத்தம் மனித வரலாற்றில் ‘முதன் முதலாக’ சுதந்திரம், சமத்துவம், சகோதரத்துவம், சமூகப் பொதுஅறம் என்பனவற்றை ஒரு நிறுவனம் சார்ந்த செயல்திட்டமாக முன் வைத்தது. இந்த மறு சீரமைப்பு, புத்தமைப்பு

என்பது அதுவரை இருந்த அடக்குமுறை, ஆதிக்கம், ஆட்சி என்பனவற்றை மையமாகவும் புனித விதியாகவும் கொண்டிருந்த சமூக அமைப்புகள் மற்றும் சமய விதிகளுக்கு முற்றிலும் மாறானது.

அந்த வகையில் பௌத்தமே உலக அளவில் உருவான எந்த சமயத்தையும் விட 'மக்கள் மையத்' தன்மை கொண்டதாக அமைந்திருந்தது, விரிவடைந்து பரவியது. இதனை அண்ணல் அம்பேத்கர் தம் ஆய்வு வழியாகக் கண்டறிந்து கூறுகிறார். பௌத்தம் மற்ற தொன்மையான சமயங்கள் (Primitive Religion), சட்ட விதிகளால் அமைந்த சமயங்கள் (Religion of Law) என்பவற்றுக்கு மாறாக மெய்யியலால் அமைந்த சமய நெறி (Religion of Philosophy) என்பதை அம்பேத்கர் மீண்டும் தெளிவுபடுத்துவதற்கு 'புதிய அரசியல் திட்டம்' ஒன்றையும் 'புதிய வாழ்வியல் நெறி' ஒன்றையும் இந்தியாவுக்கு உருவாக்கி தர வேண்டும் என்ற நோக்கமே முதன்மைக் காரணமாக அமைந்திருந்தது. ஒரு தொன்மையான சமூக மெய்யியல் மரபை புதுப்பிப்பதன் மூலம், மறுகட்டமைப்பு செய்வதன் மூலம் இந்தியாவுக்கு ஒரு மாற்று அரசியல், சமூகப் பண்பாட்டு நெறியை, ஒரு கோட்பாட்டுத் தொகுதியை வழங்க முடியும் என்று அம்பேத்கர் நம்பினார். இந்த நம்பிக்கை ஒடுக்கப்பட்ட மக்களை விடுவிப்பதற்காக மட்டுமின்றி, இந்தியச் சமூகத்தை மறு சீரமைப்பு செய்து அறவுணர்வு பெற்றதாக மாற்றிவிட வேண்டும் என்ற நோக்கத்தையும் அடிப்படையாகக் கொண்டு எழுந்த ஒன்று.

ஆனால் நவீன இந்தியா, இந்திய தேசிய உருவாக்கம் என்பதன் முதன்மைக் கருத்தியலாளராகவும், கோட்பாட்டு ஆசிரியராகவும் ஏற்றுக்கொள்ளப்பட்டு பயிலப்பட வேண்டிய அம்பேத்கரின் சிந்தனைகள் இன்றுவரை விளிம்பு நிலையில் வைக்கப்பட்டதாகவும் வெளியே நிறுத்தப்பட்டதாகவுமே இருந்து வருகிறது. அரசியல் அமைப்புச் சட்டத்தை எழுதிய ஒரு சட்ட வல்லுநர் என அம்பேத்கரை அடையாளப் படுத்துவதுதான் இங்கு நிகழ்ந்துள்ள உச்சபட்ச அங்கீகாரம். இதனையும்கூட உள்ளடங்கிய வெறுப்புடன் குறிப்பிடும் ஒரு பொது 'அரசியல் உளப்பாங்கு' இப்போது வலிமை பெற்று வருகிறது.

'அம்பேத்கர்' என்பவர் இடஒதுக்கீட்டை இந்திய அரசியல் அமைப்பில் புகுத்த சதி செய்த ஒரு 'சாதித் தலைவர்' என்ற அடையாளப்படுத்துதலும் பரவலாக்கப்பட்டுள்ளது. இதன் தொடர்ச்சியாகவே இந்திய 'அரசியல் அமைப்புச் சட்டத்தை மாற்றவேண்டும் அல்லது மாற்றுவோம்' என்ற வெறிக் கூச்சல்களும் மேதாவித்தனமான உளறல்களும் தொடர்ந்து எழுந்தபடி உள்ளன. இந்திய வரலாற்றில் இந்த வெறுப்பு உளவியலின் தாக்குதலுக்கும் வர்ண-சாதி வெறியர்களின் இழிவுபடுத்தலுக்கும் தொடர்ந்து உள்ளான ஒரு குறியீடு ததாகதர் கௌதம புத்தர். புத்தரைப் பற்றிய இந்து சனாதன கட்டுக்கதைகளும் இழித்துரைகளும் பல தொகுதிகளாகத் தொகுக்கப்படும் அளவுக்கு விரிந்து கிடக்கின்றன.

(அதே சமயம் இந்திய ஒடுக்கப்பட்ட மக்களின் மரபுகளில் வெவ்வேறு வடிவங்களில் புத்தர் படிந்து இருந்திருக்கிறார். தேசிய அடையாளத்தைக் கட்டமைக்க புத்தரை மறுஉருவாக்கம் செய்ய வேண்டிய தேவையும் இந்திய அறிவுத்துறைக்கு ஏற்பட்டது). 'பொய்த்தெய்வம்' என்று இழிக்கப்படும் நிலை புத்தருக்கு அடுத்து அண்ணல் அம்பேத்கருக்கு நிகழ்ந்துள்ளது. (பார்க்க: அருண் ஷோரி எழுதிய *Worshipping False Gods, 1997*) உண்மையில் இந்த இரு பெரும் சிந்தனையாளர்களும் இந்திய வாழ்க்கை நெறிகளை மேல்நிலைப்படுத்தவும் மக்களை ஒன்றிணைக்கவும் தம் வாழ்வை அளித்தவர்கள். அப்பணியை ஒடுக்கப்பட்ட மக்களிடமிருந்து தொடங்கியவர்கள். ஆனால் இருவருமே இந்தியப் பெரும்பான்மையினரின் வெறுப்புக்குரிய குறியீடாக மாற்றப்பட்டனர். புத்தரை விஷ்ணுவின் ஒரு வடிவமாக மாற்றியதன் மூலம் இந்திய வரலாற்றில் அவரது தத்துவம் வலுவிழக்கச் செய்யப்பட்டது. அம்பேத்கரைப் ஒரு சாதித்தலைவராக அடையாளப்படுத்தி, அவரது ஆழமான ஆய்வுகளைப் பற்றி அமைதி காத்து மறதிக்குள் தள்ளிவிடவும், இந்தியச் சிந்தனை மரபிலிருந்து அவரை வெளியேற்றவும் முயற்சிகள் நடந்துகொண்டிருக்கின்றன. நவீன அறிவு-அறம் எதற்கும் தொடர்பற்ற பிற்போக்குவாதிகளை இந்தியத் தத்துவத்தின் தந்தைகள், தேசியச் சிந்தனையின் திருவுருவங்கள், இந்திய அறிவின் மூலவர்கள் என்று கொண்டாடிக்கொண்டிருக்கும் அறிவு மறுப்புநிலை தொடர்ந்து கொண்டேயிருக்கிறது.

ஆனால் அம்பேத்கரின் நூற்றாண்டு நிகழ்வுகளுக்குப் பின் உருவான ஒரு அறிவெழுச்சி இந்தியச் சிந்தனைத் தளங்களை வெகுவாகப் பாதித்து புதிய பரிசீலனையை, மறுபார்வைவைகளை உருவாக்கித் தந்திருக்கிறது. இந்தப் புதிய மறு சீரமைப்பு, இந்திய தலித் அரசியலின் 'மூன்றாம் கட்ட' விளைவால் உருவானது எனலாம். தலித் அரசியலின் முதல் கட்டம் மகான் அயோத்திதாசர், அண்ணல் ஜோதிபா புலே போன்ற சமூகச் சீர்திருத்த சிந்தனையாளர்களின் கால கட்டத்தில் அமைந்தது. இரண்டாவது கட்டம் அம்பேத்கரால் வழிநடத்தப்பட்ட அரசியல், சமூக, பொருளாதாரத் திட்டங்களைக் கொண்ட காலகட்டம். அது தனித்தொகுதி, இடஒதுக்கீடு தொடங்கி தீண்டாமையைத் தண்டனைக்குரிய குற்றமாக அரசியல் சட்டத்தில் அறிவிக்கும் வரையிலும் தொடர்ந்த ஒரு நெடிய போராட்ட காலகட்டம். அதற்குப் பின் வந்த தலித் அரசியலை ஒரு காத்திருப்புக்கான காலகட்டம் அல்லது பொறுத்திருத்தலுக்கான காலகட்டம் என்றே சொல்ல வேண்டும்.

மூன்றாம் காலகட்டம் என்பது தலித் அரசியல் முன்னோடிகள், தலித் அரசியலின் தலைமைச் சிந்தனையாளர் அம்பேத்கர் ஆகியோரின் கருத்தியலை ஏற்றும், இடைக்கால இந்தியச் சமூக-அரசியல் படிப்பினைகளைப் புரிந்துகொண்டும் உருவான புதிய அரசியல் செயல்பாடு மற்றும் கருத்தியல்களை கொண்ட ஒரு காலகட்டம். இந்திய

குடியரசுக் கட்சி 1950-களிலிருந்து செய்த முயற்சிகள், மராத்திய அனுபவம் உருவாக்கிய 'இந்திய தலித் சிறுத்தை' இயக்கம் 1970-களில் அளித்த பங்களிப்பு என்பவை அம்பேத்கரின் தொடர்ச்சியாக அமைந்து அதே சமயம் காத்திருப்பு அரசியலைக் கொண்ட காலகட்டத்தைச் சார்ந்தவை. 1992-க்குப் பிறகான மூன்றாம் கட்ட தலித் அரசியல் அடையாளம் என்பது புதிய பொருளாதாரக் கொள்கை, உலக மயமாதல், சந்தைப் பொருளாதாரம், பன்னாட்டு முதலீட்டியம் என்பவற்றின் விளைவுகளை எதிர்கொண்டதுடன், இந்து-இந்தியா அடிப்படைவாதத்தின் மறு எழுச்சியையும் அதன் தாக்குதலையும் சந்தித்து உருவான ஒன்று.

இந்த மூன்றாம் கட்ட தலித் அரசியல் மற்றும் தலித் சிந்தனையின் தமிழ் அடையாளமாகவும் அதற்கு அறிவார்ந்த வடிவம் தருபவராகவும் உருவாகி நிற்பவர்தாம் விடுதலைச் சிறுத்தைகள் கட்சியின் தலைவர் தொல்.திருமாவளவன் அவர்கள். அவரது பல்வேறு செயல்பாடுகளில் ஒன்றான எழுத்து வழி அரசியல் என்பதைப் பற்றி பேசுவதற்கும் புரிந்து கொள்வதற்கும் தற்போது நம்முன் இருப்பவை 'அமைப்பாய்த் திரள்வோம்' என்ற தலைப்பின் கீழ் அவரால் எழுதப்பட்டுள்ள தொடர் கட்டுரைகள். இந்தக் கட்டுரைகள் தமிழில் எழுதப்பட பின்புலனாக அமைந்துள்ள தற்கால தமிழக, இந்திய அரசியல் குறித்தும் உலக அரசியலின் பல்வேறு போக்குகள் குறித்தும் அடிப்படையான புரிதல்களுடனேயே நாம் இவற்றை வாசிக்க வேண்டியுள்ளது. அம்பேத்கரின் சிந்தனைகள் மற்றும் செயல்பாடுகளுக்குப் பிறகான இந்தியச் சிந்தனை மரபில் வந்துள்ள தொல். திருமாவளவன் அதற்கு அடுத்து நிகழ்ந்துள்ள அரசியல், சமூக, பொருளாதார மாற்றங்களைப் பகுத்து ஆய்ந்து தன் சிந்தனை மற்றும் அறிவுருவாக்க முறையை அமைத்துக்கொண்டிருக்கிறார் என்பதால் இவருடைய அரசியலாக்க முறையை பன்மை அரசியலின் பின்னணியிலும் உலக அரசியலின் பின்னணியிலும் புரிந்து கொண்டு வாசிக்க வேண்டிய தேவை உள்ளது. அவ்வகையான ஒரு வாசிப்பையே இங்கு நான் பதிவு செய்கிறேன்.

தோழர் தொல். திருமாவளவன் அவர்களின் வருகை தமிழக அரசியலில் நீண்ட காலமாக இருந்து வந்த ஒரு வெற்றிடத்தை நிரப்பியது எனலாம். திராவிட, தேசிய அரசியல் இரண்டும் தமிழகத்தில் பரவலாகும் முன்பே மகான் அயோத்திதாசர் மற்றும் அவரது தோழர்களால் உருவாக்கப்பட்ட திராவிட சபை, ஆதிதிராவிட ஜனசபை என்ற அமைப்புகள் மூலம் சமூகச் சீர்திருத்த அரசியல் முன்னெடுப்புகள் நடந்து வந்தன. சாதி மறுப்பு, தீண்டாமை ஒழிப்பு, தமிழர் என்ற ஒன்றுபட்ட அடையாளம் என்பதைப் பற்றி முதலில் பேசியவர்கள், செயல்திட்டம் வகுத்தவர்கள் தலித் அரசியல் முன்னோடிகளாகவே இருந்தார்கள். அயோத்திதாசர் தன்னை 'திராவிட பிரதிநிதி' என்று குறிப்பிட்டுக் கொண்டார். தமிழர்கள் யார் என்பதை அவரே வரையறை செய்தார். '*தமிழன்*' என்ற இதழை அவர் நடத்தி

வந்ததற்கும், தமிழ் அறிவை, வரலாற்றை மறு உருவாக்கம் செய்வதற்கும் தமிழர்கள் என்ற பொது அடையாளத்தை உருவாக்குவதற்கும் அடிப்படையாக அமைந்த கோட்பாடு 'தீண்டாமை அற்ற தமிழ்ச் சமூகம்' என்பதாகவே இருந்தது. ஆனால் பிறகு ஏற்பட்ட அரசியல் மாற்றங்களில் ஒடுக்கப்பட்ட மக்களும் ஆதிதமிழர் பிரதிநிதிகளான தலைவர்களும் பின் தள்ளப்பட்டு விளிம்பு நிலைப்படுத்தப்பட்டனர்.

பகுத்தறிவு இயக்கம், சுய மரியாதை இயக்கம் என்பது பிராமணர்-பிராமணரல்லாதார் என்ற முரண்பாட்டுக்கு அளித்த அழுத்தத்தை தீண்டாமை கடைபிடிக்கும் தமிழர்கள்- தீண்டப்படாத தமிழர்கள் என்ற எதிரிடைகளுக்குத் தரவில்லை. பெரியார் சாதி மறுப்பு, தீண்டாமை விலக்கு, இந்து மத ஒழிப்பு, சமத்துவம் என்பனவற்றைத் தன் அடிப்படை கருத்தாக்கங்களாக வைத்திருந்தபோதும் அவருக்குப் பின்னிருந்த இயக்கம், குழு என்பது 'தலித் அல்லாத பிரிவினரை' மையமாகக் கொண்டிருந்தது என்பது வரலாற்று 'உள்மெய்'யாக இருந்து வருகிறது. ஒடுக்கப்பட்ட, தீண்டாமைக்குட்படுத்தப்பட்ட மக்களின் பிரதிநிதிகள் தேசிய இயக்கம், திராவிட இயக்கம், பொதுவுடைமை இயக்கம் என்ற அரசியல் இயக்கங்களிலும் பின் உருவான பதவி அரசியல் கட்சிகளிலும் பரவலாக இணைந்து செயல்பட்டு வந்தாலும், ஒடுக்கப்பட்டோரின் தலைமையின் கீழ் இந்த இயக்கங்கள் செயல்படும் வகையில் தம்மை வடிவமைத்துக் கொள்ளவில்லை. இதற்கு அடிப்படையாக அமைந்திருந்தது தீண்டாமை என்பதை புதிய வடிவில் ஏற்றுக்கொண்ட தற்கால அரசியல் உளப்பாங்கு என்றே கூறவேண்டும். மற்ற எந்த அரசியலையும் விட தமிழ்மொழி, தமிழ் இனம், தமிழர் அடையாளம் என்பனவற்றை அடிப்படையாகக் கொண்டு இயங்க நினைக்கும் கட்சிகள், இயக்கங்களின் தலைமை தலித் அறிஞர்களுக்கு வழங்கப்பட்டிருக்க வேண்டும். ஆனால் வெறும் உள்ளடக்கும் அடையாளமாக உறுப்பினர்கள், தொண்டர்கள், சிறப்புத் தொகுதியின் சட்டமன்ற, நாடாளுமன்ற உறுப்பினர்கள், ஒரு அமைச்சர் மற்றவர்கள் 'கட்சிப் பணியாளர்கள்' என்ற வகையிலேயே தமிழ்க் கட்சிகள் செயல்பட்டு வருகின்றன.

தமிழர் அரசியலை, தமிழ் அடையாளத்தை தலித் அரசியல் தலைமையிலிருந்து வழி நடத்தவும் வடிவம் தரவும் தலித் தலைமை ஒன்று உருவாகாமல் இருந்ததின் வெற்றிடத்தையே தோழர் தொல்.திருமாவளவன் அவர்களின் வருகையும் வளர்ச்சியும் நிறைத்தது. ஒடுக்கப்பட்ட மக்களின் அரசியல் அடையாளமாகவும் தலித் கோட்பாடுகளுக்குக் களமாகவும், மாற்றுத் தமிழ் அடையாளத்தின் திரட்சியாகவும் அமைந்த விடுதலைச் சிறுத்தைகள் இயக்கம் 'அடங்க மறுப்போம், அத்து மீறுவோம், திமிறி எழுவோம், திருப்பி அடிப்போம்' என்ற வரலாற்று உணர்ச்சி செறிந்த வாசகத்துடன் தன் செயல்பாட்டைத் தொடங்கியபோது தோழர் திருமாவளவனின் உருவமும் குரலும் ஒய்வற்ற அமைப்பாக்கும்

செயல்பாடும் தமிழக அரசியலின் ஒரு நூற்றாண்டு வெறுமையை மாற்றி அமைத்தது. 'என் உயிரினும் மேலான விடுதலைச் சிறுத்தைகளே' என்ற அந்த உள்ளத்தைத் தூண்டும் வாசகம் ஒலிக்கத் தொடங்கி இருபது ஆண்டுகளைக் கடந்துவிட்டது. இந்த இருபது ஆண்டுகளில் விடுதலைச் சிறுத்தைகள் இயக்கம், விடுதலைச் சிறுத்தைகள் கட்சியாக பாராளுமன்ற பங்கெடுப்பில் ஈடுபட்டதும், பல்வேறு கட்சிகளுடன் இணைந்து தேர்தல் அரசியலில் பங்கெடுத்துக் கொண்டதுமென நெடிய மாறுதல்கள் நிகழ்ந்து வந்துள்ளன. தற்போது 'அமைப்பாய்த் திரள்வோம், அங்கீகாரம் பெறுவோம், அதிகாரம் வெல்வோம்' என்ற செயல் திட்டம் முன்வைக்கப்பட்டுள்ளது. இந்த மாறுதல்களில் வளர்ச்சியும், தளர்ச்சியும், கடுமையும், மெலிவும், எழுச்சியும், சோர்வும் மாறி மாறி அமைந்திருக்கலாம். ஆனால் அதன் அடிப்படையாக அமைந்த கோட்பாடு, மெய்யியல், கருத்தியல் என்பது மிக வலிமையான தன்னாய்வுகளின் மீது கட்டப்பட்டுள்ளது என்பதை தோழர் திருமாவளவனின் எழுத்துகள் நமக்குத் தெளிவுபடுத்துகின்றன.

அவரது பேச்சு தமிழகத்தில் ஒலிக்கத் தொடங்கியபோது ஏற்பட்ட வெறுப்புகள் வரலாற்றுப் பதிவுகளாக உள்ளன. ஒரு 'தலித் இளைஞர்' தமிழக அரசியலின் தலைமைகளை கேள்விக்குட்படுத்துவதா? என்ற எதிர்ப்புகள் பல்வேறு வழிகளில் வெளிப்பட்டன. அவருக்குப் பின்னால் ஒரு கோடி தமிழர்கள் திரண்டுக்கொண்டிருக்கிறார்கள் என்பது பெரும் அச்சுறுத்தலாகப் பார்க்கப்பட்டது. அவரது குரலுக்குள்ளிருந்து 30 கோடி இந்திய ஒடுக்கப்பட்ட மக்களின் சீற்றம் வெளிப்பட்டது என்பது மறைக்கப்பட முடியாததாக மாறியது. தமிழர்களின் அடையாளமாகவும் மாறுதலுற்ற தமிழக வரலாற்றின் அடையாளமாகவும் செயல்பட வேண்டிய நிலை விடுதலைச் சிறுத்தைகள் கட்சிக்கும் அதன் தலைமைக்கும் உருவாகியது என்பது விபத்து அல்ல. அது வரலாற்றுத் தேவையும் நியாயமுமாக அமைந்த ஒன்று. அந்தத் தேவையை நிறைவேற்றுவதற்கான கோட்பாட்டுப் பின்புலம், சிந்தனை கடைக்கால், கருத்தியல் கட்டமைப்பு, மதிப்பீடுகள் சார்ந்த விரிவு, வழிகாட்டு நெறி என்பது 'விடுதலைச் சிறுத்தைகள்' என்ற செயல்படும் அமைப்புக்கு உள்ளது என்பதையே 'அமைப்பாய்த் திரள்வோம்' என்ற கட்டுரைகள் புலப்படுத்துகின்றன.

தமிழக அரசியலில் தலைமை வகித்துவரும் யாருக்கும் அமையாத நவீன-பின்நவீனப் புரிதலும், புலனறிவும் கொண்ட ஒரு நெறியாளராக, வழிகாட்டியாக, கோட்பாட்டாளராக தோழர் திருமாவளவன் தன்னை அமைத்துக் கொண்டிருப்பதை இக்கட்டுரைகள் தெளிவாக்குகின்றன. ஓர் இயக்கத்தலைவர் என்பதுடன் ஒரு கல்வியாளராக, ஓர் ஆய்வாளராக இந்தக் கட்டுரைகளின் மூலம் தன்னை வெளிப்படுத்திக் கொள்கிறார். அம்பேத்கரின் எழுத்தை, பேச்சை வாசிக்கும் அறிவுப் பயிற்சியுடைய யாருக்கும் அதன் வாத வலிமை, அறிவின் மீதான பற்று, வரலாற்றுத்

தெளிவு என்பவை முதலில் வியப்பைத் தோற்றுவிக்கும். ஏனெனில் இந்திய அரசியலில் வேறு எந்தத் தலைவரும் இந்த வகைப் பயிற்சியும் முதிர்ச்சியும் கொண்ட அறிவு மரபைச் சார்ந்தவர்கள் இல்லை என்பதை அந்த எழுத்துகள் புலப்படுத்தும். அதே வகை 'அறிவுச் செருக்கினை' நமக்குள் உணரக் கூடிய ஒரு நிலையை இந்தக் கட்டுரைகள் தோற்றுவிக்கின்றன. அவற்றின் கட்டமைப்பு, அறிவமைப்பு முறை என்பவை தற்போது உலக அளவிலான அரசியல்-சமூக உரையாடல்களைப் புரிந்துகொண்ட இந்திய அரசியல் சொல்லாடலின் தன்மையை கொண்டுள்ளது. அத்துடன் இக்கட்டுரைகள் இரண்டு வகையான 'கேட்போரை' 'ஏற்போரைக்' கொண்டுள்ளன.

முதல் கட்டத்தில் இக்கட்டுரைகள் உணர்வெழுச்சியில் ஒன்று திரண்ட, தன் அடிமைத்தனத்தை மறுத்து எழுந்துள்ள ஒடுக்கப்பட்ட தமிழ் இளைஞர்களுக்கு அரசியல் அறிவையும், கோட்பாட்டுப் பயிற்சியையும் அளிக்கின்றன. இரண்டாவது கட்டத்தில் தலித் அல்லாத சமத்துவம், சுதந்திரம், சமநீதி என்பதை ஏற்ற நவீன மக்கள் குழுவினருக்கு எதிர் கால அரசியலைப் புரிய வைக்கும் முயற்சியை மேற்கொள்கின்றன.

இந்த இரண்டும் ஒன்றாக இணையும்போது மற்றொரு 'விடுதலை அரசியல் கோட்பாட்டு' உரையாடலாக மாறுகின்றன. இந்த உரையாடலுக்கு அடிப்படையாக அமைவது 'சுரண்டும் வர்க்கத்தினரிடையே கூட்டமைப்பாதல் எளிதில் நிகழ்தலைப் போல சுரண்டப்படும் உழைக்கும் வர்க்கத்தினரிடையே நிகழ்ந்து விடுவதில்லை' என்ற புரிதல். இதனடிப்படையில்தான் தலித் அரசியலின் இயங்கியலைப் பற்றி இக்கட்டுரைகள் பேசுகின்றன.

> "ஆண்-பெண் வேறுபாடு இயங்கியல் போக்கில் நிலையாக அமையப் பெற்றுள்ள ஒன்றாகும். இதனை அடிக்கட்டுமானம் என்று புரிந்து கொண்டால், ஆணாதிக்கம் என்பது இடைக்காலமாக அமையப் பெற்றுள்ள அல்லது பெண்களின் மீது திணிக்கப்பட்டுள்ள மேல் கட்டுமானமாகப் புரிந்து கொள்ள முடியும்."

(அமைப்பாதலும் அரசியல்படுத்தலும் கட்டுரையில் தொல். திருமாவளவன்)

அமைப்பாய்த் திரள்வோம் கட்டுரைகளின் பொது அமைப்பையும் அதன் கருத்தியல் விரிவுகளையும் அடையாளப்படுத்திப் பார்ப்பதன் வழியாக அவற்றின் கோட்பாட்டுச் செறிவுகளை நாம் புரிந்து கொள்ள முடியும். தலித் அரசியல் தனது கோட்பாட்டு அடிப்படைகளாக மார்க்ஸியம், அம்பேத்கரியம் இரண்டையும் கொண்டுள்ளன. தொல். திருமாவளவன் அவ்வகையில் தன்னை மார்க்ஸிய வழி வந்த அம்பேத்கரியவாதியாகவே வளர்த்தெடுத்துக் கொண்டவர். இந்த இரண்டையும் கடந்து மொழி, இன அரசியல் மற்றும் பண்பாட்டு-அடையாள அரசியல் என்பனவற்றைத் தனது செயல்திட்டத்தில் இணைத்துக்கொண்டதன் வழியாகப் பின்காலனிய-

பின்நவீன அரசியல் புரிதலைக் கொண்டவராகத் தன்னை விரிவுப் படுத்திக் கொள்கிறார். முரண்பாடுகள், மோதல்கள் என்பவற்றால் வரலாற்றை விளக்குவது என்ற வகையில் மார்க்ஸியம் நவீன அறிவின் தவிர்க்க முடியாத அடிப்படையாக மாறியிருக்கிறது. இந்த முரண்பாட்டை சமூகத்தளத்தில் உழைக்கும் வர்க்கம்-சுரண்டும் வர்க்கம் என்று பிரித்து அறிவதன் மூலம் இக்கட்டுரைகள் முதல் கட்டத்தில் மார்க்ஸிய அடிப்படைகளைக் கொண்டிருக்கின்றன. அடுத்து அம்பேத்கரிய அடிப்படையில் சாதி, மதம் என்பவற்றின் இடத்தை விளக்கும் நிலையில் இந்தியச் சமூகத்தின் அடிப்படைச் சிக்கலை, சமூகத் தீமைகளை அடையாளம் காட்டுகின்றன.

> "சனநாயகமும், சமத்துவமும் பரவலாக்கப்பட வேண்டுமென்கிற தேவையின் அடிப்படையில் மனிதன் தொடர்ந்து போராட வேண்டியிருக்கிறது. சனநாயகம் பரவலாக்கப்பட்டாலொழிய சமத்துவம் என்பதை இச்சமூகக் கட்டமைப்பில் உருவாக்கவே இயலாது."

> "இத்தகைய சனநாயகத்துக்கான- சமத்துவத்துக்கான விடுதலைப் போராட்டங்களை முன்னெடுப்பதற்கு ஏற்கனவே, இச்சமூகக் கட்டமைப்பிலுள்ள சாதி, மதம் என்கிற அமைப்புகளால் இயலாது. எனவே சாதி கடந்து, மதம் கடந்து, ஒரு புதிய அமைப்புக் கொள்கை சார்ந்து கட்டமைக்க வேண்டிய தேவை எழுகிறது."

> "சாதியும், மதமும் மனிதர்களின் கற்பிக்கப்பட்ட கட்டமைப்புகளாகும்"

என்று விளக்குவதன் மூலம் 'நவீன பொது அரசியலின்' தேவை முன்வைக்கப்படுகிறது. அடுத்து உருவாகும் பன்மை அரசியல் என்ற நிலை உலகமயமாதலுக்குப் பின்னான கொடிய விளைவுகளை அடையாளம் கண்டு உருவாகும் ஒன்றாகும். இதனை அதிகாரத்தைப் பகிர்ந்து கொள்ளும் உரிமை என்று அடையாளப்படுத்துகின்றன இக்கட்டுரைகள்.

இந்தப் பன்மை அரசியலில் பெண்ணியம், விளிம்புநிலைப்பட்டோர் உரிமை, தேசிய-சிறுபான்மை இனங்களின் தன்னுரிமை என்பனவற்றை இணைத்துக் கொள்ளும் திட்ட வரைவு புதிய அரசியலின் தொடக்கமாகும். இதனை "யார் யாரெல்லாம் சனநாயகம் மறுக்கப்பட்டவர்களோ, சமத்துவம் மறுக்கப்பட்டவர்களோ, தொடர்ந்து நசுக்கப்பட்டு வரும், சுரண்டப்பட்டு வரும் பிரிவினரோ, அவர்கள் அனைவரையும் ஒரு கட்டமைப்புக்குள் அணிதிரட்ட வேண்டியுள்ளது" என்று விளக்கி "அனைத்து ஒடுக்கப்பட்டவர்களும் சிறுபான்மையினத்தவர்களும்" என்ற விரிவான ஓர் இணைப்பைத் தருகிறார் தொல். திருமாவளவன். இந்த பன்மை மற்றும் வேறுபாடுகள் ஏற்கும் கொள்கை இனிவரும் அரசியலுக்கான புதிய அடிப்படையை வழங்குகிறது. இதனை

முன்மொழியும் உரிமையும் தகுதியும் வரலாற்று நியாயமும் தலித் அரசியலுக்கு மட்டுமே உண்டு என்பதும் இங்கு உறுதிப்படுத்தப்படுகிறது.

> "'உழைப்பவன் உயிர்வாழ மட்டுமே தகுதியுடையவன், ஏனென்றால் உயிர் வாழ்ந்தால்தான் அவன் தொடர்ந்து உழைக்க முடியும்' என்கிற கருத்தை உள்ளடக்கியதுதான் பாசிசத்தின் அடிப்படையாகும்."
> - தொல். திருமாவளவன்

"எந்தவொரு கொள்கைக்கும் அதனோடு தொடர்புடைய கோட்பாட்டுப் பின்னணி உண்டு. கோட்பாட்டுப் பின்னணி இல்லாதவை கொள்கைகளாக இல்லாமல் வெறும் கோரிக்கைகளாகவே இருக்கும்" என்ற புரிதலைக் கொண்டு இக்கட்டுரைகள் அமைக்கப்பட்டுள்ளன. அதனாலேயே ஒவ்வொரு கட்டுரையும் வரலாற்று, மானுடவியல், அரசியல், இயங்கியல் என்பவற்றின் அடிப்படைகளுடன் தொடங்கி தன் முதன்மைக் கருத்துகளை விளக்குவதாக விரிவடைகின்றன. அவ்வகையில் இக்கட்டுரைகளை அரசியல் தத்துவம் சார்ந்த நெடிய உரையாடலாகவும் "அனைவருக்கும் சனநாயகம், அனைவருக்கும் அதிகாரம்" என்ற நவீன வாழ்வியல் நோக்கிய தொடர் ஆய்வுரையாகவும் வாசிக்க முடிகிறது. குறிப்பாக ஏகாதிபத்திய எதிர்ப்பு, பாசிசத்திற்கு எதிரான தகவமைப்பு என்பவை இக்கட்டுரைகளின் ஊடு இழைகளாகப் விரவியுள்ளன. இவை ஒரு அரசியல் கட்சி மற்றும் சமூக இயக்கத்தின் தலைவரால் முன்வைக்கப்படுகின்றவை என்பதால் வரலாற்று முக்கியத்துவம் பெறுவதுடன் ஒரு கோட்பாட்டுத் தொகுதியின் செறிவையும் வலிமையையும் பெறுகின்றன.

உடல் அரசியல், சுற்றுச்சூழல் மற்றும் இயற்கை சார் மாற்றுப் பொருளாதாரம், மண் சார்ந்த அறிவியல் என்ற தளங்களில் தொல். திருமாவளவன் கொண்டுள்ள தற்காலத் தன்மை கொண்ட கருத்தமைவுகள் உலக அளவிலான மாற்றுச் சிந்தனையாளர்களின் தொடர்ச்சியாக அமைந்துள்ளன. இந்த நவீனத்தன்மைக்குப் பிறகான மாற்றுத் திட்டங்களுக்கும் முற்போக்கு அரசியலுக்கும் இடையில் இந்திய அரசியல் களத்தில் பெரும் முரண்பாடும் விலகுதலும் உள்ளது என்பதை நாம் கவனத்தில் கொள்ளும்போது தோழரின் புரிதல் மிகுந்த வரலாற்று முக்கியத்துவம் கொண்டது என்பது தெளிவாகும். இக்கால வர்க்க விடுதலை அரசியலாகத் தன்னை முன்வைக்கும் 'மார்க்ஸிய கட்சிகள்' தொழில் நுட்பம், அறிவியல் என்பனவற்றை மையமாகக் கொண்ட உற்பத்தி, வளர்ச்சி என்பனவற்றை விடுதலைக்கானதாக தொடர்ந்து முன் வைத்து உழைக்கும் உடல்களை, மண் சார்ந்த மக்களை, விளிம்பு நிலைப்படுத்த துணைபோகும் நிலையில் தலித் அரசியலின் பகுதியாக மண்சார் அறிவியல், நிலம்சார் பொருளாதாரம் என்பவை முன்வைக்கப்படுவது மாற்றங்களை அடித்தளம்வரை கொண்டு செல்லும் அரசியல் திட்டமாக அமைகிறது. சாதி அமைப்பும் தீண்டாமையும் சந்தைப் பொருளாதாரம் மற்றும் பன்னாட்டு முதலீட்டு

வளர்ச்சியின் போது தளரவும் மறையவும் வாய்ப்புள்ளது என்ற நம்பிக்கை தற்பொழுது பொய்யாகியுள்ளது. தலித் மற்றும் உழைக்கும் மக்கள் மேலும் வாழ்வுரிமை இழந்து கொண்டிருப்பதுடன் சாதி-ஆதிக்க சக்திகள் வலிமையாகிக் கொண்டிருக்கின்றன. நகர்மயமான வாழ்வு தீண்டாமையின் கடுமையை 10 சதவீதம்கூட குறைக்கவில்லை. வேலை வாய்ப்பை வெள்ளமாகப் பெருக்கித்தரும் என்று போற்றிப்பாடப்பட்ட பன்னாட்டு நிறுவனங்கள், தனியார் முதலீடுகள் என்பவை இந்திய அரசியல் சட்டம் ஒடுக்கப்பட்ட மக்களுக்கு உறுதிசெய்துள்ள வேலை பெறும் உரிமையை அளிக்காததுடன் அவர்களின் வாழிடங்களையும் கொள்ளையிட்டுக் கொண்டிருக்கின்றன. உலக மயமான ஏகாதிபத்திய பொருளியல்-அரசியல் சக்திகள் தமிழீழம் போன்ற இன விடுதலைப் போராட்டங்களை அழித்தொழிக்கின்றன. பன்னாட்டு முதலாளிகளுக்கு மண்ணின் மக்களும் அவர்தம் நிலம்சார் வாழ்வாதாரங்களும் பலியிடப்படுகின்றன. தற்போது தலித் அரசியலின் பணிகளும் செயல்திட்டங்களும் விரிவாகி இருப்பதுடன் கடினமான உழைப்பைக் கோருகின்றனவாகவும் மாறியுள்ளன. இந்தப் படிப்பினைகளின் பின்னணியில் மண்ணுரிமை, மரபு மீட்பு, இயற்கை பேணும் வாழ்வியல், இனஉரிமை கொண்ட தலித் அரசியல் கோட்பாடு ஒன்றை விடுதலைச் சிறுத்தைகள் கட்சிக்கு அளிக்கும் இக்கட்டுரைகள் வரும் காலத்தில் மிகுந்த பெருமதி கொண்டவையாகவும் அடுத்த தலைமுறை அரசியல் செயல்பாட்டாளர்களுக்கு வழிகாட்டியாகவும் அமையும்.

'மக்களை அரசியல்படுத்தல்' என்ற செயல்திட்டம் தற்கால விடுதலைக் கருத்தியல்களின் மிக அடிப்படையான கூறாகும். அரசியல்படுத்தல் என்பது கோட்பாட்டுத் தெளிவையும் அறிவையும் வளர்த்தல் என்பதில் தொடங்குகிறது. இதனையே இக்கட்டுரைகள் தொடர்ந்து விளக்கிச் சொல்கின்றன. உழைப்பு, சுதந்திரம், அதிகாரப் பகிர்வு என்கிற அடிப்படைகளை அரசியல் கூறுகளாகக் கொண்டு தன் கோட்பாட்டுக் கட்டமைப்பை செய்யும் இக்கட்டுரைகள் தேசிய இனம், மொழித் தேசியம் என்ற அடையாளங்களையும் தன் அரசியல் இயங்கியலுக்குள் இணைத்துக் கொள்வதன் மூலம் ('தமிழீழத்தில் அத்தகைய தேசிய இனவிடுதலைப் போராட்டமே நிகழ்ந்து கொண்டிருக்கிறது' என்று அடையாளப்படுத்துவதன் வழியாக இந்திய தலித் இயக்கங்களுக்கு ஒரு புதிய புரிதல் அளிக்கப்படுகிறது) இருபத்தோராம் நூற்றாண்டில் நிகழ்ந்து கொண்டிருக்கும், இனி நிகழப்போகும் பல்வேறு அரசியல், சமூக, அறிவுநிலை மறுசீரமைப்புகள், அடிப்படை மாற்றங்களுக்குத் தன் பங்களிப்பைச் செய்யும் அரசியல் செயல்பாட்டாளர்களை உருவாக்குதல் என்ற நோக்கத்தைக் கொண்டுள்ளன என்றே கூற வேண்டும்.

இக்கட்டுரைகளின் அமைப்பு முறையும் அதன் மொழியும் குறிப்பிடத் தகுந்த விளக்க முறையையும் செறிவையும் கொண்டுள்ளன. தோழரின்

வலிவு கொண்ட பேச்சுகளையும், நட்பார்ந்த உரையாடல்களையும் கேட்டுப் பழகியவர்களுக்கு அவர் கையாண்டுள்ள தளர்த்த முடியாத 'தர்க்க முறை' புதுமையான அனுபவமாக அமைகிறது. ஒரு தேர்ந்தறிந்த எடுத்துரைப்பு முறையை அவர் கையாண்டிருக்கிறார். இக்கட்டுரைகளின் மொழி தமிழைக் கோட்பாட்டுத் தளத்தில் பயன்படுத்துவதில் உள்ள இடர்களை மிக இலகுவாகத் தாண்டிச் சென்றுள்ளது. கோட்பாடு சார்ந்த சொற்கள், தொடர்களை இந்த உரையாடல்கள் மிக இயல்பாகத் தம் போக்கிலேயே வாசகருக்குக் கற்பித்து விடுகின்றன.

இக்கட்டுரைகளில் முதன் முறையாக கோட்பாட்டு, அரசியல் வரைவுரையில் பயன்படுத்தப்படும் பல சொற்கள்; உள்ளன. 'குடும்பம் என்பது பன்மையில் ஒருமை', 'சாதி கடந்த சனநாயகம்', 'கற்பிதக் கொள்கை' 'எளியோர் அமைப்பாவது எளிதான ஒன்றல்ல' 'அறிவு என்கிற ஆற்றல்' 'கருத்தியல் தலைமை' 'தோற்றமளிக்கும் தலைமை' எனப் பலவற்றை கோட்பாட்டு வடிவமுற்ற மொழிக்கு எடுத்துக்காட்டுகளாகக் கொள்ளலாம். தெளிதமிழ்ச் சொற்களை தோழர் தன்வயமாகக் கையாள்வது அவரது முழுச்சிந்தனையிலும் மொழி உணர்வு ஊறிக்கிடப்பதைக் உணர்த்துகிறது.

அதேபோல மிகப் புரட்சிகரமான கோட்பாட்டு வலியுறுத்தல்கள் கூட ஒற்றை வாக்கியத்தில் செறிவாக அடுக்கப்படுவதைக் குறிப்பிட்டாக வேண்டும். "கணவனும் மனைவியும் ஒரே குடும்பமாய் வாழ்ந்தாலும் ஆண்-பெண் என்கிற இடைவெளி இருந்தே தீரும்" என்ற நவீன பெண்ணியக் கூற்று தொடங்கி "சனநாயக நோக்கில் நிகழும் நிறுவனமயமாதல் வரும் தலைமுறைகளுக்கும் ஒரு அமைப்பு தன்னியல்பாக இயங்கும் வலிமையைக் கொடுக்கும்", "அதிகாரக் குவிப்பை நிகழ்த்தினால் அது முடிநாயகம், மக்களிடத்தில் அதிகாரப் பரவலாக்கத்தை நிகழ்த்தினால் அது குடி நாயகம்" "மக்களுக்கான கல்வி, மக்களுக்கான உற்பத்தி, மக்களுக்கான பண்பாடு போன்றவற்றை உறுதிப்படுத்த இயலாத ஓர் அரசு அல்லது ஆட்சி மக்களால் உருவாக்கப்பட்டதாக இருந்தாலும் அது மக்களாட்சியாக இருக்க இயலாது.", "அடிப்படைத் தேவைகளைப் போல ஒவ்வொரு மனிதனுக்கும் அடிப்படை உரிமைகளும் இன்றியமையாதவையாகும்" என்பன போன்று மனிதவுரிமைக் கருத்துக்கள் விரவி அமைந்துள்ள தொடர்கள் வரை கோட்பாட்டு மொழியின் தெளிவான பதிவுகளாக அமைந்துள்ளன.

சேரி, ஊர் என இரண்டாக உள்ள தமிழ், இந்தியச் சமூகத்தில் தீண்டாமைக்குட்பட்டோருக்கும் - பிற சாதிக்கும் எனத் தனித்தனியான இடு-சுடுகாடுகள் உள்ள ஒரு மண்ணில் இன்னும் வாழ்ந்து கொண்டிருக்கும் நாம் அடிப்படைகளைத் தகர்த்து புதிய சமூகத்தை, அரசியலை, பண்பாட்டை எப்படியும் உருவாக்க முடியும் என்ற நம்பிக்கையுடனேயே

நவீன வாழ்வு முறைகளூடாகச் செயல்பட்டுக் கொண்டிருக்கிறோம். அதற்கான கருத்தியல், கோட்பாட்டு, கொள்கைத் தளங்ளை, கட்டமைப்புகளை உருவாக்குவதுடன் சிறுசிறு மாற்றங்களூடாக விடுதலைக்கானதும் மாறுதலுக்கானதுமான அமைப்பை நோக்கி நகர்ந்து கொண்டிருக்கிறோம். இந்த வரலாற்று மாற்றங்களுக்கு ஊக்கமளிக்கவும், அவற்றுக்கு உருவமளிக்கவும் நமக்குத் தத்துவம் சார்ந்த தலைமைகள் தேவைப்படுகின்றன. அத்தலைமைகள் என்பவை குரலற்ற ஒடுக்கப்பட்ட மக்களின், குழுக்களின் கனவை, ஏக்கத்தை, எதிர்ப்பை, விடுதலைக்கான போராட்டங்களை உருவகிப்பவையாகவே அமைகின்றன. அவ்வகை அடையாள உருவகத்தின் தேவையைத் தன் இருப்பின் வழியாகவும் செயல்பாடுகளின் வழியாகவும் நிறைவேற்றி, மாறுதலுற்ற தமிழக வரலாற்றின் குறியீடாகவும் தமிழ் அடையாளமாகவும் அமைந்துள்ள தோழர் தொல். திருமாவளவன் அவர்களின் சிந்தனைக் களம் என்பது மாற்று அரசியலின் மிக அடிப்படையான பகுதியை அடையாளம் காட்டுகிறது.

சாதி ஆதிக்கம் கெட்டிப்பட்டு உள்ள, சாதி வெறித்தனம் கிட்டித்துக் கிடக்கிற இன்றைய ஊடக வெளியிலும் மொழித்தளத்திலும் வரலாற்றிலிருந்து மறைக்கப்பட்டு ஒரு சமூகத்தின் குறியீடாக மட்டுமின்றி மாறுதலடைந்த தமிழ் அடையாளமாகவும் வெளிப்பட்டு ஒலிக்கும் இக்குரல் தற்கால அரசியலின் மிக அடிப்படையான கூறுகளை விளக்கி சொல்கிறது. தன் சமூகத்தின் மீதான ஒடுக்குதலுக்கும் வன்முறைக்கும் எதிரான சீற்றத்தையும், எதிர்ப்பையும் மட்டுமே கொண்டு செயல்பட்டால்கூட வரலாற்றில் நியாயமான இடத்தைப் பெறத் தகுந்த இந்த இயக்கம் தற்போது ஒடுக்கப்பட்டோர், மாற்றங்களை விரும்புவோர் அனைவருக்குமான கோரிக்கைகளை, திட்டங்களை கொண்டு விரிவடைகிறது. அதற்கான தத்துவ, கோட்பாட்டு, வழிகாட்டு நெறிகளுக்கான பயிற்சியை, படிப்பினையை, கல்வியை இக்கட்டுரைகள் அளிக்கின்றன.

காலனிய ஆதிக்கம் போல் வேறு நிலத்தின் அடக்குமுறையோ, இன மோதல்கள் போல இரு வேறு இனங்களின் முரண்களோ, அடிமை முறையில் உள்ளது போல உள்ளடக்கிய ஒடுக்குதலோ, பெண்ணடிமைத்தனம் போல ஒவ்வொரு குடும்ப அலகிற்குள்ளும் உள்ளடங்கிய வன்முறையோ, வர்க்கச் சுரண்டல் போல இருவகை வர்க்கங்களுக்கிடையிலான பகைமையோ இன்றி தீண்டாமை என்பது வெளியே வைத்தும், வெளியேறிச்செல்லும் வழியை அடைத்தும் முழுமையான கண்காணிப்புக்குள் வைத்து நடத்தப்படும் தொடர் வன்கொடுமையாகும். வெறும் உழைப்பு தரும் உடல்களாக மட்டுமே ஒரு சமூகத்தை விளிம்பில் வைத்து அதன் விழுமியங்களைச் சிதைத்துவிடும் வன்முறையாகும். இந்த வரலாற்றுக் கொடுமை நவீன தேசிய அரசும், தேசக் கட்டமைப்பும்

கொள்கையளவில் ஏற்கப்பட்டுள்ள இன்றும் தொடர்கிறது எனில் அதற்கான எதிர்வினை நிச்சயம் அமைதியான ஒப்படைப்பாகவோ ஒப்பந்தமாகவோ இருக்க முடியாது என்பதை நினைவில் கொண்டால், தற்போதைய தலித் அரசியலின் பொறுப்பும்-பொறுமையும் எவ்வளவு வலிமை மிக்கது என்பது தலித் அல்லாத அறிவுத்துறையினருக்கும் கூட புரியவரும். இன்றுள்ள இந்திய அரசியலில் தலித் அரசியலின் இடம் என்ன, செயல்பாடு எவ்வளவு கடினமானது என்பது தெரியவரும். அந்தப் புரிதலுக்குப்பின் இக்கட்டுரைகள் எந்த வகை அரசியல் கோட்பாட்டு நெறிகளை உருவாக்கித்தரும் முயற்சிகள் என்பதும் தெளிவாகும்.

குறிப்புகள்

சாதித்தமிழ் மரபு:

'தமிழாளா' இல்லை 'வெளியாளா' அல்லது 'படியாளா' என்று சாதித்தமிழர்கள் 1980–வரை மிக இயல்பாக பேசிக் கொண்டிருந்திருக்கிறார்கள். ஆதி தமிழர்களை வெளியேற்றிய மீதி தமிழர்கள் நாங்கள் என்று அதற்குப் பொருள். பனிக்காலத்தில் 'நம்' உடல் 'அவர்களுக்கும்' 'அவர்கள்' உடல் 'நமக்கும்' வரும் என்று குழந்தைகளுக்குச் சொல்லிக்கொடுப்பது 'நம் தமிழர்' மரபு. நாம்– அவர்கள், நாம்– சனங்கள் என எந்தக் குற்றவுணர்வும் இன்றிப் புழங்கி வருவதுதான் 'பொதுத் தமிழர் மரபு'.

தமிழ்த் தலைமையின் குறியீடு:

ஒடுக்கப்பட்டோரை வெளிநிறுத்திய தமிழ் அடையாளத்தை மாற்றும் முதல் செயல்பாடு தமிழை ஒடுக்கப்பட்டோர் மொழியாக்கிக்கொள்வது. இனி யார் தமிழர், யார் தமிழர்த் தலைவர், எது தமிழ் அரசியல் என்பது இழைபிரித்து விவாதிக்கப்பட வேண்டும். அந்த விவாதத்தை தோழரின் இக்கட்டுரைகள் முன்னெடுத்துச் செல்கின்றன.

பன்மெய் அரசியலின் களம்:

காலம் தோறும் உருவாகும் கருத்தியல் தலைமைகள் இந்தியச் சமூகங்களில் சாதி காக்க, சனாதனம் காக்க உருவாக்கப்படுகின்றவைதான் இலக்கியங்களும், அறநெறிக் கதைகளும். இச்சமூகங்களின் உண்மை நடப்பையும் அவற்றின் உள்கட்டமைப்பையும் மறைத்து அனைத்தும் புனிதமாகவே உள்ளன என்றும், அனைத்தும் நிறைவாகவே உள்ளன என்றும் போதித்து மாற்றங்கள் தேவையில்லை,

வளர்ச்சியே வாழ்க்கை எனப் போதிக்கும் கருத்தியல் செயல்பாடுகள்தான் தத்துவங்கள் என்று புகழப்பட்டுள்ளன.

உழைப்பு, சுதந்திரம், உணவு *(Work, Freedom, Bread)* என்பது நாசிச–பாசிச கருத்தியல் மட்டுமல்ல மனித விழுமியங்களை நசுக்கி அடிமைத்தனத்தின் மேல் கட்டப்பட்ட அனைத்து சமூகங்களின் உறுதிமொழியும் இவைதான்.

சாதிக் கட்டமைப்பின் குரலும் இதுவே. சாதியும்– தீண்டாமையும் இந்திய உற்பத்தி–உழைப்பு உறவுகளை மட்டுமின்றி பண்பாட்டு, சமய இயக்கத்தையும் தனிமனித உளவியல்புகளையும் கட்டுப்படுத்தி வரும் கட்டமைப்பு. இதனைத் தகர்ப்பதற்கான போராட்டத்தை முன்னெடுத்த அயோத்திதாசரின் விடுதலை கருத்தியல் பெரும் உடைப்புகளை மட்டும் செய்யவில்லை ஆற்றலுடைய மாற்று அமைப்புகளையும் அடையாளம் காட்டியது.

இந்திய மாற்றுக் கருத்தியலின் பன்முக உருவமாக, விடுதலைக்கான தத்துவ–அரசியல் வடிவமாக நிற்கும் பாபாசாகேப் அம்பேத்கர் உருவாக்கிய மரபைத் தொடர்வதற்கு ஒவ்வொரு மொழியிலும் கருத்தியல் தலைமைகள் தேவை.

இன்று தமிழகத்தில் தோழர் தொல். திருமாவளவன் அதனை அளித்து வருகிறார். அவருடைய குரல் பிற இந்திய தலித் விடுதலைத் தலைமைகளில் இருந்து பலவகைகளில் வேறுபட்டது. உலக அரசியலையும், பன்மெய் அரசியலையும் தன் களமாகக் கொண்டது.

புத்தரா, கார்ல் மார்க்ஸா அல்லது அம்பேத்கரா?

தோழமை அறிமுகம்:

தலித் அரசியல் மற்றும் சாதியொழிப்பு அரசியல் பற்றிய பிழையான புரிதலை இந்திய மார்க்ஸிஸ்டுகள், இந்திய கம்யூனிஸ்டுகள் என்ற அடையாளத்துடன் இயங்குகிறவர்கள் எப்போது மாற்றிக்கொள்ளப் போகிறார்களோ தெரியவில்லை.

குஜராத்தில் ஒடுக்கப்பட்ட மக்கள் மீதான வன்முறைக்கெதிராக ஒடுக்கப்பட்ட மக்கள்தான் போராட வேண்டும், பேரணிகளை நடத்த வேண்டும், ஆனால் கம்யூனிஸ்டுகள் தேசிய அளவில் பார்வையாளர்களாக இருப்பார்கள் என்ற வருத்தத்திற்குரிய நிலை ஒரு நூற்றாண்டு கால கம்யூனிஸ்ட் கட்சிக்கு ஏற்பட்டதைப் பற்றிய தன்னறிவு இன்றி இன்னும் அவர்கள் எத்தனை காலத்திற்கு பெருமித உணர்வில் மிதக்கப் போகிறார்களோ தெரியவில்லை.

5-15 ஆகஸ்ட் அகமதாபாத்-உனா விடுதலைக்கான அணிவகுப்பு தலித் கட்சிகளுக்கு மட்டுமானது என்ற நிலை உருவாகியிருப்பதற்கு யார் காரணம்? “ஜெய் பீம்” முழக்கம் “லால் சலாம்” முழக்கத்துடன் இணைந்து “ஆசாதி” (விடுதலை) என்ற பொது விடுதலைக் குரலாக இளைஞர்களிடம் மாறியதைக் கம்யூனிஸ்ட் கட்சிகள் முன்னெடுக்காமல் தயங்குவதற்கு யார் அல்லது எது காரணம்? மார்க்ஸா? அம்பேத்கரா? என்று முரண்படுத்தும் உரையாடல்களின் உள்நோக்கம் என்ன?

யார் இதற்குப் பதில் சொல்வது. யாரும் இல்லை, நாமே கண்டறிய வேண்டும். அம்பேத்கர் மார்க்ஸை இந்தியச் சூழலில் விளக்கி விரிவுபடுத்தி காலம் சார்ந்து பொருள்படுத்தியிருக்கிறார். உண்மையான மார்க்சியம் அம்பேத்கரிடமிருந்து கற்கவே விரும்பும். மார்க்சுக்கு அம்பேத்கர் மட்டுமின்றி இந்தியாவும் செய்திவழி அறிவுதான், ஆனால் அம்பேத்கர் அப்படியல்ல, உள்ளிருந்து ஒலித்த அறிவு, விடுதலைக்கான நெடிய கனவு! அறிவுடன் இணைந்த போராட்டம், இந்தியாவை இதுவரையான தத்துவவாதிகள் பலவாறு விளக்கியிருக்கலாம், ஆனால்

நம் முன் உள்ள பெரும் கேள்வி அதை எப்படி மாற்றுவது என்பதுதான், அம்பேத்கர் இதற்கான போராட்டத்தையே தன் முழுமையான வாழ்க்கையாக்கிக்கொண்டவர். அவர் தன் விடுதலைப் போராட்டத்தை காந்தியின் படத்துடன் தொடங்கினார், ஆனால் புத்த நெறியுடன் நிறைவு செய்தார்.

இடையில் அவர் மார்க்சியத்தைத் தன் புரிதலில் உள்வாங்கிக்கொண்டார். ரஷ்யப் புரட்சியை, முதல் உலகப்போரை, இனப்படுகொலைகளை, இரண்டாம் உலகப் போரை, அணுஆயுதத் தாக்குதலை, இரு ஏகாதிபத்தியங்களின் விரிவாக்கத்தை கண்ணால் கண்டவர் அண்ணல். அரசியலில் போரின் இடத்தையும், புரட்சிகளின் உருமாற்றங்களையும் புரிந்து கொண்டவர், மக்கள் அரசியலில் அதற்குள்ள இடம் பற்றி ஆழமாக ஆய்ந்து சொன்னவர். இவை எதுவும் மார்க்சின் காலத்தில் கற்பனையும் செய்து பார்க்க முடியாதவை. ஜெர்மனியின் பாட்டாளி வர்க்கம் உலகத் தொழிலாளர்களின் விடுதலைக்கு முன்னோடியாக இருக்கும் என்று மார்க்ஸ்-ஏங்கெல்ஸ் கருதினர். ஆனால் பாசிசத்தின் பெருவெடிப்பு அங்கிருந்துதான் நிகழ்ந்தது. இதற்காக மார்க்சியத்தை முற்றிலும் பிழையான தத்துவம் என்று நாம் சொல்லிவிடமுடியாது. அம்பேத்கரும் அப்படிச் சொல்லிவிடவில்லை.

தேவையும் தெளிவும்:

பல கட்சிகளாக இயங்கும் கம்யூனிஸ்டுளைக் கொண்ட இந்தியாவில் இடதுசாரி அரசியல் இன்னும் பல காலத்திற்குத் தேவைப்படுவது. இடதுசாரி அரசியல் மக்களுக்கானது, மக்கள் விடுதலைக்கானது. அதே போல மக்களை ஒடுக்கும் அரசியல், மக்களைச் சுரண்டும் பொருளாதார-சமூகச் சக்திகள் அனைத்திற்கும் எதிரானது. இப்படிச் சொல்வது எளிதானதாக இருந்தாலும் மக்கள் விடுதலை என்ற இயக்க வடிவம் அவ்வளவு இலகுவானதல்ல.

இந்தியாவின் கம்யூனிஸ்ட் கட்சி இன்னொரு காங்கிரஸ் கட்சிதான் என்று 'நடுநிலையாளர்கள்' சிலர் கிண்டல் செய்வதை கவனத்தில் கொள்வது தவறில்லை. "உலகத் தொழிலாளர்களே ஒன்றுபடுங்கள்" என்ற முழக்கத்தை இடதுசாரிகள் எழுப்பும் போது "முதலில் இந்திய கம்யூனிஸ்டுகளே ஒன்றுபடுங்கள் பெறவு உலகத் தொழிலாளர்களுக்கு அழைப்பு விடுங்கள்" என்று வலது அரசியல் கும்பல் கேலி செய்வதை காதில் வாங்காமல் புரட்சிக்கான நெடும் பயணத்தை தொடர்ந்தாலும் சற்று ஓய்வான நேரத்தில் அதைப் பற்றி சிறிது உரையாடுவதிலும் தவறில்லை.

1920-25 காலப்பகுதியிலிருந்து கட்சியாகவும் (கட்சிகளாகவும்) அதற்கு முன்பிருந்தே கருத்தாகவும் கம்யூனிசம்-சோஷலிசம் இந்தியச் சமூகங்களிடையே இயங்கி வருகிறது. ஆனால் இன்று வரை அது ஆதிக்க,

பிற்போக்குக் (சக்திகளை) கட்சிகளைத் தனித்து நின்று விலக்குவதற்கான சக்தியற்றதாகவும் வெகுசன அரசியலில் மிகப் பிற்படுத்தப்பட்ட கட்சியாகவும் உள்ளது. 2014- பாராளுமன்றத் தேர்தலில் தேசிய அளவிலான வாக்கு விகிதம் 3.2 என்ற அளவில் பெற்று "இந்தியாவிலும் மார்க்சியம் காலாவதியாகிவிட்டது பாருங்கள்" என்று வலது கட்சிகள் கொண்டாடுகிற நிலையை உருவாக்கிக் கொண்டது.

கம்யூனிசமோ, மார்க்சியமோ தளர்வதும் தேய்வதும் மகிழ்ச்சிக்குரியதோ, மனதைக் குளிர்விப்பதோ அல்ல. மக்கள் அரசியலின் எதிர்காலத்தைப் பற்றிய கவலையை உருவாக்கும் நிலை இது. ஆனால் 1952-இல் தென்னிந்தியாவில் (சென்னை மாகாணம்) பொதுத் தேர்தல் முறையிலேயே சட்டமன்றத்தில் ஆட்சியமைக்கிற அளவுக்கு மக்கள் வாக்குகளைப் பெற்ற அரசியல் சக்தி அதனை நழுவ விட்டு இன்று வரை (இரண்டு) மாநிலக்கட்சியாக மாறி காங்கிரஸ் கட்சியின் தேநீர் இடைவேளைத் தோழர்களாக மாறியிருப்பதன் காரணம் பற்றி அனைவருமே சிந்திக்க வேண்டிய நிலையில்தான் இருக்கிறோம்.

யார் நம்மைக் கம்யூனிஸட் ஆக்கியது: *(நீங்கள் என்ற பதில் போதாது)*

புரட்சி நிகழ்த்தி ஆதிக்க வர்க்கங்களை உடைத்து எறிந்து விட்டு உழைக்கும் வர்க்கம், ஒடுக்கப்படும் வர்க்கம் அரசியல்-பொருளாதார அதிகாரத்தைக் கைப்பற்றுவதன் வழியாக சமத்துவம், சமநீதி, சமஉரிமைகள், சுதந்திரம் கொண்ட சமூகத்தை அமைப்பது அல்லது கட்டுவது என்ற வேலைத்திட்டம்தான் கம்யூனிசத்தின் அடிப்படை.

மனிதர்களைத் துயருற்று மடியச் செய்யும் வறுமையும், அடிமைத்தனமும் இல்லாத சமூகம் அது. தன்மானம் கொண்ட மக்கள், தம் உழைப்பின் மீது முழுமையான உரிமை கொண்ட மக்கள், தம் உழைப்பின் வழி வாழ்வைத் துயரின்றி நடத்திச் செல்லும் மக்களுக்கான சமூகமாக அது இருக்கும்.

அடக்குமுறை கொண்ட அரசுகள், ஆதிக்கம் செய்யும் கொடுங்கோல் வர்க்கங்கள் அங்கு இருக்காது. உழைக்கும் மக்களின் அரசு, உழைக்கும் மக்களுக்கான அரசுதான் அங்கு இருக்கும். இனம், நிறம், மொழி, மதம், பாலினம் எதன் பெயராலும் ஏற்றத் தாழ்வுகளோ, ஒடுக்குமுறைகளோ அந்தச் சமூகத்தில் இருக்காது. ராணுவம், அரசு என்பவை மெல்ல மறைந்து... உங்களுக்குத் தெரியும், இது பெருங்கனவின் அரசியல். ஆனால் ராணுவமும் அரசும் தோன்றிய காலத்திலிருந்தே அந்தக் கனவு மக்களுக்கு இருந்து வருகிறது.

இதுவரை சுருக்கமாகச் சொல்லப்பட்ட வரையறை ஒரு சமய நம்பிக்கை போல, ஓர் இன்னிசைக் கனவாக ஒலிக்கலாம். ஆனால் இதற்கு வரலாற்று,

இயங்கியல் அடிப்படையைச் சமூகவியல் தரவுகளோடு தந்துள்ளது மார்க்சியம்.

மார்க்சியம் நவீன சமூகங்களுக்கான கனவை மட்டுமல்ல அறிவையும், அறிதல் முறையையும் அளித்துள்ளது. அது ஒரு முறையியலையும் உருவாக்கித் தந்துள்ளது. கார்ல் மார்க்ஸ் என்ற ஒரு குறியீடு தனிமனித நிலையிலிருந்து மாறி ஒரு மானுட அறிவாக, சிந்தனை முறையாக, பொருளுரைக்கும் முறையாக விரிவடைந்த ஒன்று. எளியோர், ஒடுக்கப்பட்டோர், உரிமைகள் அற்றோருக்கான ஒரு அறம்சார் கருத்தியலின் தொகுப்பு அது.

அதுவரை இருந்த தத்துவங்கள் உலகை விளக்கின. ஆனால் மார்க்சியம் உலகை விளக்கி, அதன் தீமைகளை விளக்கி, உலகை மாற்றுவதற்கான வழிமுறைகளையும் சொல்லித்தருவது. இது வரலாற்றுடன் இணைந்த இயக்கவியல். மனித மாண்புகள் அனைத்தையும் மதிப்பதற்கான ஒரு சமூகம் பற்றி, அதற்கான கட்டமைப்பு பற்றி மார்க்சியமே ஆகச்சிறந்த மாதிரியை வரைந்து காட்டியுள்ளது.

உள்ளே நிகழும் வர்க்கப் போராட்டம்:

இது போன்ற தகுமதிகள்கொண்ட ஒரு சமூகவியல், அரசியல் கருத்தியலை பின்பற்றும் கம்யூனிஸ்டுகள், மார்க்சிஸ்டுகள் மிகச்சிக்கலான ஒரு உளவியல் நிலையில் இருப்பார்கள். வர்க்க, ஆதிக்கச் சமூகத்தில் வாழ்ந்தபடி சமத்துவம், சமஉரிமை, மனித அறம் பற்றிப் பேசுவதுடன் அதனை நடைமுறையில் பின்பற்றி நடப்பவர்களாகவும் இருப்பார்கள். முதலாளித்துவ சுரண்டல், மூலதனத்திற்கான உற்பத்தி முறை, தொழில் துறைகளின் கொடுமை இவற்றை வெறுக்கிற அவர்களே அதில் உழைக்கிறவர்களாக இருப்பார்கள். முதலாளிகளின் அரசு என்பதால் அரசை அவர்கள் வெறுப்பதும், மறுப்பதும் இயல்பானது. ஆனால் அந்த அரசுகளின் கீழ்தான் வாழவேண்டியிருக்கும், தமது குடிமை உரிமைகளைக் கேட்டுப் பெற வேண்டியிருக்கும்.

ஏற்றத்தாழ்வு கொண்ட சமூக அமைப்பின் மரபுகள், மதிப்பீடுகள் அனைத்தும் பொய்யானவை, அடக்குமுறைக் கருவிகள் என்பதை அறிந்தவர்களாக இருப்பார்கள், ஆனால் அவற்றை விட்டு வெளியேற முடியாமல் அவற்றைப் பின்பற்றி வருபவர்களாக இருப்பார்கள்.

மற்றவர்கள் போலின்றி வேறுவகை அறிவு முறை கொண்டவர்கள் என்பதால் கலை, இலக்கியம், அழகியல் வகையிலும் வேறுபட்டவர்களாக இருந்தாக வேண்டும். தனிமனித, பாலிணை உறவுகளிலும் ஆதிக்கச் சமூகத்தின் வரையறைகளை ஏற்காமல் மாற்று வாழ்வியலைத் தேர்ந்து கொண்டவர்களாக இருப்பார்கள்.

நான் மாய நடப்பியல் கதையொன்றும் சொல்லவில்லை, புரட்சிகர உளவியல் இந்தச் சிக்கல்களைக் கொண்டதுதான், புரட்சியை ஏற்ற உளவியலாக இருந்தால்.

செய்வினையோ! செயப்பாட்டு வினையோ!

இந்த விளக்கம் உங்களை மட்டுமல்ல என்னையும் பலமுறை குழப்பமடைய வைத்துள்ளது. அதாவது புறவுலகம் ஒன்றாகவும், அறிவு மற்றும் உணர்வுலகம் வேறாகவும் கொண்ட மனிதர்களாக மாற வேண்டிய நிலைதான் இது. புரட்சி, சமூக மாற்றம், விடுதலை பற்றிய விழைவு கொண்டவர்கள், வேட்கை கொண்டவர்கள் எப்போதும் இப்படித்தான் இருக்கமுடியும். ஆனால் புறஉலகம் உங்களுடன் முரண்பட்டதாக இருந்தால் உணர்வு, அறிவு, செயல் என்ற இணைப்புகள் நேர்க்கோட்டில் அமைவது சாத்தியமில்லை. கருத்துருவம் ஒன்றாகவும், புறவுலகின் நடைமுறை வேறொன்றாகவும் இருக்கும்போது ஓயாத முரண், திருகல் உருவாகிக் கொண்டே இருக்கும். இது அரசியல் சார்ந்த உளவியலின் போராட்டக்களம்.

புற அமைப்போடு போராடுவதற்கு முன் அக அமைப்புடன் போராடத் தொடங்க வேண்டும். இது எங்கு முற்று பெறும் என்று சொல்ல முடியாது. புறஉலகம் எப்படி இருந்தாலும், அரசியல்-பொருளாதார அமைப்புகள், உறவுகள் எப்படியிருந்தாலும் நான் புரட்சியாளனாக, சமத்துவ-அறம் கொண்டவனாக இருக்கமுடியும், இருக்கத்தானே வேண்டும் என்று சொல்ல வரும்போது மார்க்சிய அடிப்படையையே தகர்த்து விடுகிறோம்.

அதாவது உலகம் எப்படி இருந்தாலும் உன் உள்ளம் தூய்மையாக இருக்கமுடியும், அந்த வகையில் உன் விடுதலை வெளியே இல்லை உள்ளேயே உருவாகிறது, நீ உணர்வதுதான் உன் சுதந்திரம் என்ற "அத்வைத" நம்பிக்கையாக அது மாறிவிடும். இது இயங்கியலுக்கு எதிரானது.

அதே சமயம் கருத்துருவம், அறிதல் முறை, உளவியல்புகளில் மாற்றம் அடையாமல் நீங்கள் அரசியல், சமூக அறங்களில் மாற்றம் வேண்டிப் போராடவும், அதை நோக்கிச் செயல்படவும் முடியாது. இந்தக் களத்தில் போராட்டம், எதிர்ப்பு, தகர்ப்பு மட்டுமின்றி மாறுதல், உருவாக்கம், கட்டுமானம், புத்துருவாக்கங்கள் எல்லாம் தேவைப்படுகிறது.

சற்றே குழப்பமாக இருந்தாலும் செயல்படும் வகையில் இந்தச் சிக்கல் தீரக்கூடும். அதாவது மாற்றத்திற்கான, விடுதலைக்கான, உருவாக்கத்திற்கான இயக்க நிலையில், இடைப்பட்ட நிலையில் நம்மை வைத்துக் கொள்வது.

வாழும் அமைப்பிற்குள் இருந்து அதனை மாற்றும் ஆற்றல்களை பெருக்குவது. இதனைத்தான் கட்சி, இயக்கம், போராட்டக் களம் என்று சொல்லுகிறோம். இருமை முரணுடன் இயங்கும் உளவியல், புற-அக அமைப்புடன் உள்ள மோதல்களைக் கொண்ட தொடர் செயல்பாடு இது.

இதனை இப்படிச் சொல்வது வழக்கம்: ஒடுக்கப்படும் மக்கள் தாம் ஒடுக்கப்படுகிறோம் என்பதை அறிவதுதான் விடுதலைக்கான தொடக்கம், ஒடுக்குதலில் இருந்து வெளியேற வேண்டும் என்ற உணர்வு இரண்டாவது கட்டம், அதற்கான வழிமுறைகளை அறிவது மூன்றாவது கட்டம், நடைமுறையில் செயலாக்கம் செய்து நிறுவுவது நான்காவது கட்டம். இவை அனைத்துமே தனிமனிதச் செயல்பாடுகள் அல்ல என்பது தற்போது புரியவரும்.

அனைத்து விடுதலைக் கருத்தியல்களும் கூட்டு நிகழ்வுகளான சமூகச் செயல்பாடுகளின் வழியே மெய்நடப்பாக மாறுகின்றன, சமூகம் மாற்றியமைக்கப்படுகிறது. சமூக மாற்றத்திற்கு அரசும், பொருளாதர-உற்பத்தி உறவுகளும் மாற வேண்டும், அந்த மாற்றம் வர்க்கப் போராட்டம், வர்க்கப் புரட்சி வழியாகத்தான் நிகழ முடியும்.

இதற்கு அடிப்படைத் தேவை வர்க்க உணர்வு, வர்க்க அறிவு, புரட்சிகர பிரக்ஞை என்று மார்க்சியம் இதனை விளக்கும். அம்பேத்கரியம் கற்பி, போராடு, ஒன்று சேர் என விளக்கும்.

இந்தியச் சிக்கல் எங்குள்ளது?

இந்தியச் சூழலில் இந்த வர்க்க அடையாளத்தில்தான் அடிப்படைச் சிக்கல். இந்தியச் சமூகங்கள் வர்க்க அமைப்புகளாக இன்றி சாதி அமைப்புகளாகச் செயல்படுகின்றன. இது பற்றி அண்ணல் விரிவான விளக்கங்களையும் தரவுகளையும் தந்திருக்கிறார். இதன் பின்னணியில் நாம் நினைவுபடுத்திக் கொள்ள வேண்டிய பகுதிக்குச் செல்வோம்.

இந்தியச் சமூகத்தில் கம்யூனிஸ்டுகள் வர்க்க-சாதி சிக்கலை முன்னிலைப்படுத்தி தமது கருத்தியல்களை செயல்பாடுகளை அமைத்திருப்பார்களேயானால் இன்றும் நாம் தீண்டாமையும், சாதிவெறுப்புகளும், சாதிவெறியும் கொண்ட சமூகத்தில் வாழ நேர்ந்திருக்காது. வலிமை குறைந்த சாதி அமைப்புடன் கூடிய வர்க்க அரசியலை நோக்கிச் சென்றிருக்க முடியும்.

சாதி ஒழிப்பு அரசியலை முழுமையாக கம்யூனிஸ்டுகள் மறந்துவிட்டார்கள் என்று இதற்கு அர்த்தம் இல்லை. சாதி இருப்பது தெரிந்தும், தீண்டாமையை ஒரு சமூக ஒழுங்கு என நம்பும் கிராமக் கட்டமைப்பு இருப்பது தெரிந்தும் “கட்சி சார்ந்த கம்யூனிஸ்டுகள்” இவற்றை வர்க்க அரசியலாக வலிந்து விளக்கிக் கொண்டுள்ளனர்.

வர்க்கம் அற்ற சமூகமும் பாட்டாளி வர்க்க அரசும் உருவானால் சாதி ஒழிந்து, தீண்டாமை மறைந்து சமத்துவச் சமுதாயம் உருவாகிவிடும் என்று ஒரு அதிகாரபூர்வமான செயல் திட்டத்தை அறிவித்தபடி உள்ளனர். வர்க்க அரசியல் உருவாகாமல் இருப்பதற்கு சாதியும், தீண்டாமையும்தான் காரணம் என்பதும் சாதிய பொது உளவியல்தான் ஜனநாயக மாற்றங்களைக்கூட ஏற்க விரும்பாமல் இந்துத்துவ அடையாளத்தை வளர்த்துக் கொண்டுள்ளது என்பதையும் எப்படி நாம் மறைக்க முடியும்?

கம்யூனிஸ்டுகள் தாம் முன்பு அறிவித்துவிட்டதை தகுதிப்படுத்தவும், அந்தக் கனவை தகவமைத்துக்கொள்ளவும் தடையாக இருக்கும் அம்பேத்கரிய, தலித் அரசியல் மற்றும் தலித் கருத்தியல் மீது வெறுப்பை, அல்லது புறக்கணிப்பைக் காட்டிவருகின்றனர்.

இவர்கள் மார்க்சியத்தை இந்தியாவிற்கு அழைத்து வராமல் இந்தியாவை மார்க்சியத்திற்குள் நுழைத்துவிடலாம் என்ற நம்புகின்றனர். மார்க்ஸ் இந்தியச் சமூகம் பற்றிச் சொன்னதை, விளக்கியதை இவர்கள் புரிந்து கொள்ளவில்லை.

இந்தியாவில் வர்க்கங்கள் இல்லை, சாதிகள்தான் உள்ளன என்பதுதான் மார்க்சின் விளக்கம். பரம்பரை வேலைப் பிரிவினைகளால் உருவான சாதிகள் ஒவ்வொன்றும் ஒரு வர்க்கமாக அமைக்கப்பட்டுள்ளன என்பதுதான் மார்க்சின் கருதுகோள் முடிவு.

அப்படியெனில் வர்க்கப் போராட்டம், வர்க்கப் புரட்சி என்று மார்க்சிய-கம்யூனிச கட்சிகள் இத்தனை காலம் சொல்லி வருவது மாயா வினோதமோ என்று தோன்றலாம். வர்க்கம் இல்லாத, வர்க்கம் உருவாகாத சமூகத்தில் வர்க்கப் போராட்டம் பற்றிய செயல் திட்டம் எவ்வாறு பொருந்தும் என்ற கேள்வி எழும். உண்மையில் கம்யூனிஸ்டுகள் வர்க்கங்களை உருவாக்கும் போராட்டத்தில்தான் ஈடுபட்டிருக்க வேண்டும். சாதி ஒழிப்பும் தீண்டாமை ஒழிப்பும் இணைந்த போராட்டம்தான் வர்க்கங்களை, உழைக்கும் மக்களை உருவாக்கி இருக்கும்.

உற்பத்தி-உழைப்பு வழியாக இணைந்த வர்க்கங்கள் உருவாகாமல் இந்தியாவில் வர்க்க ஒற்றுமையும் புரட்சியும் சாத்தியமில்லை. அப்படியெனில் கம்யூனிஸ்டுகள் அம்பேத்கரிடமிருந்துதானே தொடங்கியிருக்க வேண்டும்.

மார்க்சியம் காட்டும் ஒரு திசைவழியை அம்பேத்கர்தான் இந்தியச் சூழலில் விரிவாக விளக்குகிறார். அம்பேத்கர் விளக்குவது மார்க்ஸ் அடையாளம் காட்டி சிக்கல்தான். மார்க்ஸால் அதிகம் விளக்க முடியாத சிக்கல் அது. மார்க்ஸ் அனைத்தையும் விளக்கித்தான் ஆகவேண்டும் என்ற கட்டாயம் இல்லையே.

சாதியறிந்த மார்க்ஸ்:

இப்போது மார்க்சியம் தரும் இந்தியச் சாதி-வர்க்க சமன்பாட்டைக் காணலாம்.

"உலக வரலாறு முழுமையுமே வர்க்கங்களுக்கு இடையிலான போராட்டங்களின் வரலாறு." இது கம்யூனிஸ்ட் கட்சி அறிக்கை தரும் மிக முக்கியமான ஒரு விளக்கம்.

ஒடுக்கப்படும் வர்க்கங்கள் அதிகார வர்க்கங்களைத் தூக்கியெறிந்து விடுதலை பெறும். அது உழைக்கும் வர்க்கத்தின் தலைமையில்தான் நடக்கும். சமூகப் புரட்சியும் விடுதலையும் ஆகக்கீழாக ஒடுக்கப்பட்ட வர்க்கத்தின் எழுச்சியால்தான் நடைமுறைப்படுத்தப்படும்.

"**ஆகக்கீழான நிலையில் உள்ள உழைக்கும் வர்க்கம்** தனக்கு மேலிருந்து ஒடுக்கிவரும் அதிகார வர்க்கத்தை தூக்கியெறியாத வரை எழுச்சியுறவோ, மேலெழவோ முடியாது." (அறிக்கை). இந்தியாவின் ஆகக்கீழாக வைக்கப்பட்டுள்ள வர்க்கம் ஒடுக்கப்பட்ட சாதிகளால் அமைந்த வர்க்கம்தான்.

இப்போது நாம் மார்க்ஸ் இந்தியச் சமூகத்தின் அடிப்படை முரண்கள்-மோதல்கள் பற்றி விளக்குவதைப் பார்க்கலாம். "இந்தியாவை பிரிடிஷ் அரசு ரோமானிய அரசு கையாண்ட பிரித்தாளும் தந்திரத்தின் வழிதான் நூற்று ஐம்பது ஆண்டுகளாக ஆண்டு வருகிறது. இந்தியாவின் உள்ள பல்வேறு இனங்கள், பூர்வகுடிகள், சாதிகள், சமயப் பிரிவுகள், உள்நாட்டு அரசுகளுக்கு இடையிலான பகைமுரண்களைப் பயன்படுத்தி பிரிட்டிஷ் ஏகாதிபத்தியம் தன் அதிகாரத்தின் கீழ் உருவாக்கிய நாடுதான் இப்போதுள்ள இந்தியா." (*The revolt in the Indian army*). மார்க்ஸ் விளக்கும் இந்தியச் சமூகப் பிரிவுகளிலும் முரண்களிலும் வர்க்கம் இடம்பெறவில்லை. இந்த விளக்கம்தான் மார்க்ஸ் இந்தியச் சமூக முரண் பற்றி முதல் முதலாகவும் கடைசியாகவும் தரும் விளக்கம். இதில் வர்க்கம் இடம்பெறவில்லை. சாதிப் பிரிவுகள் மற்றும் தீண்டாமை இரண்டும்தான் இந்தியாவை காலனிய ஆதிக்கத்திற்குள் செலுத்தியது என்பது சீர்திருத்த தேசியவாதிகள்கூட ஒப்புக்கொண்ட வரலாற்று உண்மை.

அடுத்து இந்தியாவில் பிரிடிஷ் ஆட்சி என்ற கட்டுரையில் "**சாதிப் பிரிவுகள், அடிமைத்தனம்** இரண்டாலும் சீரழிந்த சமூகம் இந்தியா. மனிதர்களை உயர்த்துவதற்குப் பதிலாக அவர்களை **ஒடுக்கி** வைத்திருக்கிறது. மாறாத ஓர் **அடிமை விதியை** அது உருவாக்கி வைத்துள்ளது. அது மனிதர்களை சமயவிதிகளின் முன் மண்டியிட வைத்து மனிதவிழுமியங்களை மாண்புகளை அழித்து வருகிறது" என்று குறிப்பிடுகிறார். (இது மொழிபெயர்ப்பு அல்ல கருத்துப் பெயர்ப்பு.)

இதன் ஆங்கில வடிவம், "We must not forget that these little communities were contaminated by distinctions of caste and by slavery, that they subjugated man to external circumstances instead of elevating man the sovereign of circumstances, that they transformed a self-developing social state into never changing natural destiny, and thus brought about a brutalizing worship of nature, exhibiting its degradation in the fact that man, the sovereign of nature, fell down on his knees ..." (The British Rule in India).

இதில் குறிப்பிடப்படும் சாதிப் பிரிவு, அடிமைத்தனம், மாறாத விதி, சீரழிவு என்பவை எல்லாம் தீண்டாமைக்குட்பட்ட மக்களைப் பற்றியதுதான். மார்க்ஸ் தலித் அரசியலின் கருத்து அடிப்படையைத்தான் இங்கு அடையாளப்படுத்துகிறார். இந்தியா நவீனமடைய வேண்டுமெனில் அது சாதியற்றதாக, தீண்டாமைக் கொடுமையற்றதாக இருக்க வேண்டும் என்பதுதான் இதன் பொருள்.

இதனைக் கோட்பாட்டாக்கம் செய்யும் மார்க்ஸ், ஏங்கெல்ஸ் "வேலைப்பிரிவினை சாதி அமைப்பை உருவாக்கியது, சாதி அமைப்பே இந்தியச் சமூகத்தை இயக்கும் சக்தியாக உள்ளது. அதன் அரசும் மதங்களும்கூட அதனால் கட்டுப்படுத்தப்படுகிறது" என்று பொருள் விளக்கம் தருகின்றனர்.

When the crude form of the division of labour which is to be found among the Indians and Egyptians calls forth the caste-system in their state and religion, the historian believes that the caste-system is the power which has produced this crude social form. (Karl Marx and Frederick Engels. The German Ideology)

இந்திய அரசியலின் அடிப்படைச் சிக்கல் எது என்பதைத் தெளிவாகவும் கோபத்துடனும் குறிப்பிட்டுக் காட்டும் பகுதி இது, "இந்தியாவில் நிலவும் பிரிவினை இஸ்லாமியர்-இந்துக்கள் என்பதுடன் நின்று விடுவதில்லை. அது ஒரு இனக்குழுவுக்கும் மற்றொரு இனக்குழுவுக்கும் இடையிலான பிரிவினையாக, ஒரு சாதிக்கும் இன்னொரு சாதிக்கும் இடையிலான பிரிவினையாக விரிந்து செல்கிறது. இச்சமூகத்தின் ஒவ்வொரு மனிதரும் மற்றவர் மீது காட்டும் பொதுவான வெறுப்பும், சமூக அமைப்பால் நியாயப்படுத்தப்பட்ட **ஒதுக்குதலும்** (தீண்டாமை) விதியாக மாற்றப்பட்டுள்ளது, அந்த இறுக்கமான சமன்பாட்டின் மீது கட்டப்பட்ட ஒரு சமூகம்தான் இந்தியச் சமூகம்." *A country not only divided between Mahommedan and Hindoo, but between tribe and tribe, between caste and caste; a society whose framework was based on a sort of equilibrium, resulting from a general repulsion and constitutional exclusiveness between all its members (The Future Results of British Rule in India).*

இதுதான் தலித் அரசியலின் அடிப்படை. இதனைத்தான் அம்பேத்கர் தீர்க்கவும், மாற்றவும் தன் வாழ்நாளைத் தந்தார்.

அவர் தன் மக்களுக்கான விடுதலைக்குப் போராட வேண்டும், அத்துடன் தன் மக்களை ஒடுக்கிவரும் சாதிகளையும் மாற்ற வேண்டும். அதற்கு ஒரு தேசிய-தேச நவீனத்துவத்தை உருவாக்கித் தரவேண்டும். ஒடுக்கும் வர்க்கத்தையும் திருத்தி மனித நிலைக்குக் கொண்டுவர வேண்டிய கடமையை ஏற்றுக்கொண்ட ஒரே ஒடுக்கப்பட்ட மக்களின் தலைவர் உலக அளவில் அம்பேத்கரைத் தவிர வேறு யாரும் இல்லை.

அவர் சாதி ஒழிப்பை தன் மக்களின் விடுதலைக்கானதாக மட்டுமானதாகப் பார்க்கவில்லை, இந்தியாவை நவீனப்படுத்துவதற்கான தொடக்கமாகக் கண்டார். தன் கழுத்தை மிதித்துக் கொண்டிருக்கும் காலில் உள்ள புண்ணுக்கும் மருந்து என்ன என்று சிந்திக்கும் நிலைதான் அது. அவர் மாற்றத்தான் நினைத்தார் உடைத்தெரிய நினைக்கவில்லை. உடைத்தெரிவதால் இந்திய விடுதலையை உருவாக்க முடியாது என்பது அவருக்குத் தெரியும்.

ஒரு மகாத்மாவே அவரை எத்தனை அவமானப்படுத்தினார் என்பதை அனுபவித்தவர் அவர். சாதாத்மாக்கள் சாதியொழிப்பில் என்ன நிலையெடுப்பார்கள் என்பதும் அவருக்குத் தெரியும். தன் மக்களை எதிர்ப்பு உடையவர்களாக, போராட்ட அரசியல் உடையவர்களாக மாற்றிய அவர்தான் போரை, மோதலை, ஆயுதப் போராட்டத்தை ஒரு அரசியல் முறையாக வைக்கவில்லை. தற்காப்பிற்காக ஒன்றுபடுவது, ஒன்றிணைந்து எழுந்து நிற்பது, உரிமையுடன் முன் செல்வது இவைதான் அவர் காட்டிய முறை.

அறிவு, பகுத்தறிவு, அறம், விடுதலைக்கான வேட்கை இதுதான் அவர் முன் வைத்த விழுமியங்கள். அம்பேத்கர் இந்தியச் சமூகத்தை ஒருவகையில் காப்பாற்றியிருக்கிறார். ஒடுக்கப்பட்ட மக்களை தேசிய-அரசியல் சட்ட அமைப்பிற்குள் இணைத்து நெடிய ஒரு பாதையைக் உருவாக்கித் தந்திருக்கிறார். இந்த அரசியல் ஒப்பந்தம் அமையாமல் போயிருந்தால் இன்று உள்ளது போல ஒடுக்கப்பட்ட சமூக மக்கள் அமைப்பாக இருந்திருக்க மாட்டார்கள். பிறகு...? இழக்க எதுவுமற்ற மக்கள் (மானம், மரியாதை உட்பட) என்ன செய்வார்களோ அதனையே தம் வாழ்வாக்கிக் கொண்டிருப்பார்கள்.

அதனால் அவர்களுக்கு அதிக பாதிப்பு வந்திருக்கக்கூடும், நாங்க மட்டும் சும்மா விரல் சூப்பிக் கொண்டு இருந்திருப்போமா என்று கேட்க விரும்பும் சாதிச் சன்மார்க்கிகளுக்குத் தெரியாது, இழக்க எதுவுமற்ற மக்கள் நவீன குற்றவியல் ஆயுதங்களைக் கையில் எடுக்கும்போது என்ன நடக்கும் என்பது. நான் இப்படிக் குறிப்பிடுவதற்கு வெட்கப்படுகிறேன். ஆனாலும் சொல்லாமால் இருக்க முடியாது. தலித் சமூகத்திற்கான சம உரிமைக்கான இடப்பங்கீட்டை இனி எந்தக் கட்சியாலும் நீக்கிவிட முடியாது. அப்படிச் செய்தால், இந்தியா இப்பொழுது உள்ளது போல இருக்காது.

இடஒதுக்கீடும், ஜனநாயக உரிமைகளும் ஒடுக்கப்பட்ட மக்களின் உழைப்பை விலையின்றி கொள்ளையிடுவதற்கான உத்திதான். ஒரு ஊரில் ஒரே ஒரு பெண், ஒரே ஒரு ஆண் படித்து வேலைக்குச் சென்று விட்டாலும் அந்த ஊர் (சேரிதான்) முழுக்க ஒரு நம்பிக்கை, ஜனநாயக அமைப்பு பற்றிய எதிர்பார்ப்பு பரவிவிடும். அந்த நம்பிக்கை அவர்களை ஓயாமல் உழைக்க வைக்கிறது. இந்திய அரசியலை ஏற்க வைக்கிறது. அந்த நம்பிக்கை ஊரையும், நாட்டையும் காப்பாற்றுகிற நம்பிக்கை. ஓயாத வன்முறைக்கும் வன்கொடுமைக்கும் ஆளானாலும் சட்டம், நீதி என்று எமது மக்கள் காத்திருப்பதற்கான அடிப்படை இதுதான்.

"எப்படியிருந்த போதும் இந்த அரசியல் சட்டம், ஜனநாயக அமைப்பு பாபாசாகேப் உருவாக்கியது, இதன் வழியாக நாம் விடுதலை நோக்கிச் செல்ல முடியும்." என்ற நம்பிக்கை. இது மக்கள் வழக்காறாக, வாய்மொழி மரபாக மாறியிருப்பது சாதி இந்துக்கள், இந்துச் சாதிகள் எத்தனை பேருக்கத் தெரியும் என்று தெரியவில்லை.

ஆனால் ஒன்றை மட்டும் சொல்லி அடுத்த பகுதிக்குச் செல்கிறேன். ஒடுக்கப்பட்ட மக்கள் நம்பிக்கை இழந்தால் நாட்டு பகுதியில் யாரும் நிம்மதியாக நடமாட முடியாது, இனக்குழு மக்கள் நம்பிக்கை இழந்தால் காட்டில் இருந்து ஒரு நீர் ஓடைகூட சமவெளிகளுக்கு வராது.

இந்த நம்பிக்கையை அளிப்பதுதான் நவீன தேசியம், தேச அரசு, ஜனநாயக அமைப்பு. இதுவரை நம்பிக்கையை மட்டும்தான் தந்துள்ளதே தவிர வேறு எதையும் தரவில்லை.

ஒடுக்கப்பட்ட மக்களை உள்ளடக்க, அவர்களுக்கும் நம்பிக்கை அளிக்க காங்கிரஸ் செய்த உத்திதான் (ராஜ தந்திரம்) அம்பேத்கரை அரசியல் சட்ட வரைவுக்குழுவின் தலைவராக்கியது.

மீண்டும் மார்க்சிடம்:

"யார் நம்மைக் கம்யூனிஸ்ட் ஆக்கியது" என்ற பகுதிக்கு மீண்டும் செல்வோம். அடக்குமுறைக்கும் அடிமைத்தனத்திற்கும் எதிரான குணமே ஒருவரைக் கம்யூனிஸ்டாக மாற்றுகிறது, விடுதலைக்கான, சமத்துவச் சமூகத்திற்கான போராட்டமே ஒருவரை கம்யூனிஸ்டாக மாற்றுகிறது. அது வர்க்க உணர்வால், வர்க்க அறிவால் உருவாகிற அரசியல் பிரக்ஞை.

அய்ரோப்பியச் சூழலில் வர்க்கம் என்றால் இந்தியச் சூழலில் சாதிதானே. யார் யாரை ஒடுக்குவது, யார் யாரைச் சுரண்டுகிறார்கள், யார் யாரை ஒடுக்குகிறார்கள், யாரிடமிருந்து யாருக்கு விடுதலை, நான் ஒடுக்குகிற இடத்தில் இருக்கிறேனா, அல்லது ஒடுக்கப்படும் சமூகத்தில் இருக்கிறேனா என்பது தெரியாமல் ஒருவர் வர்க்கப் பார்வை பெற முடியுமா? ஒருவர் மார்க்சிஸ்டாக, கம்யூனிஸ்டாக ஆக முடியுமா?

சாதி என்ற இந்திய வர்க்க அமைப்பு ஒன்றிரண்டாக இன்றி ஒரு நூறாக உள்ள நிலையில் செய்ய வேண்டியது என்ன என்று எப்படித் திட்டமிடுவது, வர்க்கம் உருவாகாத முன்பு வர்க்கப் புரட்சிக்காக எப்படித் திட்டமிடுவது. மார்க்ஸ் சாதிகள் வர்க்கங்களாக மாறுவதற்கு தொழில் மயமாக்கம், இயந்திர மயமாக்கம் உதவும் என்று ஒரு நம்பிக்கை வைத்தார்.

தனக்கே உரிய சிறு கிண்டலுடன் "ரயில்வே இந்தியாவில் அறிமுகமாகிறது, இதுபோன்று நவீனத் தொழில்கள் இந்தியாவில் அறிமுகமாகும்போது பரம்பரையான வேலைப்பிரிவினையால் அமைந்த சாதிகள் மறையும். இந்தியாவின் வளர்ச்சிக்குத் தடையாக உள்ள, அதன் அரசியல் அதிகாரத்தை தடுக்கும் சாதி அமைப்பு அழியும்." *[Modern industry, resulting from the railway system, will dissolve the hereditary divisions of labor, upon which rest the Indian castes, those decisive impediments to Indian progress and Indian power. (The Future Results of British Rule in India)]*

மார்க்ஸ் இப்படித்தான் ஜெர்மனியில் இருந்து பாட்டாளி வர்க்கப் புரட்சி தொடங்கும் என்றார், பின் இங்கிலாந்து பாட்டாளி வர்க்கம் உலகப் புரட்சியை முன்னெடுக்கும் என்றார். இதெல்லாம் அந்தக் கால-இட-நில நடப்புகள் சார்ந்த கணிப்பு, அதில் ஆசைகளும் வெளிப்படும்.

எது எப்படியிருந்தாலும் உலகின் மிகப்பெரும் ரயில்வேயில் இருப்புப் பாதையில் மலம் அள்ளும் வேலை, கழிப்பறை சுத்தம் செய்யும் வேலை மட்டும்தான் ஒடுக்கப்பட்ட மக்களுக்கென ஒதுக்கப்பட்டுள்ளது. "உணவு வழங்கும் பிரிவில் ஒடுக்கப்பட்ட மக்களை நாங்கள் அனுமதிப்பதில்லை அதனால் அடிக்கடி பிரச்சினைகள் உருவாகும். அவர்களைப் பார்த்தவுடன் உயர்சாதிப் பயணிகள் சிலர் கண்டு பிடித்துவிடுவார்கள். பேசினால் சந்தேகத்திற்கு இடமின்றி தெரிந்து கொண்டு எதையும் வாங்கமாட்டார்கள்." இது ரயில்வே உணவுப்பிரிவில் மேற்பார்வையாளராக இருக்கும் ஒருவர் சொன்னது. (விதிவிலக்குகள் இருக்கலாம், வெள்ளையாக இருந்தால்.)

சேரியைக் கொளுத்தி விட்டு ஒரு மாதகாலம் ரயிலிலேயே இந்தியா முழுக்க அலைந்து தப்பித்த ஆதிக்கச் சாதி குண்டர்கள், ரயில் முழுக்க பிணங்களை நிறைத்த படுகொலைகள், ரயில் எரிப்பு வழியாக தொடங்கப்படும் மதவெறிக் கொலைகள் பற்றி மார்க்ஸ் கேட்டால் என்ன சொல்லுவார். இந்தியாவில் இந்து மதம் நவீன வடிவில் பிரமாண்டமாக எழுந்து வந்ததற்கு காசி முதல் ராமேஸ்வரம் வரை இணைத்த ரயில்களுக்கு முக்கியப் பங்குண்டு, இந்தியா முழுக்க பக்திப் பயணிகள்தான் ரயில் பயணிகளில் 70 சதவிகிதம், இதையெல்லாம் புள்ளி விபரத்துடன் ஏங்கெல்ஸ் படித்தால் என்ன எழுதுவார்? அவற்றை கற்பனைக்கு விட்டுவிட்டு நடப்பியலுக்கு வருவோம்.

மார்க்சியம், அம்பேத்கரியம் என்பதெல்லாம் சமூக மாற்றம், விடுதலைக்கான கருத்தியல்கள். கால, இட, சமூக வடிவங்களுக்கேற்ப அவற்றின் கண்டறிதல்கள் கோட்பாடுகள், வழிமுறைகள் மாறும். ஆனால் அவை விடுதலைக் கருத்தியல்கள். இந்திய அரசியலில் சாதியே வர்க்கப் போராட்டக் களம் என்பதை அறிந்து சொன்ன மார்க்சியம் அம்பேத்கரிடமிருந்துதான் மேலும் கற்க வேண்டும்.

வருத்தமளிக்கும் வாசகம்:

சாதி என்ற சொல்லை மார்க்ஸ் 6, 7 முறைதான் பயன்படுத்தியிருக்கிறார். அவருக்குச் சேரி, ஊர் பற்றியோ, தீண்டாமையின் செயல்முறைகள் பற்றியோ தெரியாது. அடிமை முறை, சமூக ஒதுக்குதல், பரம்பரையாக கெட்டி தட்டிய வேலைப் பிரிவு என்ற தொடர்களில்தான் அவற்றை விளக்க முடியும்.

அதேபோல் அவர் கருப்பின மக்களின் அரசியல் பற்றி, விடுதலை பற்றி விரிவாக எதையும் எழுதிவிடவில்லை. அமெரிக்காவின் பொருளாதாரம் அடிமை முறை உழைப்பால் உருவானது, ஆப்பிரிக்க நாடுகளை அய்ரோப்பிய நாடுகள் பிழிந்து எடுத்து விழுங்கிவருகின்றன என்பதெல்லாம் அவருக்குத் தெரியும். ஆனால் அவை பற்றி அவரால் விரிவாக எழுத முடியவில்லை. மார்க்ஸ்- ஏங்கெல்ஸ் இருவருக்கும் கருப்பின மக்கள் பற்றிய தொலைவழிக் கல்விதான். கிண்டல் நிறைந்த பார்வையும் அவர்களிடம் உண்டு.

மார்க்சின் சிந்தனை ஆற்றலைக் கண்ட சில அறிஞர்கள் என்ன இருந்தாலும் யூத மூளையல்லவா என்று வியந்துள்ளனர். மார்க்ஸ், ஃபிராய்ட், அய்ன்ஸ்டைன், தெரிதா என உலகச் சிந்தனைகளை மாற்றியவர்கள் எல்லாம் யூதர்கள் தெரியுமா? என்று விளையாட்டாகக் கேட்பார்கள் யூத அறிஞர்கள். ஆம் உலக வரலாற்றை மாற்றிய யேசு கூட யூத இனத்தவர்தான். இதை இந்த இடத்தில் நிறுத்தி விட்டு, மார்க்ஸ் காலம் கடந்து, இடம் கடந்து இயங்கும் கருத்தியல் என்பதை மறுத்து, வரலாற்று இயங்கியல் பொருள்முதல்வாத அணுகுமுறையை ஏற்றவர். அந்த வகையில் இந்தியாவின் சாதிகள் பற்றி, அதன் சமூக இயங்கியல் பற்றி 1916-இல் அம்பேத்கர் அளித்த “இந்தியாவின் சாதிகள்: இயங்குமுறை, தோற்றம் அதன் விரிவாக்கம்” என்ற ஆய்வைக் கற்கவே விரும்புவார். சாதியழிப்பு (1936) நூலை ஊன்றிக் கற்கவே செய்வார்.

அத்துடன் இந்தியாவின் ஆகக்கீழான ஒடுக்கப்பட்ட மக்கள் தங்களில் ஒருவரான நவீன இந்தியாவின் விடுதலைக்கு உருவம் தந்த அம்பேத்கரையே தமது தலைவராக, பாபாசாகேபாக, அண்ணலாக சில இடங்களில் போதிச் சத்வராக ஏற்றுக் கொள்வார்கள். மார்க்ஸ் நிச்சயம் இதனைப் புரிந்து கொள்வார்.

அவர் புத்தரைப் புராதனப் புரட்சியின் வடிவம் என்று ஒப்புக் கொள்வார். ஸ்பார்டகசை வரலாற்று நாயகனாக ஏற்ற இரு பெரும் சிந்தனையாளர்கள் ஒருவருக்கு ஒருவர் பகைமுரணாக மாட்டார்கள். “அடிமைப்பட்டிருக்கிற ஒருவனிடம் சொல் நீ அடிமையாக இருக்கிறாய் என்று, அவர் புரட்சியாளனாகிறான்.” அம்பேத்கரின் வாசகம். இந்தியாவின் புரட்சி அடிமைப்படுத்தியவர்கள் தலைமையில்தான் நடக்க வேண்டும் எனத் தலைவிதி இருக்கிறதா என்ன?

சாதி கடந்த மார்க்சியர்கள் அம்பேத்கரை கற்று சாதி நீக்கம் செய்து கொள்ளட்டும். அது அவ்வளவு இலகுவான செயல்முறை அல்ல என்பதால்தான் அவர் புத்த நெறியை இடைக்கால அரசியலாக பரிந்துரைத்தார். அதாவது சாதி மறுத்த, சாதி நீக்கம் பெற்ற பிற சாதிமீற முடியாத முற்போக்காளர்களும் இணைந்த ஒரு சாதியற்ற அமைப்பு.

இதனை தலித்துகளுக்கு மட்டும் அவர் சொன்னதாகப் புரிந்து கொண்ட முற்போக்கு அறிவாளிகள் அம்பேத்கர் பௌத்தம் சாதி ஒழிப்பிற்கும், தலித் விடுதலைக்கும் வழி என்றார், இன்றும் எதுவும் மாறவில்லையே. புத்தம் செத்தது கச்சாமி! என்று கொள்கை முழக்கம் செய்கிறார்கள்.

இன்று நான் பௌத்தர் என்றால் “நீங்கள் மகாரா, மராத்தியா” என்று கேட்கும் அளவுக்கு பௌத்தம் தலித் அடையாளமாக மாறிவிட்டது. இடைநிலைச் சாதிகள், சாதி மறுக்கும்(?) சாதியினர் யாரும் பௌத்தத்திற்குச் செல்லவில்லை. அண்ணல் அதனை அனைவருக்குமான வழியாக , சமூகப் பண்பாட்டு வெளியாகத்தான் முன்வைத்தார். தீண்டாதார் கைப்பட்ட தேரைக்கூட எரித்து விட்டு புதிய தேர் செய்யும் இந்திய வழக்கப்படி புத்தமும் கைவிடப்பட்டது.

ஆம் ஒருநாள் இதுவும் கூட நடக்கலாம். மார்க்ஸிசம் எங்களுக்கானது என்று தலித் அரசியல் தழுவிக்கொள்ளுமானால் அப்போது மார்க்சும் பிறசாதி முற்போக்காளர்களால் கைவிடப்படலாம். (விடுதலைச் சிறுத்தைகள் கருத்தியலில் மார்க்ஸ் இணைந்துள்ளதை ஏளனமாகப் பார்க்கும் முற்போக்காளர்களை நான் சொல்லவில்லை.) புத்தர், அம்பேத்கர், மார்க்ஸ், பெரியார் அனைவரிடமிருந்தும் கற்போம் என்பதுதான் விடுதலை அரசியல்.

வருத்தமாகத்தான் உள்ளது, இருந்தாலும், சாதி கடந்து வாருங்கள் மார்க்சிய மாணவர்களே! அம்பேத்கரைக் கற்கத்தொடங்கும் போது இந்திய வரலாற்றையும், இந்திய வாழ்வையும், சாதியின் இன்றைய நிலையையும் நினைவில் கொண்டு வாருங்கள். மாறுதலுக்கான அரசியலை நமது அறிவில் நிகழும் மாற்றத்திலிருந்தான் தொடங்க வேண்டும். அத்துடன் இன்னும் கொஞ்சம் பொறுப்புடன் மார்க்சையும் படியுங்கள். கற்பதும் விடுதலைக்கான ஒரு வழிதான்.

சுருக்கமான ஓர் ஒப்பந்தம்:

அம்பேத்கரை இன்னும் கற்வோ, புரிந்து கொள்ளவோ, நடைமுறைப்படுத்தவோ தொடங்காத ஒரு சமூகத்தில் அது காலம் கடந்த கருத்தியல் என்றும் அது பொய்த்துவிட்டது என்றும் ஒருவர் சொல்வதை மார்க்சியர்கள் ஏற்பார்களானால், சோவியத், கிழக்கு அய்ரோப்பிய உடைவுக்குப்பிறகு மார்க்சியம் மடிந்தது, கம்யூனிசம் காணாமல் போனது, தொழிலாளர் வர்க்கம் தொலைந்தே போனது, பாட்டாளி வர்க்க சர்வாதிகாரம் பாடையில் ஏறியது என்ற பாசிசக் குரல்களை சுவர் எழுத்துகளாக எழுதிக் களிப்பார்கள் விடுதலைக்கு எதிரான ஆதிக்கவாதிகள்.

கம்யூனிசம் என்ற பேய் ஐரோப்பாவை ஆட்டிப்படைத்தது போல "சாதிகெட்ட இந்தியா" பற்றிய கனவு நம்மை உள்ளாக ஆட்டிப்படைக்கிறதா என்று சாதி மனம் கொண்ட அனைவரும் சுயமதிப்பீடு செய்து கொள்ளத்தான் வேண்டும்.

விடுதலைக்கான வழி ஒற்றையடிப்பாதையல்ல, அது ஒருவருக்குள் அடங்குவதும் இல்லை.

புத்தர் வேண்டும், அம்பேத்கர் வேண்டும், மார்க்ஸ் வேண்டும், பெரியாரியம் வேண்டும், பெண்ணியம் வேண்டும், கருப்பினப் போராளிகளின் கனவுகள் வேண்டும். அதற்கும் மேலாக போராடுவதற்கு மக்கள் வேண்டும், போராட்டங்களை வழி நடத்தத் தலைமை வேண்டும். அந்தத் தலைமை தலித் தலைமையாக மாறிவிடக்கூடாது என்று கவனமாக இருப்பதல்ல மார்க்சியம்...

பகுதி: இரண்டு

குறிப்புகள் விளக்கங்கள்

புத்த நெறியைப் புதுப்பித்த அண்ணல்

அ

அண்ணல் பௌத்த அறத்தை நவீன வாழ்வியலுடன் இணைத்து விரிவாக்கி, புதிதாக்கித் தந்த "புத்தரும் அவர் தம்மமும்" ஓர் அரசியல், சமூகத் திட்டம். மார்சியத்திற்கு இணையாகவும் அதனைக் கடந்த ஒரு விடுதலை நெறியாகவும் நவயான பௌத்தத்தை அண்ணல் வரலாற்று வயப்படுத்துகிறார்.

அறிஞர் அயோத்திதாசர் தொன்மையான அறம், அறிவு என்ற வகையில் பௌத்தத்தை மீளாய்வு செய்து "பூர்வத் தமிழொளியாம் புத்தரது ஆதிவேதம்" எழுதி உருவாக்கியது மாற்றுச் சமயநெறி. சாதி ஏற்றத்தாழ்வு அற்ற "சருவசாதி சமரசம்" என்ற திட்டம் அதில் உள்ளது. இது வர்ண-இந்து கட்டமைப்புக்கு எதிரான ஒரு மாற்று அமைப்பு. புத்தர் என்ற அறிவு-அற உருவம் வழிபாட்டு நெறிக்கு மாறானது. அதனை அண்ணல் வழியிலான பகுத்தறிவு மரபாக மாற்றுவது அரசியல்-சமூகத் திட்டமாக அமையும். தேராவாதம், மகாயானம், போதிச்சத்துவ, அவலோகிதீஸ்வர சமயப் பிரிவுகள் சடங்குத் தன்மை நிறைந்த வழிப்பட்டு ஜாதகக் கதைவழி மரபுகளாக மாறியவை. அரசியல்-சமூக, மெய்யறிவு மரபாக அண்ணல் முன்வைத்த நவயானம் தற்போதைக்கான ஆற்றலுடைய புத்தாக்கம். அதனை அதிகம் முன்னெடுப்பது அறிவு-அறம் சார்ந்த விடுதலை அரசியலுக்கு உகந்ததாக அமையும்.

பௌத்தம் இந்திய அறிவு மரபில் சிக்கலான பங்கை வகித்தது. அமைதி, தியானம், தானம் என மேற்பரப்பில் எளிய வடிவம் தரும் பௌத்தம் மற்றொரு புறம் மிக இறுக்கமான தர்க்கவியலையும், சம்வாத முறையையும் கண்டடைந்தது. எளிமையிலிருந்து தொடங்கி கடினமான பயிற்சிகள், கல்வி முறைகள், விஞ்ஞான நுட்பங்கள், மொழியியல் ஆய்வுகள், எதிர்த் தத்துவ முறைகளை உருவாக்கியது.

உடல், மற்றும் திறன் சார்ந்த வலிய பயிற்சிகள், போர்க் கலைகளையும்கூட கிளைத்துப் பெருகிய பௌத்த மரபுகள் உருவாக்கிக்

கொண்டன. இவற்றைக் கடந்தும் அது மக்கள் மரபாக விரிந்து பரவி பின் பன்முனைத் தாக்குதலால் இந்தியாவின் சிறுபான்மை மதமாக மாறி மீந்தது.

ஆசிய நாடுகள் பலவற்றில் அது அரச சமயமாக, அதிகாரம் கொண்ட நிறுவனமாகவும் கட்டமைக்கப்பட்டது. ஒரு நெடிய வரலாறு கொண்ட எந்த மரபும், அமைப்பும் ஒருபோக்குத் தன்மையில் அமைவதில்லை. பல முரண்களை, மோதல்களை தனக்குள் சேமித்துக் கொள்கிறது.

பௌத்த அரசியல், சமூக வரலாறுகள் பற்றியும், தமிழக பௌத்தத்தின் போக்குகள் குறித்தும் நாம் சேகரித்த வகையில் தெளிவற்ற தகவல்கள், முடிவுக்கு வரவியலா தரவுகளுமாகக் குவிந்து கிடக்கிறது.

அடிப்படையான இறைமறுப்பும், மூலாதார மறுப்பும், அரசு மறுப்பும் கொண்ட மன அமைப்பிலிருந்து என்னால் சமய, அற மரபுகள் பற்றிய எந்த முற்றான நல்லெண்ணம் கொண்ட முடிவுக்கும் வரமுடிவதில்லை.

அவற்றின் முரண்களின் ஊடாக விளக்கிச் செல்வதைத் தவிர எனது முறையியல் வேறு வழியற்று நீள்கிறது.

ஆனால் அண்ணல் அம்பேத்கர் ஓர் அற-அரசியல் சிந்தனையாளர், மறுகட்டமைப்புகளின் மீது நம்பிக்கை கொண்டவர். எதிர்த்தரப்புகள் பலவற்றையும் கணக்கில் கொண்டபின்னும் அவர் செய்த தேர்வுதான் பௌத்த புத்துருவாக்கம்.

“அம்பேத்கர் அன்றிருந்த எந்த பௌத்தத்தையும் ஆதரிக்காமல் ஒரு பௌத்த புத்துருவாக்கத்தைச் செய்கிறார். அதனால் அவருடைய ‘புத்தமும் அவர் தம்மமும்’ நூலும் அம்பேத்கர் விளக்கிய பௌத்தமும் “நவயானம்” என்று அடையாளப்படுத்தப்பட்டது. அதாவது மாகாயானம் அல்ல, ஹீனயானம் அல்ல என்ற அர்த்தத்தில். தமிழில் அயோத்திதாசரும் இந்திய அளவில் அண்ணல் அம்பேத்கரும் உருவாக்கியது நவீன புத்துருவாக்க பௌத்தமே. அதனை ஒரு அறம் சார்ந்த விடுதலைக் கருத்தியலாக விளக்கி மக்கள் இயக்கமாக மாற்றமுடியுமா என்ற முயற்சி. அதனால்தான் புத்தரா கார்ல் மார்க்ஸா எனவும் புத்தரும் கார்ல் மார்க்ஸ் எனவும் அம்பேத்கர் தனது நிலைப்பாட்டை விளக்கினார். அம்பேத்கர் முழுமையான இறைமறுப்பாளர் என்ற நிலையிலிருந்து பௌத்த விளக்கம் செய்திருப்பது இன்றும்கூட சடங்கு-வழிபாடுகொண்ட பௌத்தக் குழுக்களுக்கு உவப்பானது அல்ல. என்றாலும் இந்து-வைதிக வர்ண சாதி அமைப்புக்கு எதிராக “மெய்யியல்” சார்ந்து *“Religion of Philosophy”* என்ற அடையாளத்துடன் பௌத்தத்தை தன் மக்களுக்கு வழங்கினார்.”

“பௌத்தம் அரசியல்-சமூக வடிவம் பெற்ற போது சாதி அமைப்பை, சில இடங்களில் வர்ண அடுக்கையும் ஏற்றது. ஆனால் தீண்டாமையை மட்டும் மறுத்தது. அதனால் அது சாதியற்ற, வர்ணமற்ற அமைப்பை உருவாக்க இயலவில்லை. இதுவும்கூட ஒற்றைத் தன்மை உடையதல்ல.

அரச மதமாக, பெரும்பான்மை நிறுவனமாக மாறிய இடங்களில் எல்லாம் அதுவும்கூட வன்முறை அமைப்பாகவே செயல்பட்டு வந்துள்ளது, வருகிறது. அயோத்திதாசர் இலங்கை மகாபோதி அமைப்பை விட்டு வெளியேறி அது ஓர் அடக்குமுறை, அதிகார அமைப்பு என்று சொல்லி திராவிட பௌத்தம், தமிழ் பௌத்தம் என்ற அமைப்பைக் கட்டியதற்கான காரணம் அதிலிருந்த இனவெறுப்புதான். 'Buddha and His Dhamma' படிக்கும் போதே விளங்கிவிடும் இது வேறு ஒன்று. முற்றிலும் வேறு ஒன்று என்பது. விஷ்ணுவின் அவதாரத்தில் ஒன்றாக புத்தரை உள்ளிழுத்து தம்மத்தைத் தள்ளிய இந்து மதம் போலவே சிலைகளை வணங்கி சீலங்களை அழித்த வரலாறு பௌத்த நிறுவனங்களிடம் உண்டு."

"தாந்திரிக, லாமா (அவதார புத்தர்) மரபுகள் போல பலியிடும் புத்த வழிபாடுகள், மாந்திரிக உபாசனைகள் கூட உள்ளன. மர்மம் மறுத்த பௌத்தத்தில் மர்மவாத மரபுகூட தோன்றியிருக்கிறது. தீண்டாமையை கோட்பாட்டளவில் ஏற்கவில்லை என்பதால் பௌத்தர்களே தீண்டாமைக்கு உட்படுத்தப்பட்டார்கள் என்றும் அம்பேத்கர், அயோத்திதாசர் கூற்றுகள் விளக்குகின்றன. பௌத்தம் ஒற்றை அமைப்பாக இல்லை, அது மண்ணுக்கும் முன்னிருந்த மரபுக்கும் ஏற்ப வடிவமைக்கப்பட்ட வரலாறு நெடுகிலும் உள்ளது. மதத்தை, சடங்கை மறுத்து உருவான ஒரு கோட்பாடு மதமாக, சடங்காக மாறிய போதே குழப்பம் தொடங்கிவிடவில்லையா? ஒப்பீட்டளவில்தான் நாம் அதன் வரலாற்றை மதிப்பிட முடியும். தமிழகத்தில் பௌத்தம், சமணம் அழிக்கப்பட்டது ஏன், எப்படி என்பதற்கான விடைகள் முற்றிலும் வேறொன்றாக உள்ளது. இவற்றை இறைமறுப்பு, மூலாதார மறுப்பு கொண்ட நம் போன்றவர்களால் முழுமையாக விளக்கம் தரவும், விளக்கங்களை ஏற்கவும் முடியாது. அம்பேத்கர் புத்தரா கார்ல் மார்க்ஸா கட்டுரையில் இதனைக் கையாண்ட முறையே நவீன நிலைப்பாடுகளுக்கு நெருக்கமானது."

"மறு உருவாக்கம் செய்ய அதன் அடிப்படையில் இடம் இருக்க வேண்டும் இல்லையா? முழு இறை நம்பிக்கை உள்ள ஒரு சமயத்தில் இறைமறுப்பை உருவாக்க முடியுமா? காந்தி இந்து மதத்தை மறு உருவாக்கம் செய்ய முயன்றபோது இந்து மத அமைப்புகளால் அது முழுமையாக மறுக்கப்பட்டது. ஏனெனில் அதற்கு ஸ்ருதி, ஸ்மிருதி ஆதாரம் இல்லை, சன்ஸ்கிருதியிலும் இடம் இல்லை என்ற வாதமே வலிமையாக வைக்கப்பட்டது. ஆனால் இந்து மதம் என்ற ஒன்று-அல்லது ஒன்றுபட்ட இந்து மதம் என எதுவும் இல்லை என்பதுதான் சமூக நடப்பு. பிரம்மோ சமாஜ், ஆரிய சாமாஜிகள் செய்ய நினைத்து பின் அவையும் இந்து உபதர்மா என்றே அடையாளம் காணப்பட்டன. அயோத்திதாசரும் அம்பேத்கரும் பௌத்தத்திற்குள் உள்ள கருணா, பிரக்ஞா சமதா அல்லது பிறப்பொக்கும் எல்லா உயிர்க்கும் என்ற அடிப்படைகளை வைத்துதான் புத்துருவாக்கம் செய்ய முடிந்தது. அது மீளுருவாக்கம் என்பதைவிட புத்துருவாக்கமே.

அம்பேத்கர் அதனை *New Life* என்று வெளிப்படையாகச் சொல்கிறார். அயோத்திதாசர், அம்பேத்கர் இருவரும் சமயம், மதம் அற்ற அறிவார்த்த சமூகம் சாத்தியம் உண்டு என்றும் அது உருவாக வேண்டும் என்பதை ஒப்புக்கொண்டு தம்மத்தை இடைக்கால இணைப்பு நிலையாகவே முன்வைத்துள்ளனர். இருவருமே இறைமறுப்பாளர்கள், பகுத்தறிவு மரபினர். பிறகு ஏன் பௌத்தம் அவர்களுக்கு ஆக்கபூர்வமாகத் தென்பட்டது என்பதையே தம் எழுத்துகள் வழி பலவாறு விளக்கியிருக்கிறார்கள்.

"கோட்பாடாக விவாதிப்பதற்கும் அம்பேத்கர், அயோத்திதாசர் போல இயக்கமாகக் கட்டுவதற்கும் இடையில் நிறைய வேறுபாடுகள் உள்ளன. தலித் அரசியலில் நவயான பௌத்தம் இன்று வரை மிகச்சிறிய அளவில்தான் உள்ளது. இந்து அல்ல என்று சொல்ல பெரும்பான்மை ஒடுக்கப்பட்ட சமூகம் இன்றும் முன்வரவில்லை என்பதைத் தலித் அரசியல் தலைவர்கள் வலியுடன் குறிப்பிட்டே வருகிறார்கள். மதம் வெறும் நம்பிக்கையும் வழிபாடும் மட்டுமா வழக்காறுகளும், நடத்தையியலும் செறிந்த சிக்கலான கூட்டு மனநிலை."

ஆ

வரலாற்றின் போக்குகளை மாற்றியமைக்கும் சிந்தனையாளர்கள், சிந்தனைத் துறையின் அடிப்படைகளை மாற்றியமைக்கும் அறிஞர்கள் எனச் சிலரைக் குறிப்பிடும்போது அந்தப் பெயர்கள் அனைவருக்கும் ஒன்று போல் இருப்பதில்லை. கார்ல் மார்க்ஸ், பாபாசாகேப் அம்பேத்கர் என்ற பெயர்களை அப்படி அறிகிறோம் என்றாலே அது நமது அரசியல் தேர்வு என்றுதான் பொருள்.

சிக்மண்ட் பிராய்ட், பிரடெரிக் நியிட்சே என்று ஒருவர் சொல்லும் போது அவர் எதனைக் குறிப்பிடுகிறார் என்பது நமக்குப் புரியும். மார்க்ஸ், அம்பேத்கர் போன்ற விடுதலைக் கருத்தியல் முன்னோடிகளை அறிகிற போது அவர்களின் வரலாற்று கால-இடப் பின்புலங்களை விட்டுவிட்டு அவர்களின் சிந்தனை முறைகளை, ஆய்வு நுட்பங்களை, அவர்களின் மொழியாக்க முறைகளைப் புரிந்து கொள்ளவே முடியாது. அது மட்டுமின்றி இது போன்ற சிந்தனையாளர்கள் ஒரு-இரு புள்ளிகளில் இருந்து சிந்திப்பதும் இல்லை. பலவழிப் பாட்டைகள், சிக்கலான எதிர்ப்புலங்கள், பலவகைப்பட்ட கோபங்கள் அவற்றில் இருக்கும். சரி தற்போது அண்ணலிடம் வருவோம். மார்க்ஸ் போன்று தன் அடையாளத்தை மறுத்து சிந்திக்கத் தொடங்கியவரல்லர் அவர். ஒரு குறிப்பிட்ட சமூகத்தை, ஒரு பெரும் மக்கள் தொகுதியை விடுவிக்க வேண்டிய கட்டாய நிலையில் மார்க்ஸ் இல்லை. அவர் மூவாயிரம் ஆண்டுகால பெருமைகொண்ட மரபிலிருந்து உருவானவர். அவர் தத்துவம், வரலாறு, அறிவுத்துறை, சட்டம் என எதிலாவது ஒன்றில் (யூத ஆண் என்ற வகையில்) ஈடுபட்டே ஆகவேண்டும்.

அண்ணலைப் பொருத்தவரை தனி மனிதராகத் தன்னை விடுவித்துக் கொள்ள வேண்டும், தன் மீதான வரலாற்று அடையாளத்தை உடைத்து உருமாற வேண்டும், அத்துடன் தன் மக்களை விடுவித்து புதிய வாழ்வொன்றை உருவாக்க வேண்டும், அதற்கான அரசியல் சமூகச் செயல்பாடுகளை முன்னெடுக்க வேண்டும், அதற்கு முன் விடுதலைக்கான அறிவை, கருத்தியலை உருவாக்கித்தர வேண்டும், அக்கால அரசு-அரசியல் வலைப்பின்னலில் தன் மக்களின் இடத்தை-இருப்பை ஓய்வின்றி பதிவு செய்தாக வேண்டும் என ஓய்வு ஒழிச்சல் அற்ற பணிகளின் மொத்த வடிவமாக இருந்தார். அவர் தம்மளவில் விடுதலை அடைந்து விட்டவர், தம் அறிவால், திறன்களால் மறுக்க இயலாத உயர்ந்த நிலையை அடைந்து விட்டவர் என்பதையும் நாம் நினைவில்கொள்ள வேண்டும்.

மூக் நாயக் பத்திரிகை, மகத் மாநாடு தொடங்கி அவர் முயற்சித்துப் பார்க்காத வழிமுறைகள் எதுவும் இல்லை. அரசியல் அதிகாரம்தான் தன் மக்களை விடுவிக்கும் என்பது அவரைவிட அதிகமாக வேறு யாருக்குத் தெரியும்? அத்துடன் தமது மக்களிடம் உருவாக வேண்டிய சமூக-பண்பாட்டு மாற்றம் பற்றியும், புதிய அறிவு மரபு பற்றியும் அவர் ஓயாமல் சிந்தித்துக் கொண்டிருந்தவர். இந்தியாவே ஒரு பஜனை மடமாக மாறியிருந்த சூழல் அது. இந்து- இந்துத்துவா அதற்கு வெளியே இஸ்லாமிய சமூக- அரசியல் இவை இரண்டு மட்டுமே காலனிய சக்தியாலும் தேசியவாத சக்திகளாலும் அங்கீகரிக்கப்பட்டிருந்தன. நாடு யாருக்கு? அரசியல் அதிகாரம் யாருக்கு? என இந்த இரு பெரும் சக்திகள்-குழுக்கள் தமக்குள் பலம்கொண்ட மட்டும் முட்டி நின்றன, அதுவே பின்னாலில் படுகொலைகளுக்கான, பயங்கரங்களுக்கான அடிப்படையாக அமைந்து விட்டது. ஆனால் நான்கில் ஒரு பங்கான ஒடுக்கப்பட்ட- வெளிநிறுத்தப் பட்ட மக்களின் இருப்போ, இடமோ, குரலோ பொருட்படுத்தப்படவில்லை. அவர்களும் தமக்குள் அடக்கம், நாங்களே அவர்களுக்கும் சேர்த்து பேசுவோம் என்ற காந்தி-காங்கிரஸ் திமிர்த்தனம் அண்ணலுக்குக் கடுங்கோபத்தை ஏற்படுத்தி அவரை நிம்மதியிழக்கச் செய்த நிலை தலித் அரசியல் உணர்ந்தவர்களால் கண்கள் பனிக்க நினைவு கூறப்படும் தன்மையுடையது. தனித்த ஒருவராய், தன் மக்களின் குரலை, தன் மக்கள் பின்னிற்க ஓர் ஏகாதிபத்தியத்தின் முன் எடுத்துரைக்க வேண்டிய நிலையில் அவர் இருந்தார். அவரைத் தவிர வேறு யார் அந்தப் பணியை எடுத்திருந்தாலும் புனித தேசியத்தால் அடையாளம் தெரியாத அளவுக்கு கரைந்து போயிருப்பார்கள். கம்யூனல் அவார்ட், ரிசர்வேஷன் ஃபார் டிப்ரஸ்ட் கிளாஸ், ரெப்ரசன்டேஷன் ஆப் டிப்ரஸ்ட் கிளாஸ் (கம்யூனல் பிரஞ்சைஸ்) என்பதான ஒடுக்கப்பட்ட மக்களுக்கான அரசியல் பிரதிநித்துவம் அம்பேத்கருக்கு முன்பே பேசப்பட்டவைதான். அயோத்திதாசர் தம் காலத்தில் பிரிட்டிஷ் அரசுடன் அவை குறித்தே கோரிக்கைகள் வைத்தவர். ஆனால் அண்ணல் மட்டுமே அவற்றைச் சமூக அறிவியல், கருத்தியல் தளத்திற்கு நகர்த்தி வலிமையான அரசியல் ஆயுதமாக மாற்றினார். பிரிட்டிஷ் அரசியல்வாதிகள்கூட (லேபர் கட்சியின் உறுப்பினர்கள்) அம்பேத்கரிடம் கற்றுத் தெளிவடைய வேண்டிய

நிலையில் இருந்தனர். இந்திய அரசியலமைப்புச் சபையில் அண்ணலின் இடம் இதன் தொடர்ச்சியானதுதான். அவரது அறிவின் நெடும் பாதை அனைத்தும் நம் மக்களுக்கான முன்னேற்றம், விடுதலை, மனித மாண்பு என்பதை நோக்கியே இருந்தது. இவையெல்லாம் வரலாறுகள். இதனைக் கடந்து அண்ணல் தம் மக்களுக்குச் சொன்ன திரிமந்திரம் கற்பி, போராடு, அணிதிரண்டு நில் (கற்பி, புரட்சிசெய், ஒன்றுபடு). இதற்குப் பிறகு உருவான ஒரு செயல் திட்டம், வரலாற்றுக் காலகட்டம்தான் புதுப்பிக்கப்பட்ட பௌத்த நெறி. நவயான பௌத்தம் அண்ணலிடம் ஓரிரு நாளிலோ உள்ளுணர்வின் குரலிலோ உருவானதல்ல. 1934-35 காலகட்டத்தில், அதற்கும் முன்பு 1932-இல் இந்து-காங்கிரஸ்-இஸ்லாமிய ஒப்பந்தம் ஒடுக்கப்பட்ட மக்களை புறம்தள்ளிய பொழுதுகூட அது தொடங்கியிருக்கலாம். ஆனால் அதனை 1936-இல் அறிவித்தார் "மதமாற்றம் குழந்தைகள் விளையாட்டல்ல" என்ற குறிப்புடன் தொடங்கும் மகார் மாநாட்டுப் பேச்சு (மே, 1936 ஏன் நமக்கு மதமாற்றம் அல்லது ஏன் நாம் மதம் மாறவேண்டும்?) ஒரு புதிய தொடக்கம். அதே ஆண்டில்தான் இன்டெபென்டன்ட் லேபர் பார்டியும் தொடங்கப்பட்டது. நெடிய ஆய்வின் தொடர்ச்சியாக அமைந்ததுதான் அவரது "புத்தரும் அவர் தம்மமும்" என்ற காவியத் தன்மை கொண்ட நூல். 1956 அக்டோபர் 14-இல் நாக்பூர் பெருநிகழ்வு திட்டமிடப்பட்டதற்கு அண்ணலின் உடல்நிலையே முதல் காரணம். அவர் அதனை உணர்ந்திருந்தார், துயரங்களையும் இழப்புகளையும் தனித்தே சுமந்த அவர் தம் அறிவையும், விடுதலைக்கான கருத்துகளையும் மட்டும் தம் மக்களுக்கு அளித்துவிட்டுச் செல்வதில் குறியாக இருந்தார்.

புத்த நெறி (புதிய பௌத்தம்) அவரைப் பொறுத்தவரை விடுதலைக்கான தொடக்கம்தான், அதுவே விடுதலை அல்ல. இதனை அவர் பல வடிவங்களில் தெளிவு படுத்தியிருக்கிறார். சமூக-மதக் காரணிகள், பொருளியல்-ஆன்மநெறிக் காரணிகள் என இரண்டாகப் பகுத்து மிக விரிவாவே அதனை அண்ணல் விளக்கியிருக்கிறார். "நான் தெளிவாக உங்களுக்குச் சொல்லுகிறேன், மனிதர்களுக்காத்தான் மதங்களே தவிர மதங்களுக்காக மனிதர்கள் இல்லை. மனித மாண்புகளை, மதிப்பை பெற வேண்டுமெனில் உங்களுக்குச் சொல்கிறேன் மதம் மாறுங்கள்." ஒன்றுபட வேண்டி மாறுங்கள். வலிமையடைய மாறுங்கள். சமத்துவம் பெற மாறுங்கள். சுதந்திரம் அடைய மாறுங்கள். அதனால் உமது குடும்ப வாழ்வும் மகிழ்ச்சியாக அமையக்கூடும். மதம் மாறுங்கள். உங்களுக்கு பிடிக்கவில்லையென்றாலும் சொல்ல வேண்டியது என் கடமை, நான் சொல்லிக்கொண்டே இருப்பேன். இப்போது அதனை உங்களிடம் சொல்லிவிட்டேன். இனி சந்தித்து உங்கள் கடமையை நிறைவேற்றுங்கள்." 1936-இல் மதம் மாறுங்கள் என்றுதான் சொன்னார் எந்த மதம் என்று சொல்லவில்லை. அதனை 1956-இல்தான் முழுமையாக அறிவித்தார். அவருக்குத் தெரியும் மதமாற்றம் மட்டுமல்ல "உடைமாற்றம்" கூட குழந்தை விளையாட்டு அல்ல என்பது.

இந்துத்துவம், இந்து தேசியம் என்பவை இந்துக்களுக்கும் எதிரானவை

அ

இந்துத்துவம், இந்து தேசியம் என்ற உணர்ச்சிச் செறிவூட்டப்பட்ட அரசியல் குரல் கடந்த ஒரு நூற்றாண்டு காலமாகத் தொடர்ந்து ஒலித்து வந்தாலும் 1990-களில்தான் பாஜக தேசிய அரசியலில் மக்களால் தேர்ந்தெடுக்கப்பட்டு ஆட்சியில் பங்கு பெறத் தகுதி உடைய ஒரு கட்சியாகத் தன்னைப் பலப்படுத்திக் கொண்டது. 1999-இல் அக்கட்சி பாராளுமன்றத்தின் அமைச்சகப் பொறுப்பை பெறக்கூடிய, அதாவது ஆளும் கட்சியென்ற தகுதியை அடைந்தது. 2014-இல் பதினாறாவது பாராளுமன்ற அவையில் 282 மக்கள் பிரதிநிதிகளைப் பெற்ற தனிப் பெரும்பான்மை கொண்ட, அரசியல் அமைப்புச் சட்டப்படி நிறைவேற்ற அதிகாரங்கள் அதிகம் உள்ள ஒரு கட்சியாக வளர்ச்சியடைந்திருக்கிறது.

இந்த வளர்ச்சி, அல்லது பெருக்கம் மக்கள் அரசியலை நேசிக்கும், மாற்று அரசியலைத் தம் திட்டமாகக் கொண்ட யாருக்கும் அச்சத்தை, அவநம்பிக்கையை உருவாக்கக்கூடியது. அதே சமயம் மக்கள் ஆட்சியென்ற அளவில் எந்தக் கட்சியாக, எப்படிப்பட்டக் கட்சியாக இருந்தாலும் அதனுடன் நமக்கு உறவும் உரிமையும் உள்ளது. தற்போதைய அரசு (கடந்த எட்டு மாதங்களில்) கொண்டு வந்துள்ள சட்டத் திருத்தங்கள், அறிவித்துள்ள திட்டங்கள், நிதி ஒதுக்கீடுகள், அறிமுகப்படுத்திய விழாக்கள் அனைத்தும் மக்கள் அரசியலில் இருந்து தந்திரமாக விலகி உலக முதலாளிய ஆதிக்கம் மற்றும் உள்நாட்டு சனாதன ஆதிக்கம் இரண்டையும் பலப்படுத்தும் தன்மை கொண்டதாகவே உள்ளது. அறிவிக்கப்பட்ட இன்றைய இந்து மைய அரசியல் இனி எந்த வகையான வடிவங்களை அடையும் என்பதைத் தெளிவாக நாம் பட்டியலிட்டுக்காட்ட இயலாத நிலையில் மாற்று அரசியலை நம்பும் பலருக்குள் குழப்பமான ஓர் அவநம்பிக்கை பரவிவருவதைக் காணமுடிகிறது.

தேசிய அளவில் இந்து மதவாத அரசியல் தனிப் பெரும்பான்மை பெற்று வலுப்பட்டுள்ள இந்தக் காலகட்டத்தில்கூட பொத்தம் பொதுவாக இந்திய மக்கள் அனைவரும் இந்துத்துவக் கருத்தியிலை ஏற்றுக் கொண்டார்கள் என்று நாம் சொல்ல இயலாது. காங்கிரஸ் மற்றும் இடதுசாரிக் கட்சிகள் தற்கால அரசியலுக்கான திட்டமின்றி பின்னடைந்த போது பாரதிய சனதா கட்சி மக்களுக்கு ஒரு மாற்றாகத் தெரிந்தது. உலக அளவிலான சந்தைச் சுரண்டல், நுகர்வுப் பொருளாதாரம் மற்றும் வளங்களைக் கொள்ளையிடும் அரசியல் இந்திய அரசியலைத் தனக்கேற்ப மாற்றியமைக்கத் தொடங்கிய காலகட்டமான 1980களிலிருந்து இந்தச் சிக்கல் தொடங்கிவிட்டது. காங்கிரசைத் தன் களப்பணிக் கருவியாக வைத்துக் கொள்ள முடியும் என்று பன்னாட்டு முதலாளியம் நம்பிய வரை அக்கட்சியை தேசிய அரசியலில் பலப்படுத்தியது. ஒரு கட்சியை மட்டும் நம்பித் தன் திட்டங்களை இந்திய மண்ணில் விரிவுப்படுத்த முடியாது என்பதையும், இடதுசாரி அரசியல் இந்திய மக்களிடம் மீண்டும் பரவ வாய்ப்புள்ளது என்பதையும் புரிந்து கொண்ட போது காங்கிரசுக்கு இணையான அதே சமயம் பழமையான மற்றொரு கட்சியை வளர்க்க வேண்டும் என்ற தேவையை பன்னாட்டு முதலாளியம் அறிந்து கொண்டது. உலக அளவிலான இந்தத் திட்டமிடலின் விரிவைத்தான் இந்துத்துவ அரசியலின் புத்துருவாக்கத்திலும் வளர்ச்சியிலும் நாம் காண்கிறோம்.

1970-கள் வரை மக்களிடம் இருந்த மாற்றுகள், தீர்வுகள் பற்றிய நம்பிக்கைகள் 1980-களில் மெல்லக் கரைந்து முதலாளித்துவத்தின் பலம் பற்றிய மிரட்சி, அரசு ஆயுதங்கள் பற்றிய திகைப்பு, பிற்போக்குச் சக்திகளின் வன்முறை பற்றிய அச்சம் என்பவை வளர்ந்தன. இந்திய மக்கள் அரசியலில் உருவான நம்பிக்கையின்மை மற்றும் பொது அச்சுறுத்தல்தான் இன்றைய இந்துத்துவ சக்திகளின் பெருக்கத்திற்கான அடிப்படை. பஞ்சாப், கஷ்மீர், வடகிழக்கு மாநில மக்களின் தன்னுரிமைப் போராட்டங்கள் தண்டகாரண்ய நிலப்பகுதி மக்களின் வாழ்வுரிமைப் போராட்டங்கள் அனைத்தைப் பற்றியுமான எதிர்நிலைப்பாடுகளை உருவாக்கிப் பாதுகாப்பற்ற தேசியம் என்ற சொல்லாடலைக் கட்டமைத்துத் தன் அச்சுறுத்தும் அரசியலுக்குப் பயன்படுத்திக் கொண்டன இந்துத்துவ சக்திகள். வன்முறைக்கெதிரான இந்திய அரசின் சட்டங்களும், திட்டங்களும் இந்து மதவெறி வன்முறைகளைக் கண்டுகொள்ளாமல் விட்டதுடன் அவற்றின் பரவலுக்கு ஆதரவாகவும் பல நேரங்களில் செயல்பட்டன. வன்முறை அரசியலைத் தன் 'கொடியற்ற' படைப்பிரிவின் வழியாகச் செயல்படுத்தி வந்த காங்கிரஸ் 1985-இல் சீக்கியர்களின் மீதான கொடும் தாக்குதல் வழியும் 1989-இல் இலங்கைத் தமிழ் மக்கள் மீதான ராணுவத்தாக்குதல் வழியாகவும் தன் அச்சுறுத்தும் அரசியலை விரிவுபடுத்தியது. இந்த வகைத் தடைகள் இல்லாத பாரதிய சனதாவுக்குக் கொடியுடன் கூடிய படை அரசியல் அதிக பலனளிப்பதாக இருந்தது. காங்கிரஸ் பழைய முதலாளிகளின் அணிவகுப்பு என்றால் பாரதிய

சனதா கட்சி புதிய முதலாளிகளின் அணிவகுப்பாக உருவானது. உலக மயமாக்கத்தை யார் விரைவாக, வலிமையாக இந்தியாவில் கொண்டு வருவது என்பதில் இரண்டு கட்சிகளுக்கும் கடுமையான போட்டி இருந்து வருகிறது.

1984-இல் அன்றைய பிரதமர் இந்திரா காந்தி கொலை செய்யப்பட்டது, 1991-இல் முன்னாளைய பிரதமர் ஒருவர் கொலை செய்யப்பட்டது, 1992-இல் பெரிய அளவிலான திட்டமிடலுடன் நிகழ்த்தப்பட்ட மசூதித் தகர்ப்பு, அதனைத் தொடர்ந்து நிகழ்த்தப்பட்ட படுகொலைகள் காரணமாக அச்சுறுத்தும் அரசியல் பெருகி வளர்ந்து 1996-இல் 194 மக்களவை இடங்களைப் பெறவும் 1999-இல் கூட்டணியமைத்து மத்தியில் ஆட்சிப் பொறுப்பை ஏற்கவும் உரிய அளவுக்கு இந்துத்துக்கட்சியைக் கொண்டு சென்றது. அதன் பின் உருவான 10 ஆண்டுகால இடைவெளியை அக்கட்சியும் அதன் கிளை அமைப்புகளும் திட்டமிட்டுப் பயன்படுத்திக் கொண்டுள்ளன. இன்றைய அச்ச அரசியல் அச்சமூட்டுபவர்களிடமே தங்களை ஒப்படைக்கும் மக்கள் உளவியலை உருவாக்கியுள்ளது.

எண்ணிக்கையைச் சொல்லிக் காட்டி புரியவைக்க முடியாத தொகைகளில் ஊழல் கணக்கு, வெளிநாட்டில் குவிந்துள்ள இந்தியப் பணத்தைக் கொண்டு வந்தால் இந்தியர்கள் ஒவ்வொருவர் கணக்கிலும் சில லட்ச ரூபாய்கள் வந்து சேர்ந்துவிடும் என்ற பூதக்கனவு, பத்தாண்டு ஆட்சி சலித்துப் போனதின் விளைவு, பன்னாட்டு உள்நாட்டு முதலாளிகளுக்கான பாதுகாப்புக்கும் விரிவுக்கும் உத்தரவாதமளிக்கும் கொள்கைத் திட்டங்கள். இரும்புக் கரம் கொண்டு எதிர்ப்புகளை அடக்கும் வலிமை உள்ள கட்சியின் ஆட்சி. இப்படிப் பல காரணங்கள் புதிய ஆட்சிக்கு வழிவகுத்துள்ளன. இஸ்லாமிய வெறுப்பு, கிருத்துவ இழிப்பு, சனாதனக் கொதிப்பு என்பவை மக்களிடம் அதிக தீய விளைவுகளை ஏற்படுத்தியிருப்பதைக் காணமுடிகிறது. இவற்றைக் கடந்தும்கூட இந்து என்ற வகையில் ஒரு பெரும்பான்மை மதவாதத் தேசிய உணர்வு இந்தியச் சமூகங்களிடையே ஏற்பட வாய்ப்பு மிகக்குறைவு.

இந்து என்ற பொது அடையாளம் உருவாவதும், திடப்படுவதும் சாதி, மொழி, இனம், நிறம், சமய வழக்குகள், சடங்கு வேறுபாடுகள், பலதெய்வப் பிரிவுகள், பொதுவான சமயநூல் இல்லாமை, குலக்-குடிச் சமயங்களின் வகைமை, தொல்குடி மக்கள், வனக்குடிச் சமூகங்கள் அதிக அளவில் இருப்பது, பொது வரலாறு அற்ற நிலை எனப் பல காரணங்களால் அவ்வளவு இலகுவில் நடக்க வாய்ப்பு இல்லை.

பகவத் கீதையைத் தேசிய நூலாக வைத்தால் சைவ, சாக்தேய, கௌமார, காணபத்திய மக்கள் தொகை அந்நியப்பட்டுப் போகும். ஏற்கனவே ராமராஜியம், ராமஜன்ம பூமி என்ற கட்டமைப்பு சைவ, வைணவ மேலாதிக்கப் போட்டியுணர்வின் காரணமாகத் தளர்ந்து போனது. பிராமண,

சனாதன, வைதிக மையம் கொண்ட இந்து ஆதிக்கம் சூத்திர, சத்திரிய இடைநிலைச் சாதிகளிடம் பெயரளவில் இருக்கலாமே தவிர ஒரு சமூக உளவியலாக மாறுவதில் சிக்கல் இருக்கும்.

மதச்சிறுபான்மையினர் தம்மை அடக்கி ஆள்வதாகவோ, அவர்களே இந்தியா பொன்னாடாக மாறுவதைத் தடுத்துக் கொண்டே இருப்பதாகவோ அனைத்து இந்து-இந்தியச் சமயத்தினரையும் நீண்ட நாட்கள் நம்ப வைக்க முடியாது. பாகிஸ்தான் மீதான வெறுப்பைத் தீமூட்டி வளர்த்து பால் கொதிக்க வைக்க முடியாது. அதற்கு எரிவாயு தாருங்கள் என மக்கள் கேட்க அதிக காலம் ஆகாது. மையப்படாத ஒரு மதம், தன்னளவில் ஒருமைப்படாத ஒரு சமயம் எதிர்நிலை, வெறுப்பு உளவியலை மட்டும் வைத்துத் தன்னை தேசிய அடையாளமாக உருவாக்கிக் கொள்ள முடியாது. பாரதிய ஜனதா கட்சியில் ஆட்சியில் இருப்பவர்கள், அமைச்சர்களாக இருப்பவர்கள் பேசுவது ஒன்று, மக்கள் மத்தியில் உள்ளூர் தலைவர்கள் பேசுவது அதற்கு எதிரான ஒன்று. சாமியார்கள், சாமியாரினிகள் பேசுவது தம் கட்சியின் கொள்கையல்ல என்று தினம் அறிவிக்க வேண்டிய கடமை இன்றைய தலைமை அமைச்சருக்குத் தரப்பட்டிருக்கிறது. இரண்டு மடங்களைச் சேர்ந்த இருபது சாமியார்களை இரண்டு நாட்கள் ஒரே இடத்தில் அடைத்து வைத்துப் பாருங்கள் இவர்கள் பேசும் ஆன்மிகத் தேசியம், தேசிய ஒற்றுமை என்பதன் நிறம் என்ன என்பது தெரியும். இந்த வேறுபாடுகளின் காரணமாக இந்துத்துவா ஓர் அச்சுருத்தும் பேச்சாகத் தொடர்ந்து இருக்கலாமே தவிர அரசியல் கட்டமைப்பாக மாற வாய்ப்பு குறைவு.

இந்து சமயங்களில் ஒன்றைப் பின்பற்றி, இந்தியத் தெய்வங்களில் ஏதாவதொன்றை வழிபட்டு இந்து என அடையாள அட்டையில் பதிவு செய்து வாழ்வதும் இந்துத்துவ அரசியலை ஏற்று, இந்து மதவெறி இயக்கமாகச் செயல்படுவதும் ஒன்றிணைய வேண்டிய தேவை இல்லை. காங்கிரஸ் கட்சி, கம்யூனிஸ்ட் கட்சி, காமராஜர் ஆட்சி என ஏதாவதொன்றைப் பற்றிக் கொண்டு இந்து அடையாளத்தையும் எந்த வில்லங்கமும் இன்றி மக்கள் தொடர வாய்ப்புகள் உண்டு. இந்த நிலைதான் இந்துத்துவ பாசிசத்திற்கு இடைஞ்சலாக இருக்கிறது, காந்தியைக் கொன்று இந்த நிலைக்கான அடையாள எதிர்ப்பை இந்துத்துவ அரசியல் முன்பு நிகழ்த்திக் காட்டியது. தற்பொழுதுள்ள அதிகாரத்தைப் பயன்படுத்தி கல்வி, அறிவுத்துறை, வரலாற்றுப் புனைவுகள், தொன்மங்களின் மீட்டுருவாக்கம், புராணிக அழகியல், கலை-இலக்கிய வடிவங்கள், கருத்தியல் தளங்கள், பன்முனை ஊடகங்கள் என அனைத்தின் வழியாகவும் இதனை மறுகட்டமைப்பு செய்யும் முயற்சிகள் நடக்கும்.

இதன் ஒரு பகுதிதான் "இந்துமத மேலாண்மைச் சிந்தனைகளை விதைக்கும், வளர்க்கும் எழுத்து முயற்சிகள் தமிழில் முன்னெடுக்கப் படுதல்." இது இன்று நேற்றல்ல இலக்கிய வரலாறு தொடங்கிய காலத்திலிருந்து நிகழ்ந்து கொண்டிருக்கும் போராட்டம். தமிழ்

அச்சு ஊடகம் தொடங்கப்பட்ட போதும் இந்தப் போராட்டம் புதுப்பிக்கப்பட்டது. பக்தி அரசியல் ஒவ்வொரு காலகட்டத்திலும் இருந்து கொண்டே இருக்கும் ஆனால் தமிழில் சிறு தெய்வ மரபுகளும், குலதெய்வ மரபுகளும் வைதிக மையப்படாத இணைமரபுகளும் இதனை கலைத்துக் கொண்டே இருக்கின்றன.

ஒடுக்கப்பட்டோர், ஊருக்கு வெளியே இருக்கும்படி ஒதுக்கி வைக்கப்பட்டோர் மரபுகளும் இந்து-வைதிக அதிகாரத்தை ஏற்கக் கூடியவை இல்லை. தமிழ்ப் பண்பாடு பற்றிய நவீன கட்டமைப்பு தெரிந்தோ தெரியாமலோ பகுத்தறிவுச் சார்புடையதாக மாறியிருக்கிறது. தொல்தமிழர் வாழ்வு சாதி-வர்ணப் பகுப்பற்றது என்று சொல்லிக் கொள்வதில் நமக்கு விருப்பம் இருக்கிறது. வள்ளுவ மரபைத் தமிழ் அடையாளமாக வைத்துக் கொள்வதில் பெருமை கொள்ளும் சமூகம் நமது. பெரியாரிய, மதமறுப்புச் சிந்தனைகளை ஒரு புறம் வைத்துக் கொண்டே இந்தியாவிலேயே அதிகக் கோயில்களைக் கொண்ட மண் என்ற பெருமையை தினம் ஒரு புதிய கோயில் கட்டுவதன் மூலம் தக்கவைத்துக் கொள்ளும் சமூகமும் இது.

பிராமணரல்லாதோர் அரசியல் தொடங்கிய இடம் என்று வரலாற்றுப் பெயர்பெற்ற போதும் பிராமணச் சமூகத்திற்குக் கோயில் கருவறை முதல் குடும்ப நிகழ்ச்சிகள் வரை அதிக மரியாதையை வழங்கி முன்பு வழக்கில் இல்லாத புதிய புதியச் சடங்குகளைப் பெருக்கி அவர்களுக்குத் தடையற்ற வருமானத்திற்கு வழிசெய்து தருவது, உணவு விடுதிகள், திருமண நிகழ்வுகள் என அனைத்திலும் பிராமணாள் கைப்பதம் என்ற ஒரு நவீன வழக்கத்தை உருவாக்கிப் பேணுவது, ஊடகங்கள் தொடங்கி உள்ளூர் பஜனை மடங்கள் வரை அய்யர் பேச்சுக்கு அடுத்த பேச்சு கிடையாது என்ற அழிச்சாட்டியங்களை அசட்டுத்தனமாக ஏற்று நடப்பது போன்ற வழக்கங்கள் மூலம் கலப்புத் தன்மைகொண்ட சமூகமாகத்தான் நம்மை வைத்துக் கொண்டிருக்கிறோம்.

இந்தப் பின்னணியில்தான் நாம் ஒன்றைக் கவனிக்க வேண்டும் இந்துமத மேலாண்மைச் சிந்தனைகள் இங்கு தொடர்ந்து இருந்து வந்தாலும் அது இந்துத்துவ, இந்து மட்டும் என்ற அரசியலாக மாறியதில்லை. ஒருவர் மலையாளி எனத் தெரிந்தே தமிழர்கள் அவரைத் தங்களின் பொன்மனச் செம்மலாகத் தயங்கமின்றி தேர்ந்தெடுத்திருக்கிறார்கள், மராத்தியர் என்று தெரிந்தே ஒரு நடிகரைத் தமிழ் நாட்டின் 'வாழும் தெய்வம்' என்று கொண்டாடுகிறார்கள். இது மற்ற மொழி மாநிலங்களில் நடக்க முடியாத அடையாள முரண்.

இதே போன்றுதான் சிலர் பேசித் திரியும் இந்துத்துவம், இந்து தேசியம் போன்ற புனைவுகளையும் தமிழ்ச் சமூகம் கேட்டு ரசிக்குமே தவிர அதனைத் தன் அரசியலாக ஏற்காது. தமிழர்களைச் சுரண்டி வாழ்கிறார்கள்

என்று இஸ்லாமியர் வெறுப்பை, கிருத்துவ வெறுப்பை இங்கு யாரும் கொளுத்தி விட முடியாது. அப்படிக் கொளுத்த நினைத்தால் அந்த வெறுப்பின் தனல் முதலில் வட இந்திய முதலாளிகள், தெலுங்கு, கன்னட, மலையாள மொழிவழி மாற்றாள் என்று அறியப்பட்ட இந்துமதப் பகுதியினரைத்தான் முதலில் வருத்தத் தொடங்கும். அப்போது இந்துத்துவ தீர்த்தம் மருந்தாக வந்து காப்பாற்ற முடியாது. தமிழகத்தில் உள்ள இந்தக் குழப்பமான நிலை மாற்று அரசியலுக்குச் சார்பாகவும் அமையாது. அப்படியெனில் மாற்று அரசியல் பண்பாட்டு இயக்கங்கள் தம் பணிகளை மறுஆய்வு செய்து புதிதாகத் திட்டமிட வேண்டும்.

பெண்ணிய, தலித்திய, சூழலரசியல், இடதுசாரி இயக்கங்கள் ஒன்றிணைந்து தமிழ்ச் சூழலுக்கான மாற்றுச் செயல் திட்டங்களை வகுக்க வேண்டும். இந்த மறுகோட்பாட்டாக்க முயற்சி நடந்து விடக்கூடாது என்பதில்தான் இன்றைய இலக்கிய-பண்பாட்டு பிற்போக்குக் குழுக்கள் மிகக் கவனமாக உள்ளன. இதற்கெதிரான நுண்கிருமி தாக்குதல்கள் தான் வீண்முரசு, உப்பு பாண்டவம், ஆட்டோபிக்கிஷன் என்ற பெயர்களில் நடத்தப்படுகின்றன. அரசியல் தளத்தில் இடைநிலைச் சாதிகளின் இந்துத்துவ சார்பு நிலை இன்னும் விரிவான வடிவங்களில் செயல்படக்கூடும்.

தமிழ் மரபின் பவுத்த, சமணச் சிந்தனைகளையும் சிந்தனையாளர்களையும் மீட்டுருவாக்கம் செய்து பொதுச் சொல்லாடல் களங்களில் விவாதிப்பது மாற்று அறிவு என்ற வகையிலும், தமிழ் அறிவுமரபு பன்மைத் தன்மை கொண்டது என்பதைத் தொடர்ந்து நினைவூட்டுவதற்கும் பயன்படும். ஆனால் நவீன அரசியல்-பொருளாதாரச் சூழலுக்குப்பின் நிலவும் மனிதத் துன்பியல்கள், சிக்கல்களுக்கு நவீனத் தளத்தில் இருந்துதான் தீர்வுகளைத் தேட வேண்டும், இந்த நிலையைத்தான் பின்நவீன நிலை என்று சொல்கிறோம், இந்த இந்திய-தமிழ் பின்நவீன நிலை மிகுந்த அரசியல் தன்மை கொண்டது.

இந்தக் கேள்வியின் இன்னொரு விளிம்பும் கவனத்திற்குரியது. மத்திய அரசில் தற்போது ஏற்பட்டிருக்கும் ஆட்சி மாற்றத்துக்குப்பின் இந்துமதவாத பிற்போக்குச்சக்திகள் தங்களைத் தாங்களே ஊக்கப்படுத்திக் கொள்ளும் முயற்சியில் நிச்சயம் ஈடுபடுவார்கள். அனைத்துத் துறைகளிலும் தம் அடியவர் கூட்டத்தை இருத்தி வைக்க அனைத்து நடவடிக்கைகளையும் எடுப்பார்கள். இது அரசியல் கட்சிகள் ஒவ்வொன்றும் ஆட்சியில் உள்ள போது செய்யக் கூடிய வேலைதான். ஜனநாயக ஆட்சி அரசியலில் இவை நடப்பதைத் தடுக்க முடியாது. ஆனால் இந்துத்துவச் சக்திகள் ஜனநாயகத்தைவிடச் சாமியார் நாயகத்தை அதிகம் நம்புகின்றன. இவர்கள் தங்கள் உண்மையான திட்டங்களை நிறைவேற்றத் தொடங்கும்போது பத்தாண்டுத் திட்டமாக பாஜக அரசைக் கட்டி எழுப்பிய முதலாளித்துவ சக்திகள்கூட கோபமடைவார்கள். இந்திய மக்கள் இவர்களிடமிருந்து அந்நியப்படுவார்கள்.

பாரதமாதா, அகண்டபாரதம், சமஸ்கிருதச் சங்கீதம் எனக் குறியீட்டு நாடகங்களைத் தொடரும் அளவுக்கு சாமிகள் நாயக அதிகாரத்தை வளர்க்க முடியாத கோபத்தில் ஆட்சித் தலைமையை சாதுக்கள் முறைப்பார்கள். பிரசாதம் கொடுத்து மக்களை அடிமைகளாக வைத்துக் கொள்ள முடியாது என்பதைத் தெரிந்து கொண்ட ஆட்சித் தலைவர்கள் புதிய திட்டங்களைத் தீட்டும் போது கட்சியின் மூத்த பரிவாரங்கள் அதனை வெறுத்து ஒதுக்குவார்கள். இவர்களுக்கிடையில் உள்ள உயர்குல பிராமணர்கள் மற்றும் சேவை செய்யும் பிறர் என்ற உள்பகை வெளித்தெரியாதது, ஆனால் மிகக் கடுமையானது. இது ஆட்சியில் இருக்கும் போது வலிமையாக வெளிப்பட்டு பெரும் மோதல்களை ஏற்படுத்தும். இது எல்லாம் ஒருபுறம் இருந்தாலும் பெண்கள், ஒடுக்கப்பட்ட, தலித் சமூகங்கள், மதச் சிறுபான்மையினர், இடதுசாரிச் சிந்தனையுடையோர் அனைவரும் இந்துத்துவ மதவாத அதிகாரத்தை வெறுப்பவர்கள் மட்டும் இல்லை, அதனைத் தினவாழ்வில் எதிர்ப்பவர்களும் கூட. இந்த மக்கள் இந்தியாவின் 60 சதவிகிதத்திற்கு மேற்பட்டவர்கள் என்பதைக் கவனத்தில் கொண்டால் மத்திய அரசில் தற்போது ஏற்பட்டிருக்கும் ஆட்சி மாற்றத்துக்குப்பின் இந்துத்துவம் அழிந்து இந்தியத் தன்மை என்ற கலப்பு அரசியலை அனைவரும் கற்க வேண்டிய தேவை உருவாகும்.

குருஜி மாதவ் சதாசிவ் கோல்வால்கர் இந்து தேசம் என்றால் என்ன என்பதை இவ்வாறு வரையறுத்துள்ளார் "தர்ம, அர்த்த, காம, மோக்ஷ என்ற சதுர்வித புருஷார்த்தங்களான நான்கு மகத்தான நோக்கங்களின் அடிப்படையில் கட்டமைக்கப்பட்ட சமூகம் அது". சதுர்வித புருஷார்த்தங்களை ஏற்றால் சத்வம், ராஜசம், தாமசம் என்ற மூன்று குணங்களையும், சதுர் வர்ணியம் என்ற நான்கு வர்க்கப் பிரினையையும், தெய்வ சம்பத்து கொண்ட மக்கள் அசுர சம்பத்து கொண்ட மக்கள் என்ற மக்கள் பிரிவினையையும் நாம் ஏற்க வேண்டியிருக்கும். கீதை கூறுகிறது "அசுர ஜனங்கள் செய்யத்தக்க நல்வினையையும் விலக்கத்தக்க தீவினையையும் உணரமாட்டார்கள். அவர்களிடம் சுத்தம் இல்லை, நன்னடத்தை இல்லை, உண்மை இல்லை."

இந்து என்ற மத அடையாளம் சீக்கிய, ஜைன, பௌத்த சமயங்களையும் உள்ளடக்கியதாக நம் அரசியல் சட்டம் அடையாளப்படுத்தியுள்ளது. இதனைக் குறிப்பிட்டு சீக்கியர்கள் உள்ளிட்ட யாரும் தங்களைத் தனியாக அடையாளப்படுத்திக் கொள்ளக்கூடாது என கோல்வால்கர் கூறுகிறார். இந்து தேசியம் என்ற திட்டம் இந்தியாவின் பன்மயப்பட்ட இந்தியச் சமயங்களை கீழ்மைப்படுத்தும் வைதிக மையம் கொண்டதாக உள்ளது, இந்துத்துவம் என்பது பிற்படுத்தப்பட்ட, ஒடுக்கப்பட்ட, பழங்குடிச் சமூகங்களை நிரந்தரமாக விளிம்பு நிலையில் வைத்திருப்பதற்கான உள்நோக்கம் கொண்டது.

“இந்தியா இனி புண்ணிய பூமியாக மாறும், பாரத சன்ஸ்கிருதி மீட்கப்படும், எங்கள் ஆட்சி இனி இந்து தர்மத்தை எல்லா இடத்திலும் நிலைப்படுத்தும், ஜீ இன்னும் எத்தனை காலத்திற்கு சோஷலிசம், அம்பேத்கர் என்று பிற்போக்குக் கருத்துக்களை நம்பி ஏமாறப் போகிறீர்கள் நம்ம கட்சியில சேருங்க ஜீ, உங்களுக்கு உள்ள ஹிதிகாச, காவ்ய, சம்ஸகிருத இலக்கிய, உலக இலக்கிய அறிவுக்கு எங்க கட்சி உங்கள எங்கேயோ கொண்டு போகும்...” இதனைக் கூறியது என்னிடம் சில மாதங்கள் மட்டும் வந்து இலக்கியம் கற்ற ஒரு முன்னாள் மாணவர், இன்னாள் அகில பாரதிய விசுவ இந்து பரிஷத் மாணவச் செயல் வீரர். டெல்லி பல்கலைக்கழகத்திற்கு வந்து வாரம் 12 மணிநேரம் இந்திய இலக்கியம், 6 மணி நேரம் உலக-இந்திய சினிமா எனக் கற்பிக்கத் தொடங்கி 10 ஆண்டுகள் முடியப் போகிறது. இந்த காலகட்டத்தில் இந்த ஒரு மாணவர் மட்டும்தான் என்னை எத்தனை பெரிய கூட்டத்திற்கு நடுவில் பார்த்தாலும் குனிந்து பாதத்தைத் தொட்டு பிரணாம் குரு ஜீ என்று வணங்கும் பழக்கமுடையவர். இது என்ன வட இந்தியப் பழக்கமா என்று கேட்ட போது இல்லை ஜீ இதுதான் பாரதப் பண்பாடு என்று விளக்கம் சொன்னவர். இவர் தூரத்தில் வருவதைப் பார்த்தாலே பாதத்தை மறைத்து ஓடி ஒளிவது எனக்குப் பழக்கம். அவர் அப்படிக் கூறியபோது நானும் கூட கொஞ்சம் நெகிழ்ந்துதான் போனேன்.

சற்றே தெளிந்து அவரிடம் சொன்னேன் “அன்பான ராம், நான் உங்கள் கட்சியில் சேர சில நிபந்தனைகளை வைக்கிறேன். உங்கள் புனிதத் திட்டப்படி கங்கை யமுனை இரண்டின் கரைகளிலும் உள்ள தொழிற்சாலைகள் அனைத்தையும் மூடுவதுடன் இந்திய நதிகள் அனைத்தையும் கங்கையின் அம்சமாக அறிவித்து ரசாயனக் கழிவுகளைத் தடை செய்யச் சட்டம் கொண்டு வர வேண்டும், இந்திய மரபான இயற்கை மது வகைகளைத் தவிர மேற்கத்திய மது உற்பத்தி மற்றும் விற்பனை அனைத்தையும் தடை செய்ய வேண்டும், இதனை ஒரு ஆண்டுக்குள் செய்ய முடியுமா?” அவர் மீண்டும் ஒருமுறை பாதத்தைத் தொடக் குனிந்தார், இது விடை பெறுவதற்கானது. அவர் போகும் போது சொன்ன வாசகம் இதுதான் ‘ஜீ நீங்கள் இதன் மூலம் இரண்டு செய்திகளைச் சொல்லியிருக்கிறீர்கள். ஒன்று ஓர் ஆண்டில் பாஜகவை ஆட்சியில் இருந்து அகற்றுவதற்கான திட்டம், மற்றது நீங்கள் உயிருடன் இருக்கும் வரை எங்கள் கட்சியில் சேரப் போவதில்லை என்பது. வருத்தமாகத்தான் உள்ளது ஜீ!’ “ஆமாம் பாண்டே... உங்களைப் போன்ற அறிவுக்கூர்மை கொண்டவர்கள்கூட அந்த கட்சியில் இருப்பதை நினைக்கும்போது எனக்கும் வருத்தமாகத்தான் உள்ளது, பார்க்கலாம் நன்றி!”

இந்து மதவாத பிற்போக்குச் சக்திகள் ஊக்கம் பெறலாம் ஆட்சியை பிடிக்கலாம் ஆனால் மக்களின் அன்பை, மதிப்பைப் பெறமுடியாது. மக்களின் அன்பைப் பெற உண்மையாக முயற்சித்தால் பன்னாட்டு முதலாளிகளின் கருணையைப் பெற முடியாது.

ஆ

தேர்தல் அரசியலும் தலித் தலைமையிலான கட்சிகளும்

தேர்தல் என்றவுடன் நமக்கு பெரும் கட்சிகள், ஆட்சியமைக்கும் கட்சி ஆட்சியிழக்கும் கட்சிகள் என்பவைதான் நினைவுக்கு வருகின்றன. ஆனால் தேர்தலை முன்வைத்துதான் நாம் மாற்று அரசியல் பார்வைகளை, இன்றுள்ள அமைப்பின் போதாமைகளை, கொடுமைகளை பொதுவெளியில் நினைவூட்ட இயலும்.

இந்தியாவின் இடதுநிலைக் கட்சிகள் தொடர்ந்து தோல்வியுற்றாலும் அவைதான் ஜனநாயக இயக்கத்தைத் தொடர்ந்து காத்து வருபவை. தலித் அரசியலில் தேர்தல் மிகத்தேவையான ஒரு செயல்பாடு. தனித்த அரசியல் கட்சிகளாக தலித் தலைமையில், அம்பேத்கரிய அடிப்படைகளை முன் வைத்த செயல்பாடு நாம் நினைப்பதைவிட கூடுதலான வரலாற்றுப் பங்கு கொண்டது.

மாயாவதி அம்மையும் தலைவர் தொல். திருமாவாளவனும் இன்று இந்திய அரசியலில் ஆற்றும் குறியீட்டுப் பங்களிப்பு பின்வரும் தலைமுறைகளுக்கான பெரும் அடையாளத்தை, வலிமையை தரக்கூடியது.

சமூக உளவியலில் இத்தலைமைகள், கட்சிகள் உருவாக்கும் மாற்றம் சற்று உற்று கவனிப்பவர்களுக்குப் பல தெளிவுகளை அளிக்கக்கூடியது. யாருடன் கூட்டணி, எவ்வகை செயல்திட்டம், ஆட்சியில் இருந்து என்ன பெரும் மாற்றங்களைக் கொண்டுவர முடியும்? என்ற கேள்விகள் தலித் அரசியலில் கடைசி கட்ட பேச்சுகள்தான்.

பிறகட்சிகளில் உள்ள தலித் பிரதிநிதிகள் வெறும் எண்ணிக்கை என்ற அளவில்கூட பெரும் பங்கையே ஆற்றிவருகிறார்கள்.

ஒடுக்கப்பட்டோர் பாதிக்கப்படும்பொழுது வெறும் 10 பாராளுமன்ற உறுப்பினர்களின் குரல்தான் இன்று வரை கட்சிகடந்து தேசிய அரசியலில் அழுத்தத்தை உருவாக்குகிறது.

ஓர் ஆதிக்கச்சாதி பிரதிநிதி சாதிகாக்கும் இந்திய வரலாற்றின் குறியீடு. ஒடுக்கப்பட்டோரில் இருந்து உருவாகும் ஒரே ஒரு தலைமையும் ஒரே ஒரு மக்கள் பிரதிநிதியும்கூட சாதிக்கெதிரான ஒரு இருப்பியக்கத்தின் குறியீடுதான். இதனால்தான் இந்திய அரசியலில் இடம்பெறும் உரிமையும் (இடஒதுக்கீடு என சொல்வார்களே!) சமூகநீதி அரசியலையும் அழித்துவிட ஆதிக்கசாதி- பிராமண சக்திகள் எல்லாவகையிலும் தொடர்ந்து முயன்றுகொண்டே உள்ளனர், எல்லா வகையிலும் எல்லா வடிவிலும். அதனை நாம் எதிர்த்து உடைத்துக்கொண்டே இருக்க வேண்டும் ஒவ்வொரு வடிவிலும்.

தேர்தல் அதில் ஒரு வடிவம், தலித் தலைமையிலான கட்சிகள் ஆற்றல் கொண்ட இன்னொரு வடிவம். தமிழகத்தில் சற்றே ஓய்ந்திருந்தால், சில ஆண்டுகள் ஏமாந்திருந்தால் உருவாகி இருக்கவே முடியாத சாதியற்ற சமூக அரசியல் (தலித் அரசியல் கட்சி) இன்று 25 ஆண்டுகளைக் கடந்து பெரும் மக்கள் திரட்சியுடன் நிலைபெற்றிருக்கிறது. அதை நிலைநிறுத்தலுக்கான தலைமையின் முயற்சிகள் உத்திகள் அதன் வழியில் சந்தித்த பெரும் அவமானங்கள், ஒதுக்குதல்கள், ஏமாற்றங்கள், இழிவுபடுத்தல்களை தன்னில் வடுவாக ஏற்று முன்செல்கிறது அந்த அரசியல். நான் சொல்ல வருவது புரிய வேண்டுமெனில் அண்ணல் அம்பேத்கர் அமர்ந்த பாராளுமன்ற இருக்கையை ‘சுத்தி’ சடங்கு செய்து தீட்டு கழித்த ஜனநாய அரசியல்வாதிகளின் கொடுஞ்செயலை நினைவு கொள்ள வேண்டும். அதன் வழி உள்மனதில் வலியுடன்கூடிய ஒரு புரிதல் உருவாகும். ஆம் தேர்தல்வழி நாம் இந்திய மண்ணைத் ‘தீட்டுப்படுத்த’ வேண்டும். நம் தலைவர்களின் சிலைகளும் படங்களும் திசைகளை நிறைக்க வேண்டும்.

வைதிகம் அழிந்த இந்து மதம் சாத்தியமா?

பௌத்தம், சமணம், கிறித்தவம், இஸ்லாம் மதங்களுக்கிடையில் அடிப்படையான சில ஒற்றுமைகள் உள்ளன. இவை தொல்சமூக மதங்கள் போலக் காலப்படிவுகளாக, சமூகப் பழமை வழக்குகளாக மட்டும் அமையாமல் புதிய கருத்தியல்கள், புதிய சமூகப் பார்வைகள் கொண்டு கட்டப்பட்டவை. இவற்றின் குருமார்கள், போதகர்கள் மக்களிடையே வாழ்ந்து அவர்களுக்கான புதிய கருத்துக்களை, புதிய நம்பிக்கைகளை உருவாக்கித் தந்திருக்கிறார்கள்.

மக்கள் அதுவரை தாங்கள் கொண்டிருந்த சமய அமைப்பின்கீழ் தாங்கள் ஒடுக்கப்படுவதாக அறிந்தோ அல்லது அவற்றால் தமக்கு ஈடேற்றம் கிடைக்காது என்று தெளிந்தோ இந்தப் புதிய சமய நம்பிக்கைகளை ஏற்றுக் கொண்டிருக்கிறார்கள். இவை ஒரு வகையில் சமூக, அரசியல் போராட்டங்களாகவே அமைந்திருந்தன. கிறித்துவம், இஸ்லாம் இரண்டும் இனவிடுதலை, இனக்குழு ஒன்றிணைப்பு என்னும் வரலாற்றுச் செயல்பாடுகளாகத் தொடக்கம் பெற்றன. யேசு கிறிஸ்துவின் உயிர்த்தியாகம், நபித் தோழர்களின் போராட்டத் தியாகங்கள் மக்களின் கூட்டுநினைவுகளாக, குறியீட்டுச் சடங்குகளாக அம்மதங்களில் படிந்துள்ளன. அதன் குருமார்கள் பின்பு தெய்வங்களாகவோ, தேவதூதர்களாகவோ, புனிதர்களாகவோ மாற்றப்படுவது மானுடவியல் அடிப்படையில் இயல்பான ஒரு நிகழ்வு.

மக்கள் பெருமளவில் ஏற்காமல் மதங்கள் பெரும் அமைப்புகளாக மாறுவதில்லை. இவற்றில் கிறித்துவமும் இஸ்லாத்தும் இறைநம்பிக்கை கொண்ட, இறையியல் விதிகள்கொண்ட மதங்கள். அதே சமயம் தெளிவான அரசியல், பொருளாதார, சமூக, சட்டவியல் கட்டமைப்புகளைக் கொண்டவை. இவற்றில் மக்களுக்கான, சமூக நலனுக்கான உறுதிமொழிகள், ஒப்பந்தங்கள், விதிமுறைகள் உள்ளன. இவற்றில் உள்ள அறம், ஒழுக்கம், இறையச்சம், சமூக நலம், நீதி பற்றிய கொள்கைகளும் விதிமுறைகளும் மீறப்படும் பொழுது மக்கள்

அடக்குமுறைக்கும், ஏமாற்றுதலுக்கும், சுரண்டலுக்கும் உள்ளாவது வெளிப்படையாகத் தெரிய வரும். அப்போது மிக எளிமையான ஒரு கேள்வியின் மூலம் இவற்றை சமய அறவியலாளர்கள் எதிர்க்க இயலும். இதுதான் கிறித்துவின் அறமா? இதுதான் தேவமைந்தன் நமக்கு அளித்த அன்பு நெறியா? இதுதான் இறைதூதர் சொன்ன அமல் சாலிஹா (நல்நெறியா)? இதுதான் இஸ்லாத்தின் நீதியா? என ஏதாவது ஒரு கேள்வியில் தொடங்கிச் சீர்திருத்தம், மறுசீரமைப்பு நோக்கி மக்கள் இயக்கமாக மாறுவதற்கான இடம் இந்த மதங்களுக்குள் உள்ளது. துன்புறும் மக்களுக்கு மீட்சி, எளியோருக்கான நல்வாழ்வு என்ற நீதியுணர்வுகள் அம்மதங்களின் உள்ளடக்கத்தில் உள்ளவை. அதே சமயம் அரசுகள், அடக்குமுறையாளர்கள் மக்களின் இறைஅச்சத்தை மட்டும் பயன்படுத்தித் தம் கொடுங்கோன்மைகளை, சுரண்டல்களை எளிதாக நிகழ்த்திக் கொள்ளவும் வாய்ப்புகள் உள்ளன. இந்த இரண்டுவித நிகழ்வுகளும் வரலாற்றில் மாறி மாறிப் பதிவாகியுள்ளதை நாம் காண்கிறோம்.

இந்து மதம் என்ற மதத் தொகுதியின் வரலாறு இவற்றிலிருந்து வேறுபட்டது. வர்ணப் பிரிவுகள், ஆதிக்கப்படிநிலை கொண்ட சாதி அமைப்பு, தீண்டாமை என்னும் வன்கொடுமை, பெரும்பான்மை மரபுகளை இழிவுறுத்தும் பிராமண மேலாதிக்கம் என்பவை இதன் தீராத அநீதிகளாக இருந்து வருகின்றன. மனித நேய மறுசீரமைப்புகளைத் தடுக்கும் அடிமை உளவியல் இதன் மிக்கடுமையான ஒரு பகுதி. இதற்கெதிரானவை பௌத்த-சமண மரபுகள், இவை முழுமையாக இந்தியச் சமூகங்களை மாற்றியமைக்கும் முன்பு திரிக்கப்பட்டன, அழிக்கப்பட்டன, விளிம்பு நிலைக்குத் தள்ளப்பட்டன.

அண்ணல் அம்பேத்கர் மதங்களை மூன்று வகையாகப் பிரித்து விளக்குகிறார்: தொல்சமூக மதங்கள் (Primitive Religion) சட்டவிதிகளால் அமைந்த மதங்கள் (Religion of law) மெய்யியல் சார்ந்த மதங்கள் (Religion of Philosophy), இவற்றில் தொல்சமூக மதங்கள் வாழ்வியலுடன், இயற்கையுடன் நேரடி உறவுள்ளவை என்பதால் தொல்குடி மக்களுக்கு அது உகந்தது என்கிறார். மெய்யியல் அல்லது அறம் சார்ந்த மதங்கள் மக்கள் விடுதலைக்கானவை, நல்வாழ்வுக்கானவை, பௌத்தம் அவ்வகையில் அறம் சார்ந்த, பகுத்தறிவுக்கு உகந்த, விடுதலைக்கான நெறியாக உள்ளது என்பது அம்பேத்கரின் ஆய்வு முடிவு.

இந்து மதம் அல்லது வைதிகமையச் சமயம் சட்டங்களால் அமைந்த மதம்; பிரிவு படுத்தல், விலக்கி வைத்தல், அடிமைப் படுத்தல், ஒடுக்குதல் இவற்றையே தன் அடிப்படையாகக் கொண்டுள்ளது. வர்ணப் பகுப்பு, சாதிப்படிநிலை, தீண்டாமை இவைதான் அது கொண்டுள்ள சமூக விதி அதனால் "இந்துக்கள் என்று சொல்லிக் கொள்பவர்கள் உள்ளத்தால் நிரந்தரமான அடிமைகளாக உள்ளனர்" என்று இந்துச் சமூக உளவியலை அண்ணல் அம்பேத்கர் தெளிவாக விளக்கியிருக்கிறார்.

சாதி ஒழிப்பு, இந்து மதத்தின் புதிர்கள், மதமாற்றம் எதற்காக? போன்ற நூல்களில் இந்து மதங்கள் பற்றிய தன் மதிப்பீடுகளை ஆய்வின் அடிப்படையில் அம்பேத்கர் மிகவிரிவாக, மிக வலிமையாக முன்வைத்திருக்கிறார். அம்பேத்கர் இந்து மதம் பற்றி வைத்த விமர்சனங்களுக்கு இன்றுவரை அறிவுப்பூர்வமான ஒரு பதில்கூட முன்வைக்கப்படவில்லை. அம்பேத்கர் 'இந்து மதத்தைச் சரியாகப் புரிந்து கொள்ளவில்லை' என்று சொல்ல வந்த காந்தி அடிப்படையற்ற தன் நம்பிக்கை மற்றும் எதிர்பார்ப்பையே இந்து மதம் பற்றிய தன் கருத்தாக முன்வைத்தார். "வர்ண விதிமுறை தீண்டாமையை ஆதரிக்கிறது என்பதற்கு எந்த ஆதாரமும் இல்லை. ஒரே ஒரு கடவுள் அதிலும் சத்தியம்தான் கடவுள் என்று சொல்வதும், அஹிம்சையை மனித குடும்பத்தின் வாழ்க்கைச் சட்டமாக ஏற்றுக் கொள்வதும்தான் ஹிந்து மதத்தின் சாராம்சம்" என்றும் "ஒரு மதத்தை அதன் தீய உதாரணங்களை வைத்து மதிப்பிடக்கூடாது நல்ல உதாரணங்களைக் கொண்டுதான் மதிப்பிட வேண்டும்" என்றும் சிறுபிள்ளைத்தனமான கருத்துக்களைத் தெரிவித்து ஹிந்துமத ஆச்சாரியர்கள் மற்றும் தலைவர்களின் கோபத்திற்கும் ஆளாகி அம்பேத்கரின் வாதத்திற்கு மேலும் சான்றுகளை உருவாக்கினார்.

இந்து மதத்தை ஒற்றை அமைப்பாக அணுகுவதில் சில சிக்கல்கள் உள்ளன. அந்தச் சிக்கல்கள்தான் மக்கள் நலம் சார்ந்ததாகச் அதனைச் சீரமைத்தல், சமூகப் பொதுமை கொண்டதாக அதனை மாற்றுருவாக்கம் செய்தல் என்பதையும் தடுக்கின்றன. தொல்சமூகக் கூறுகள், சட்டவிதிகள், மெய்யியல் சார்ந்த சொல்லாடல்கள், பண்பாட்டு, நிகழ்கலைக் கூறுகள், வலிமையான சடங்குகள் எனப் பல அடுக்குகளை இந்து மதம் தனக்குள் பொதிந்து வைத்துள்ளது. அதன் மையமான பகுதியை அடையாளம் காட்டுவதிலும் சிக்கல் உண்டு. அது ஒரு மதத்திற்கான கட்டமைப்புகள் இல்லாததாகவும் உள்ளது, அதே சமயம் ஒரு போருக்காக மக்களைத் திரட்டக்கூடிய வலைப்பின்னலையும் கொண்டுள்ளது. அதனால் அதன் வன்முறை பரவலாகவும், பதுங்கியிருந்து தாக்கும் தன்மையுடனும் உள்ளது. பழங்குடி மக்கள், தீண்டாமையால் வெளியிருத்தப்பட்ட மக்கள், வைதிகத்தினால் இழிவு சுமத்தப்பட்ட மக்கள் என வேறுபாட்ட சமூகங்களையும் அவற்றின் வழிபாடுகள், இறைநம்பிக்கைகள், வழக்காறுகளையும் தன்னுடைய அரசியல் கட்டப்பாட்டுக்குள் வைத்திருக்கிறது. அதே சமயம் அவற்றைக் காக்கும் பொறுப்பை ஏற்றுக் கொள்வதும் இல்லை. அடையாளம், உறவுமுறை, தொன்மக்கதைகள் என ஏதாவது ஒரு குறியீட்டு இணைப்பால் சிறுமரபுகளைத் தனது கட்டமைப்பிற்கு உட்படுத்திக் கொள்ளும் தகவமைப்பை இந்து மதம் பெற்றுள்ளது, அதே சமயம் அவற்றை இழிந்த, மாசு பட்ட மரபுகள் என்று அவமதிக்கும் உரிமையையும் எடுத்துக் கொள்கிறது.

இவை எப்படியிருந்த போதும் இன்றைய இந்து மதம் பௌத்தம், சமணம் என்ற முற்கால சீர்திருத்தங்களை அழித்துத் தன்னைப் பலப்படுத்திக் கொண்ட ஒரு மதம். அதே போல காலனிய அரசு, நவீன தேசியம் இரண்டிற்கும் எதிர் நிலையில் தன்மை மறுஉருவாக்கம் செய்து கொண்ட ஒரு மதம். இன்றைய இந்து மதம் எதிர்நவீன ஒன்றிணைப்புடன், மிகப்புதிதாக உருவாக்கிக் கொண்ட ஒற்றை அடையாளத்துடன் கட்டமைக்கபட்ட ஒன்று. 1950-க்குப் பின் உருவான புதிய ஒரு தேசிய அடையாளத்தை மிகப்புராதனமான ஒரு சொல்லாடலுடன் இணைத்து இந்து-இந்தியா என்பது போன்ற ஒரு புனைவை இதனால் கட்டமைக்க முடிகிறது. இந்தக் கட்டமைப்பிற்குள் சைவ, வைணவ, சாக்தேய, குலதெய்வ முரண் மரபுகள் அமைதியான ஒரு ஒப்பந்தத்தை செய்து கொண்டிருப்பது இம்மதம் தன்னைப் புதிய அரசியலாக்கம் செய்துகொண்டதற்கான அடையாளம். சாதி, தீண்டாமை, சமூக ஒடுக்குமுறை பற்றி இந்த அரசியல்மதம் இருண்ட மௌனம் சாதிக்கிறது. இந்த மௌனத்தின் உள்ளடங்கிய வன்முறையை மக்கள் அரசியலின்முன் புலப்படுத்தும் பொழுதுதான் இதற்குள் நிகழ் வேண்டிய மாற்றம் என்ன, தலைகீழாக்கங்கள் எவை என்பது பற்றிய உரையாடல் சாத்தியமாகும்.

மனித நேயம் கொண்ட சமய நெறிகள், வைதிகத்தை எதிர்த்த ஆன்மிக இயக்கங்கள், மக்கள் சார்புடைய கிளைச் சமயங்கள், அடக்கு முறைகளுக்கு எதிராக உருவான சில சமயக் குழுக்கள் இந்திய வரலாற்றில் புதியன அல்ல. சாதிப் பிரிவுகளையும் சடங்குக் கேடுகளையும் எதிர்த்த தமிழின் சித்தர் மரபுகள் நமக்குத் தெரியும். வள்ளலார் (சீவகாருண்யம், சமரச சுத்த சன்மார்க்கம்) நாராயணகுரு (ஒரு சாதி, ஒரு மதம், ஒரு தெய்வம்) ஜோதிபா புலெ (சர்வஜன சத்திய தர்மம்) என இந்திய ஆன்மிக மரபை நவீன அறத்துடன் இணைத்த செயல்பாட்டாளர்கள் உள்ளனர்.

இவர்களில் இருந்து முற்றிலும் வேறுபட்ட ஒரு புரட்சியை அயோத்திதாசர் தொடங்கிவைத்தார். அவர் முன்வைத்த பூர்வ பௌத்தம் விடுதலைக்கான மறுஉருவாக்கம். அவர் தமிழ் அடையாளத்தையே அடிப்படையிலிருந்து மாற்றியமைக்க விரும்பினார், அதற்கான அறம் சார்ந்த வரலாற்று மொழிபுகளை, கருத்தியல் கட்டமைப்புகளை உருவாக்கினார். இனம், சாதி, மொழி, சமூக வழக்காறுகள், இலக்கிய வரலாறு என அனைத்தையும் புத்துருவாக்க விளக்கத்தின் வழி உருமாற்றினார்.

இவர்கள் அனைவரும் வைதிகத்தை மறுத்தவர்கள், பிராமணக் கருத்தியலை அடியோடு வெறுத்தவர்கள் என்பதைக் கவனத்தில் கொண்டால் இந்து சமயத்திலிருந்து நீக்கப்பட வேண்டிய முதல் தீமை என்ன என்பது தெளிவாகத் தெரிய வரும்.

மதம், சமய வழக்காறு என்ற வகையில் இந்து மதங்கள் இந்திய மக்களிடம் புழக்கத்தில் இருப்பதை நாம் மறுக்கவோ, எதிர்க்கவோ இயலாது. ஆனால் அவை தம்மை மனிதநேயம் கொண்ட, மக்கள் உரிமையை மதிக்கும் மதங்களாக, ஒடுக்கப்பட்ட மக்களும் ஏற்கும் வகையில் தம்மை மாற்றிக் கொள்ள வேண்டும்.

அதற்கான அடிப்படை கோரிக்கைகளைச் சுற்றி வளைக்காமல் அம்பேத்கர் வழியில் நேரடியாக முன் வைக்கலாம்: தீண்டாமை, சதுர் வர்ணம் இரண்டையும் கடைபிடிப்பது தெய்வத்திற்கு எதிரான பாவம் என்று அறிவிக்க வேண்டும், தீண்டாமைக்குட்பட்ட சமூகத்தின் உறுப்பினர்களை இந்தியக் கோயில்கள் அனைத்திலும் இரண்டு அர்ச்சகர்களில் ஒருவராக நியமிக்க வேண்டும், சேரி-ஊர் என இரண்டு வாழிடங்கள், இரண்டுக்கும் தனித்தனி இடுகாடுகள் இருப்பதைச் சமய அடிப்படையில் குற்றம் என அறிவிக்க வேண்டும், இந்து சமய மடங்கள், நிறுவனங்களில் தீண்டாமைக்குட்ட ஒருவர், பிற்படுத்தப்பட்ட ஒருவர், மற்ற பிரிவைச் சேர்ந்த ஒருவர் என மூன்று ஆச்சாரியர்களை நியமிக்கும் மரபை உருவாக்க வேண்டும், பெண்களுக்கும் வழிபாட்டுச் சடங்குகளைச் செய்யும் உரிமை வழங்கப்பட வேண்டும், சமய நூல்களை கற்க- கற்பிக்க அனைத்துப் பிரிவு மக்களுக்கும் உரிமை அளிக்கப்படவேண்டும்.

வைதிக இந்து மதத்தை நம்பும் ஒருவரிடம் இந்தக் கோரிக்கைகளைக் கூறினால் அவருடைய பதில் இப்படியான ஒரு எதிர்க் கேள்வியாகவே இருக்கும். “இந்து தர்மத்தை அடியோடு குழி தோண்டிப் புதைக்க வேண்டும் என்பதைத் தானே சுற்றி வளைத்து நீங்கள் இவ்வாறு சொல்கிறீர்கள்?” அதற்கும் அப்பால் வைதிகம் மறுத்த இந்து சமயம் ஒன்று உருவாகும் என்றால் அதனை அழிக்க வேறு யாரைவிடவும் பிராமண சமயமே முன்நின்று போராடும்.

தற்போதுள்ள இந்தச் சிக்கலான நிலையைக் குடிமைச் சமூக, நவீன கருத்தியல் வழியாகவே கையாள இயலும். அதற்கான அடிப்படைதான் மதம் நீங்கிய நவீன அரசும், மக்கள் உரிமை அரசியலும். காந்தி, அம்பேத்கர் இருவரும் முற்றிலும் எதிர் எதிர் நிலையிலிருந்து இதனை அணுகியிருந்த போதும் மிக அடிப்படையான ஒரு மாற்றம் பற்றி இருவரும் சிந்தித்துள்ளனர். காந்தி ஓர் உணர்ச்சிகரமான தொடக்கம், அம்பேத்கர் அதன் நெடிய நீட்சி, உண்மையான விடுதலை நோக்கிய அறிவும் ஆன்மிகமும் இணைந்த தேடல்.

தலித் அரசியலும் தமிழ் இலக்கியப் புறப் பரப்பும்

தலித் அரசியலும் ஒடுக்கப்பட்டோர் விடுதலைப் போராட்டங்களும் சிறுகச் சிறுக உருவாகி தனித்த அரசியல் அடையாளமாக, அரசியல் சக்தியாக மாறிய பின் பாராளுமன்ற ஜனநாயகமும், உலகமயமான ஊடகங்களும் அதனை வேறு வழியின்றி, நிர்ப்பந்தம் காரணமாக ஏற்றுக் கொண்டன.

இந்த வகை ஏற்பு, கவனம் ஐந்தில் ஒரு பங்கு மக்கள் தலித்துகளாக உள்ள ஒரு நாட்டில் போதுமானது இல்லை. 543 பாராளுமன்ற உறுப்பினர்களில் 131 பேர் ஒடுக்கப்பட்ட, ஒதுக்கப்பட்ட சமூகத்தின் பிரதிநிதிகள். அவர்களில் எத்தனை பேரை தேசியத் தலைவர்களாக இந்தியச் சமூகம் தெரிந்து வைத்திருக்கிறது, ஏற்றுக் கொண்டுள்ளது? ஊடகங்களில் தலித் அரசியலுக்கென தினம் ஒருமணிநேரம் ஒதுக்கப்படுவதாக நாம் கணக்குக் காட்ட முடியுமா?

ஒடுக்கப்பட்ட மக்களுக்கான அரசியல், பொருளாதாரம், சமூகப்பண்பாட்டுச் சிக்கல்கள், தலித் அரசியல் குரல்கள் எந்த அளவுக்கு ஊடக மதிப்பைப் பெற்றுள்ளன என்பதை பற்றிச் சிந்திக்கும்போது பெருங்கோபம்தான் வரும். தமிழகத்தில் தலைவர்.தொல். திருமாவளவன் வழியாக ஒரு கருத்தியல் பரவல் நடந்து கொண்டுள்ளது. ஆனால், தலித் அரசியலை ஏற்றவர்கள், ஒடுக்கப்பட்ட சமூகத்தினர் தவிர வேறு யாரும் அவரைத் தமிழினத் தலைமை என ஏற்பதில்லை. ஊடகங்களில் உள்ள பரந்த மனப்பான்மை கொண்ட நண்பர்கள் சிலர் சொல்வதுண்டு "சார் உங்க ஆளு பேச்சு ஒரு பத்தி அளவுக்கு சேர்த்தாச்சு, உங்க தலைவர் இதப்பத்தி சொன்ன கருத்த முழுசா சேக்க முடியல." இது போலத்தான் நிலை உள்ளது.

1993-97 காலகட்டத்தில் அம்பேத்கர் உருவப் படத்துடன் ஒரு சுவர் எழுத்து எழுதவும், சுவரொட்டி ஒட்டவும் ஆயுதம் ஏந்திய பாதுகாப்புப் படையுடன் செல்ல வேண்டியிருந்தது. அண்ணா என்று பாசமாக என்னை அழைக்கும் இரண்டு இளைஞர்கள் புதுவைப் பகுதியில் சுவர் எழுத்து எழுதும்போது நடந்த தாக்குதலில் கொல்லப்பட்டது நினைவுக்கு வருகிறது. இன்று சில சுவர்களும், சில ஊடகங்களும் கைவசப்பட்டுள்ள நிலையில் தலித் அரசியலின் உருவமும் குரலும் மறைக்க முடியாத அளவுக்குத் தோற்றம் தருகின்றன.

ஆனால் இலக்கியத் தளங்கள், அறிவார்ந்த தளங்கள் என அறிவித்துக் கொள்ளும் பகுதிகளில் தலித் அரசியல், தலித் கருத்தியல், அம்பேத்கர், அயோத்திதாசர் சிந்தனைகள் எந்த இடத்தைப் பெற்றுள்ளன? "அவங்க எல்லா எடத்துலயும், வந்துட்டாங்கையா" என்றும் "நவீனத்துவம், பின்நவீனத்துவம் என்றாலே தலித்தியம், பெண்ணியம் மட்டும்தான் என்பது போல மாத்திட்டாங்கையா" என்றும் இலக்கியப் பேரறிஞர்கள், சிற்றறிஞர்கள் எல்லாம் நெஞ்சுநோகக் கூறித் துயர்ப்படுவதைக் கேட்டுக் கொண்டிருக்கிறோம். இடைநிலைச் சாதிகளின் அரசியல் தற்போது தீண்டாமை மீட்புப் போராட்டமாக மாறியுள்ளது.

தலித் அரசியல் பெரிய அளவில் உருவாகி இந்திய அரசியலைக் குழப்பி வருவதாகச் சில பேச்சுகளை நாம் கேட்க முடிகிறது. இத்தனைக்கும் அடையாளத்தை உருவாக்கும் அரசியலாக, குறியீட்டு அரசியலாகத்தான் தலித் அரசியல் தற்போதும் இருந்து வருகிறது. இந்திய அளவிலும், தமிழக அளவிலும் தலித் அரசியலுக்குக் கடுமையான சிக்கல் தொடக்கத்திலிருந்தே இருந்து வருகிறது. ஒடுக்கப்பட்ட மக்கள் கருத்தியல் அடிப்படையில் ஒன்றிணையாமல் தம்மை ஒடுக்கும், ஒதுக்கும் சாதிகளின் தலைமையிலான கட்சிகளின் அச்சுறுத்துதலுக்குப் பயந்து வெவ்வேறு குழுக்களாகப் பிரிந்து நிற்பதும் ஆதிக்கச் சாதியத் தலைமைகளை தம் தலைமைகளாக ஏற்று அடிமைநிலையைத் தொடர்வதும் அம்பேத்கர் காலத்திலிருந்து இருந்து வரும் ஓர் அவலம். வாழ்வாதாரம் அற்ற கிராம தலித் மக்கள் நில உடைமையாளர்களின் கட்டளைகளை மீற முடியாத நிலையில் தம் துயரங்களை வெளியே சொல்லவும் முடியாமல் வாழும் நிலையும், நகரங்களில் வாழநேர்ந்த தலித் மக்கள் தம் அடையாளத்தைக் காட்டிக் கொண்டால் நேரும் அவமானங்களுக்குப் பயந்து பதுங்கிப் வாழும் அவலமும், பெரும் மக்கள் தொகை இருந்தும் வாழிட அமைப்பால் சிதறிக் கிடக்கும் வாழ்க்கை முறையும், இந்திய அளவில் ஒருங்கிணைந்த ஒரு அரசியல் சக்தியாக, ஒரு கூட்டிணைப்பை உருவாக்க இயலாத உதிரித் தன்மையும் தலித் அரசியலை விளிம்புநிலை அரசியலாகவே வைத்திருக்கின்றன. இந்து மத அடையாளத்தை மறுக்க இயலாத தலித் அடையாளம் தலித் விடுதலை அரசியலை சக்தி அற்றதாக மாற்றிவிடுகிறது.

இந்துத்துவ சக்திகளுடன் இணைந்து கொள்ளத் தயங்காத தலித் தலைமைகள் தலித் அரசியலின் மூளையை செயலிழக்கச் செய்கிறார்கள்.

பெருந்தேசிய சக்திகள், பன்னாட்டு முதலாளிகள், உலகச் சந்தைகள் தந்துள்ள அதிகாரத்தின் துணையுடன் தீண்டாமையும், சாதி ஒதுக்குதலும் தற்போது இந்திய அளவில் மறுஉருவாக்கம் பெற்று வருகின்றன. இதற்குப் பன்னாட்டு அரசியல் தொடங்கி உள்நாட்டு பொருளாதாரம் வரை பல காரணிகள் உள்ளன. தலித் அரசியல் ஒரு துணை அரசியலாக இருப்பது வரை அனுமதிக்கலாம் என்ற திட்டம் கொண்ட அரசியல் கட்சிகள். இவர்கள் எல்லாம் நம் முன் உட்கார்ந்து கூட்டணி பேசி நிற்கும் அளவுக்கு நிலைமை வந்துவிட்டதே என உள்ளே கொந்தளித்து உதட்டில் முறுவளிக்கும் தலைவர்கள். நம் வீட்டுப் பெண்களை மயக்கிக் கடத்திச் செல்ல அந்தப் பக்கத்தில் ஓர் இளைஞர் படையே உருவாகிக் கொண்டிருக்கிறது படையுடன் எழுவீர் பாட்டாளி வீரர்காள் என அழைப்பு விடும் இனமானத் தலைவர்கள். “பிராமண சமூகம் ஒடுக்கப்பட்ட மக்களைக் கைநீட்டி அடித்ததுண்டா, கழுத்தை அறுத்ததுண்டா, கலப்பு மணம் செய்து கலந்து வாழ்ந்த சமூகம்தானே. அந்த இடைநிலைச் சாதிகள்தானே தீண்டாமையை உருவாக்கி நம் இருவரையும் பிரித்தது. சாதித் தமிழர்களை மட்டும் நொருக்கிவிட்டால் சங்கர மடத்திலும், ஜீயர் மடத்திலும் நாம் சமபந்தி விருந்துண்டு சந்தோஷமா வாழலாம்” எனப் பன்னாட்டு பஜனை செய்யும் நூலோர்கள். ஈழத்தமிழர்கள் அழிந்தால்தான் இந்தியத் தலித்துகளுக்கு விடுதலை என்பதைச் சொல்லிப் புரியவைக்க தம் ஒவ்வொரு நாளையும் அர்ப்பணிக்கும் மேலோர்கள். இப்படித்தான் தமிழக அரசியல் உளவியல் பன்முனை போராட்டக் களமாக மாறியுள்ளது. இந்தச் சாதி உளவியலுடன்தான் எழுதுகிற பலரும் இயங்கிக் கொண்டுள்ளனர்.

இந்த இக்கட்டான நிலையில் இருநாள் கருத்தரங்கின் இடைவேளையின் போது அரசு பதிவு பெற்ற ஒரு தலித் எழுத்தாளரைப் பேசச் சொல்லி அனுப்பிவிட்டு “இலக்கியம் தன் கடமையைச் செய்யும்” என்று இருந்து விடுவதே அறிவுலகத்தினருக்கு பெரும்பாடாக உள்ளபோது. எங்கே தலித் இலக்கியம், கருத்தியல் பற்றிப் பேசுவது... அதற்குத்தான் தனியாக தலித் கலைவிழா இருக்கு, தலித் சிறப்பிதழ் இருக்கு, தனிக்குவளையில் அள்ளி தலித் கவிதை பருகித் தமிழ் வளர்க்க வேண்டியதுதான். சாதி அடிப்படையில் இலக்கியமா, இலக்கியத்தில் சாதிக்கு என்ன வேலை என்று புதிய சமூகவியலை தமிழருக்குப் புரியவைக்கும் முயற்சிகள் தற்போது நடந்து கொண்டுள்ளன. தலித் இலக்கியம் தனி இலக்கியம் அது தலித்துகள் படித்து மண்ணாகப் போகட்டும், தமிழ் இலக்கியம் தனித்தன்மை கொண்ட இலக்கியம் அதுதான் பொது இலக்கியம் என்ற வாதங்களும் முன்வைக்கப்படுகின்றன. எழுத்துச் சந்தைக்கு இந்தப் பொது இலக்கிய வேடம் பொருத்தமானது. வெள்ளை யானைக்கு இணையாக ஒரு தலித் இலக்கியத்தை தலித்துகள் என்று சொல்லிக்கொள்ளும் ஒருவராவது

படைக்கவில்லையே என்ன காரணம்? என்பது போன்ற ஒரு சிம்மக் குரலை நான் மதுரையில் கேட்டு நடுங்கி விட்டேன்.

தலித் அரசியல் இந்தியச் சமூக- பண்பாட்டு உளவியலின் அடிப்படைகளை மாற்றியமைக்கும் அரசியல், மாறுவேடமணிந்த மனிதக் கொடுமைகளை சமயம், சாத்திரம் என்ற பெயரில் தொடர்ந்து போற்றிப் பாதுகாக்கும் இந்தியப் பொது நினைவை முற்றிலும் உருமாற்றம் செய்யக்கூடியது. இந்திய அறம், அழகியல், மனித நேயம் என்ற அனைத்தையும் கேள்விக்குள்ளாக்கி புதிய சமூக மதிப்பீடுகளை உருவாக்குவது. இந்த அடிப்படை மாற்றத்தை ஏற்கப் பொதுச் சமூகம் என்ற சாதியச் சமூகம் இதுவரை தயாராக இல்லை. பொது சமூகத்திலிருந்து புறப்பட்டு வரும் புத்திஜீவிகளும் தலித் அரசியல் தலித்துக்களின் பிரச்சினை, அது வன்கொடுமை தடுப்புச் சட்டம், 22.5 சத இடஓதுக்கீடு என்பதற்கு (அதைவிட அதிக ஓதுக்கீடு 27 சதம் என்பதை மறந்து) அப்பால் ஒன்றும் இல்லை என்ற அளவில்தான் அது புரிந்து கொண்டிருக்கிறார்கள். இந்த அறிவீனத்தையே நவீனத்தன்மை என்று கொண்டாடும் படைப்பாளிகள் வடக்கையும் வதைக்கிறார்கள், தெற்கையும் தேய்க்கிறார்கள்.

தலித் அரசியல் இந்தியச் சமூகத்தின் அடிப்படை அரசியல் என்பதையோ, இந்தியாவின் நவீனத் தேசியத்தின் முதன்மைக் கருத்தியலாளர் அம்பேத்கர் என்பதையோ, தலித் விடுதலை இன்றி இந்தியச் சமூகம் தன்னை மனித அறம் கொண்ட சமூகமாக மாற்றிக் கொள்ள முடியாது என்பதையோ இலக்கியம் படைக்கும் பலரும் புரிந்து கொள்ளவில்லை, புரிந்துகொள்ள முயற்சியும் செய்யவில்லை.

பெரியார்-பெரியாரியம்

அ

பெரியாரியத்திற்கு என சில நடைமுறைச் சிக்கல்கள், தோல்விகள், சோர்வுகள் உள்ளன. பெரியாரிடம் சில சமயங்களில் சிடுசிடுப்புடன் "நாசமாத்தான் போகும் இந்தச் தமிழ்சாதி" என்பது போன்ற பேச்சும் மறுமொழிகளும் இருக்கும். "கேள்வி கேட்காமல் வேலை செய்யக்கூடிய கட்சிப் பணியாளர்கள்தான் எனக்கு வேண்டியவர்கள்" என்பது போன்ற குறிப்புகளும் இருக்கலாம். இவற்றைப் பெரியாரியச் சொல்லாடலாக-சுயமரியாதைச் சமதர்மச் சொல்லாடலாக எடுத்துக் கொள்வது அறிவு மரபல்ல.

தமிழ்ச் சமூகம் அவர் காலத்தில் மத மீளுருவாக்கம் மற்றும் நவீன அறிவு மறுப்பு நோக்கி தயக்கமின்றிச் சாயத் தொடங்கியிருந்தது. பிராமணியம் புதிய பொருளாதார மண்டலத்தின் வழி செழிப்படைந்து கொண்டிருந்தது. ஊடகங்கள், திரைப்படம், தேசிய அதிகாரம் என்பவற்றினூடாக விரிவடைந்த பிராமணிய-பிராமண ஆதிக்கம் பன்னாட்டுத் தன்மை பெற்றிருந்தது.

பகுத்தறிவையும் சுயமரியாதைச் சமதர்மத்தையும் விட்டு விட்டு பண்ணையதிகார சாதி வெறி அரசியலைக் களமாக்கி "திராவிட" என்று முன்னொட்டு கொண்ட கட்சி அணிகள் விரிவடையத் தொடங்கியிருந்தன.

இவை கடந்தும் பெரியாரியச் சொல்லாடல், கருத்தியல் தமிழ்ச் சூழலில் மாற்று மரபாக, மாறுதலுக்கான மரபாகத் தன்னை உருவாக்கிக் கொண்டுள்ளது. இந்த மாற்று மரபு இன்றைய ஒடுக்கப்பட்டோர் விடுதலை (தலித்) அரசியலால் உள்வாங்கப்பட்டு அயோத்திதாசர்-அம்பேத்கர்-பெரியார் என்ற விரிவான ஆற்றலுடைய வரலாற்றுச் சக்தியாக மாறியுள்ளது.

பெரியாரைத் தலித் அரசியலிடமிருந்து விலக்கி விட்டால் தன் இடத்தைப் பாதுகாத்துக் கொள்ளலாம் என்று காத்திருந்த பிராமண-இந்துத்துவ அறிவுலக சக்திகள் விடுதலை அரசியல் களத்தில் பெரியாரை உள்ளடக்கிய மார்க்ஸ்-அயோத்திதாசர்-அம்பேத்கர் என்ற சிந்தனைச் சக்திகளின் இணைப்பைக் கண்டு அச்சமடைந்துள்ளன.

‘மார்க்ஸியம் தோத்துப்போச்சி மழையில கரைஞ்சி போச்சி’ என்று கொண்டாடிய ஆதிக்க சக்திகள் தலித் அரசியலில் மார்க்சியம் இணைந்தபோதும் அதிர்ச்சியடைந்தன.

பெரியாருக்கு முன் பிராமணியத்தின் தீமையை விளக்கிய அயோத்திதாசரின் கருத்தியலும் பிராமணியத்துடன் முதலாளித்துவத் தீமையை இணைத்த அம்பேத்கரியமும் பிற்போக்குச் சக்திகளின் அடித்தளத்தை இடித்துத் தள்ளும் சக்திகள் மட்டும் இல்லை; புதிய அமைப்பை, அரசியலைக் கட்டியெழுப்பும் வரலாற்று ஆற்றல் கொண்டவை.

நாம் இவற்றில் ஒன்றை விட்டுச் சென்றாலும் விடுதலைக்கான ஆற்றலின் பெரும் ஊற்றில் ஒன்றை இழந்து விடுவோம். இந்தப் புரிதலுடன் சாதி நீக்கிய சக்திகளாக ஒடுக்கப்பட்டோர் விடுதலை (தலித்) அரசியலில் இணைய பெரியாரியத்தின் விரிவான வாசிப்பை ஒரு வாய்ப்பாகப் பயன்படுத்திக் கொள்ளவேண்டும்.

ஆ
பெரியார் போலப் பேசுதல்

பெரியார் ஒரு கட்டமைப்பாளர் என்பதைவிட கட்டுகள் உடைத்து, உடலை மனதை விடுவிக்கும் உள்நிலைப் புரட்சியாளர். புரட்சிகளுக்கான மூலிகைகளை அடையாளம் காட்டிய சமூக மருத்துவர். அந்த அளவில் அவர் மிகப்பெரிய வரலாற்றுத் தேவை. இந்தியச் சமூகங்களுக்கு விடுதலை எவ்வாறு அமையும் என்பதைக் கண்டறிய வேண்டுமென்றால் நம் சமூகங்களில் எவை அடிமைத்தனம், எவற்றில் இருந்து விடுதலை, யார் அடிமைப்பட்டிருக்கிறார்கள், யார் அடிமைப்படுத்துகிறார்கள், நமக்குள் உள்ள அடிமை உளவியல்- அடிமை கொள்ளும் உளவியல் எது? சுதந்திரத்தின் சுவை எது? விடுதலையின் திளைப்பு எது? என்பதைப் பற்றிய அறிதலும் உணர்தலும் வேண்டும். விடுதலைக்கான வேட்கையும் விருப்பும், விடுதலையின் இன்பம் (Desire of Freedom- Pleasure of liberation) என்பதை எல்லாத் தளங்களிலும் அடையாளப்படுத்தியவர் பெரியார்.

அம்பேத்கர் போல உலகக் கட்டமைப்புகளை ஆய்ந்து, உளவியல் நீட்சிகளை நுணுகி அறிந்து விடுதலைக்கான அமைப்பை வடிவமைக்கும் பணியை பெரியார் மேற்கொள்ளவில்லை. மாறாகத் தன் வாழ்க்கையில் தனது வர்க்க-சாதிப் பின்புலத்துடன் அனுபவித்த சுதந்திரம், பிறகு தனது கலக அறிவின் வழி கண்டறிந்த விடுபட்ட மனஅமைப்பு, அதைவிட பிறருக்காக சிந்திப்பது, பிறருக்காக வாழ்வது, தன் சுதந்திரத்தைப் பிறருடன் பகிர்ந்து என்பவற்றில் உள்ள பொருள் பொதிந்த இன்பம் என்பவற்றை

அனைவருக்கும் அறிவிப்பதுதான் பெரியாரின் சுயமரியாதை-சமதர்மத்தின் தொடக்கம்.

சரியாக 40 வயதில் அரசியல் வாழ்க்கை, 45 ஆவது வயதில் பகுத்தறிவு-சுயமரியாதை சமதர்மம், சமூக நீதி. பின் வாழ்நாள் முழுக்க சமூக-தனிமனிதத் தீமைகளை அடையாளம் கண்டு அதன் வேர்களை உருவி வெளியே காட்டி விளக்கம் தரும் அறிவுப் புரட்சி. பெரியாருக்கு ஒடுக்குவோர் மனநிலை, ஒடுக்குதலில் சுரண்டுதலில் உள்ள கொடுந்திளைப்பு நன்றாகத் தெரியும். அதனால்தான் அவர் தீமைகளை இம்மியிம்மியாக அடையாளம் காட்டித்தந்தார்.

அயோத்திதாசர், அம்பேத்கர் போல வாழ்நாள் முழுக்க விடுதலை, சமத்துவம் வேண்டிய போராட்டமாகத் தன்னை வைத்துக் கொண்டவரில்லை பெரியார். காந்தியின் 50 ஆம் வயது அரசியல் ஹிந்த் சுயராஜ்ஜியமாக பதிவானது. அவர் தான் ஒடுக்கும் வர்க்க- சாதியின் பிரதிநிதி என்பதையே மறந்துவிட்டு பிரிட்டன் என்ற ஆதிக்க அமைப்பின் முன் அடிமைப்பட்ட ஒரு தன்னிலையாகத் தன்னை அடையாளப்படுத்திக் கொண்டதால் இந்தியாவின் துயருற்ற மக்கள், ஒடுக்கப்பட்ட மக்கள், வெளியேற்றப்பட்ட மக்கள் அனைவருக்குமான குரலாக, அவர்களை நேசிக்கும் உயர்ந்த ஆத்மாவாகத் தன்னை அவர் உருவகித்துக் கொண்டார்.

குஜராத்திய கவி நரசிம்ஹ மேத்தாவின் 'வைஷ்ணவ ஜன் தோ தேனே கஹியே ஜே' *[வைஷ்ணவன் என்பான் யாரெனக் கேட்டால்- பிறர் வலியை உணர்ந்த பேரன்பினனே நன்மை புரிவான் அனைவருக்கும்- அதை நானே செய்தேன் எனக்கூறான்]* என்ற பாடலின் உருவமாக அவர் தன்னை அறிவித்துக் கொண்டதும் அதனை அவருடைய அடையாளமாகப் பிறரை ஏற்க வைத்ததும் மிகச்சிக்கலான விடுதலை (மறுப்பு) உத்திகள். அந்த வைஷ்ணவ அடையாளம் காங்கிரசுக்கு பணம் அச்சடிக்கும் இயந்திரமாகப் பின்னாளில் மாறியது. ராமஜன்ம பூமியின் வைஷ்ணவ அடையாளம் யமுனை நதிக்கரையில் பாராளுமன்றத்தைக் கைப்பற்றியது.

தீமைகளின் பிறப்பிடம், வளர்ச்சி, பெருக்கம், அவற்றின் மாறுவேடங்கள் என அனைத்தையும் அடையாளம் காட்டியதன் வழியாக விடுதலைக்கா சாத்தியங்களைப் பெரியார் அடையாளம் காட்டினார்.

மார்க்ஸ் போல சிந்திக்கத் தொடங்கும்போதே விடுதலைக் கருத்தியல் எது? விடுவிக்கும் சிந்தனை முறை எது? என்று தொடங்காததினால் பெரியாரிடம் தன்னிலை உடைப்பு அதிகம் காணப்படுகிறது.

நமக்குள் உள்ள தீமைகள் என்ன, தீமைகளை உருவாக்கும் காரணிகள் எவை என்று தயக்கமின்றிக் கூறமுடிகிறது: "பார்ப்பான் நம்மை எப்படிக் கீழ்ச்சாதி என்று கூறி அடிமை வேலை வாங்குகிறானோ, அதைப் போலத்தான் மக்களில் சரிபகுதி எண்ணிக்கையுள்ள பெண்களை நடத்தி வருகிறோம். பெண்களும் கணவன்மார்கள் நகை நட்டு

வாங்கிக்கொடுத்தால் போதும்-நல்ல துணிமணி வாங்கிக் கொடுத்தால் போதும் என்கிற அளவுக்குத் தங்களைக் குறுக்கிக்கொண்டு விட்டார்கள்.” இந்த இடைநிலைச் சொல்லாடல் ஓர் இடம் நகர்த்தும் சொல்லாடலாக, அமைதி குலைக்கும் அறிவாக வளர்ச்சியடைகிறது. அனைத்துத் தீமைகளும், அடிமைநிலைகளும் இயற்கையானவை, இயல்பானவை என்ற பொய் நிலைகளை உடைக்கும், இயல்பு நீக்கம் செய்யும் சொல்லாடல் இது. தமிழக-இந்தியச் சூழலில் இன்றும் மிகப்பெரிய தேவை உடையது.

கண்ணில் கல் உறுத்துகிறது என்றால் கடப்பாறையைக் கொண்டுவரும் சனாதன மார்க்சியர்கள் (மார்க்சிய சனாதனம் அல்ல Permanent Marxists) இன்னும் பெரியார் பிற்போக்குவாதி என்று சொல்லிக்கொண்டு ‘வர்க்கம் அழிந்தால் சொர்க்கம் திறக்கும்’ என்று பஜனை வரியைப் பாடிக்கொண்டிருந்ததால்தான் இன்று அத்வானி-அம்பானி-அதாணி என்று நீண்டு இந்தியச் சமூக வரலாறு ஒரு முட்டுச் சந்தில் ‘மோதி’ நிற்கிறது.

ஐரோப்பிய-வெள்ளை அனார்க்கிச மரபுக்கும் இந்தியச் சூழலில் பெரியாரிய வடிவிலான அரசு நீக்க (அரசு நீத்த) மரபுக்கும் பல வேறுபாடுகள் உள்ளன. சமநீதி, சமூக நீதி, குமுகாயப் பரிமாற்றம், பாலினச் சமத்துவம் மட்டுமின்றி பாலின வேறுபாடின்மை, அறிவுமைய வாழ்வியல் எனப் பல கூறுகள் பெரியாரின் விடுதலைக் கருத்தியலில் உள்ளடங்கியுள்ளன.

அயோத்திதாசர் பெரியாருக்கும் முன்பாக அறம்சார் புரட்சிக்கான அறிவுத் தளத்தை உருவாக்கியவர். பார்ப்பன இந்து மையவாதப் பொய்மைகளை உடைக்கும் அறிவுகாண் முறையை அயோத்திதாசரே தொடங்கி வைக்கிறார்.

அவருடைய அத்தனை வரிகளையும் பெரியாரிடம் விரிவாக வெவ்வேறு சொற்களில் நாம் காணலாம். அம்பேத்கரின் அரசியல் சமூக வரலாற்றுக் களத்தையும் பெரியார் உள்வாங்கிக் கொள்கிறார். இவர்கள் மூவரின் விடுதலை அரசியல் கூறுகளையும் அறிவுகாண் முறைகளையும் தொடர்ந்து கற்பது, தற்காலப் படுத்துவதன் வழியாகவே இந்திய ஜனநாயக அரசியல் (மக்கள் அரசியல் மக்களுக்கான அரசியல் மக்கள் மைய அரசியல்) பற்றி நாம் புரிந்துகொண்டு இயங்க முடியும்.

“Democracy is a domain for all, which can accommodate all who accept it as a domain for all. Brahmanism is an anathema to democracy by it very nature, and antithesis for liberty, quality and justice. When a brahaman accepts democracy and socialism with full heart he/she would be ashamed of naming himself/herself as brahaman.”

பெரியாரின் போதாமைகள் என்று நாம் இன்று பல களங்களை அடையாளம் காணமுடியும். எடுத்துக்காட்டாக அழகியல்-இலக்கியம்-கலைகள்- புனைவுகளின் இடம்- சிறுமரபுகளை அணுகும்

முறை-நவீன தொழில் நுட்பத்தின் விடுதலை அழிக்கும் தன்மை என்று சிலவற்றைக் கூறலாம்.

இந்தப் போதாமைகள் பற்றி புத்தர்-மார்க்ஸ்-அயோத்திதாசர்-அம்பேத்கர் என அனைவரிடமும் நாம் பேசவேண்டியிருக்கிறது. அவர்கள் என்ன பதில் சொல்வார்கள் என்று யூகிக்க முடியுமே தவிர அவ்வாக்கியத்தை உருவாக்க முடியாது.

ஆனால் பெரியார் இன்று வாழ்ந்திருந்தால் என்ன சொல்வார் என்பதை புனைவாக உருவாக்கிக் காட்டமுடியும்:

'நம்ம தோழர்கள் சிலர் நல்ல சங்கீதம் பத்தி, நல்ல இலக்கியம் பத்தி, எது நல்ல அறிவியல் என்கிறது பத்தி எல்லாம் நான் ஒன்னுமே சொல்லல அப்படின்னு குறைபட்டுக்கிறாங்க. நாடகம் சினிமா எல்லாம் சரியில்லன்னு நான் சொன்னதாவும் குத்தம் சொல்றாங்க. நான் கிழவன் இனிமே நாடகம் சினிமா பத்தி என்ன சொல்லறது. நாடகமாவது பரவாயில்ல சினிமா பத்தி எனத்த சொல்றது. அறிவியல்காரன் கண்டு பிடுச்சத அறிவில்லாத கூட்டம் திருடிக்கிட்டான். நான் என்ன சொல்றேன்னா நீ அதைப் பிடுங்கி இந்த ஜனங்களுக்கு, நம்ம மக்களுக்கு அறிவை கொடு. அப்ப நான் என்ன சொல்லப்போறேன், நேரம் இருந்தா, உசிரோட இருந்தா வந்து பாத்து சந்தோஷப்படப் போறேன். அதவிட்டுட்டு இந்த ராமசாமி இலக்கியம் பத்தி தெளிவா சொல்லல, இசையைப் பத்தி புத்தகம் போடலன்னு குத்தம் கண்டுபிடிச்சா? எல்லாத்தையும் ஒரு ஆளா நான்தான் செய்யனுமா, நீங்க செய்யுங்க. நான் சொன்னா எல்லா சரியாதான் இருக்கும்னு நான் சொல்லல, சரியானத சொல்லுங்க நான் திருத்திக்கிறேன். விடுதலை, சுயமரியாதை, சமதர்மம் கெடாம வெஷத்த குடிச்சாலும் நல்லதுதான். நான் சொல்லறது, வெஷத்த குடிச்சி நீங்க சோதனை பண்ணி, பிறகு மத்தவங்ளுக்கு குடுங்க. ராமசாமி சொன்னான் இந்தா விஷம்னு மக்களுக்கு குடுக்காதிங்க. வெஷம்ன உடனே பாம்பு பாப்பான் பத்திதான் சொல்லறதா நீங்க புரிஞ்சிக்கிட மாட்டிங்கன்னு தெரியும். கலை, இலக்கியம் சினிமா, அறிவியல் எல்லாமே விஷம்தான். வைத்தியன் பயன்படுத்தும் போது விசமும் மருந்தாகுது; கொலைகாரன் பயன்படுத்தும் போது மருந்தும் விசமாகுது! நல்ல இலக்கியம், கலை, அறிவியல் தொழில் நுட்பம் பத்தி என்னால இப்ப தெளிவா ஒன்னும் சொல்ல முடியாது. ஆனா நான் ஒன்னு மட்டும் சொல்ல முடியும். இந்தியாவுல பாப்பானும் உலக அளவிள அமெரிக்காகாரனும் என்ன சொல்றானோ, எதைச் செய்யறானோ அதுக்கு எதிரா எல்லாத்தையும் செய்யுங்க. அது சத்தியமா நல்லதாதான் இருக்கும். அதுதான் உங்களுக்கு அளவுகோள்.'' பெரியாரைப் பேசுதல் நன்று, பெரியார் போல் பேசுதல் அதனினும் நன்று, பெரியாரைக் கடந்தும் மறுத்தும் பேசுதல் அதனினும் அதனினும் நன்று.

அயோத்திதாசரின்
உடைப்புகளும் உருவாக்கங்களும்

அ

தலித் அடையாள அரசியலும் விடுதலைக்கான உளவியலும் ஒடுக்கப்பட்டோர், தீண்டாமைக்குட்பட்டோர், தலித் என்ற பெயர்களைக் குறிப்பிட்டு அந்த அடையாளத்தின் வழி நம் மக்கள் மீது செலுத்தப்படும் வன்முறைகளையும் வரலாற்றுக் கொடுமைகளையும் பேசுவது நம் மக்கள் அரசியல் இயக்கமாக, ஆற்றலாக ஒன்று திரண்டு போராடுவதற்கான ஒரு கருத்தியல் முன்னெடுப்புதான்.

அடிமைப்பட்ட நிலை, துயருற்ற நிலை, பாதிக்கப்பட்ட நிலை என்ற குறிப்பீடுகளை வைத்து நம் மக்கள் கீழானவர்கள் என்றோ ஓயாத துன்பியல் உணர்வில் தோய்ந்து கொண்டிருக்க வேண்டியவர்கள் என்றோ பொருள் கொள்ளக்கூடாது.

நம் மக்களே இந்தியச் சமூகத்தின் அடிப்படை ஆற்றல், அவர்கள் இன்றி இந்திய வாழ்வின் ஒரு இயக்கமும் இருக்காது. உழைப்பின் வழி, தம் ஓயாது வழங்கும் இருப்பின் வழி, பிறச் சமூகத்தை ஒடுக்காததன் வழி அறத்தின் அடிப்படையில் நம் மக்களே உயர்நிலை கொண்டவர்கள். இந்தத் தலைகீழாக்கத்தை செய்து ஒரு புதிய மரபைத் தொடங்கிவைத்த அறவழி அறிஞர் அயோத்திதாசரின் சிந்தனை முறை உண்மையில் வியப்பளிக்கும் முன்னெடுப்பு. "பிச்சையேற்பவன் பெரியசாதி, பூமியை உழுபவன் சின்னசாதி, உழைப்புள்ளவர்கள் சின்னசாதி, சோம்பேறிகள் பெரியசாதிகள்" எப்படி இது? என்ற கேள்வியுடன் வரலாற்றுப் பார்வையை, அடையாளத்தை மறுகட்டமைப்பு செய்ததுடன் புத்தநெறியுடன் நம் மக்களின் வரலாற்றை இணைத்தமை பெரும் ஆக்கமுறை போராட்டத்தின் தொடக்கம். போராட்டத்தைத் தொடங்க சிறுமை மனப்பான்மையும் துயருற்ற அடையாளமும் உதவாது. அது தன்னிரக்கத்தின் வழி செயலற்ற நிலையை உருவாக்கும்.

அறிவால், அறத்தால், உழைப்பால் யாம் பெரியோம் என்றனர் அயோத்திதாசரும் அண்ணலும். இது அரசியல் உளவியலில் அடிப்படை மாற்றத்தை உருவாக்குவது. இதனைத் தொடர்வதுதான் தலித் அரசியிலின் உளவியல் களம். பிராய்ட், லெக்கான், வில்ஹெம் ரிச் என உளவியல் அறிவாளர்களின் கருத்தியலைத் தலித் அரசியலுடனும் அடையாளத்துடனும் உறவுபடுத்தி எப்படி அறிவது என்பதை நாம்தான் செய்யவேண்டும்.

அதற்கு அண்ணிலின் எழுத்திலும் அயோத்திதாசரின் எழுத்திலும் உள்ள விடுதலைக்கான உளவியலையும் நசுக்குறுதலின் உளவியலையும் நாம் பகுத்துக் கற்க வேண்டும். தலைகீழாக்கம், தன்முன்வைப்பு, பிறர்தரும் அடையாளம் மறுப்பு, பேச்சுகளை உடைத்து மாறுபடு பொருள் கொள்ளல், கற்பிக்கப்பட்டவைகளைக் கட்டுடைத்தல், கற்பிதங்களைக் கிண்டல் செய்தல், குற்றவுணர்வை விட்டு ஒழித்தல், தன்னுணர்த்தத் தயங்காமை, இருக்கும் இடமெங்கும் எதிர்நிலை அறிவை மொழிதல் என இது பலவடிவங்களில் நீள்கிறது... எப்படிச் சிந்திக்க முடிந்தது அப்படி ஒரு காலகட்டத்தில்? இது இளையோருக்கான முன்செல்லும் அடையாளம்.

ஆ

அயோத்திதாசர், அண்ணல் இருவரும் இந்தியச் சூழலில் நவீன கருத்தியல், நவீனத்துவம், நவீனமாதல் என்ற செயல்பாட்டை கையாண்ட விதம், அதனை இந்திய வயப்படுத்திய முறை நுட்பமான கவனத்திற்குரியது.

அவர்கள் முதலில் நவீன சமூக-அரசியல் பொருளாதாரச் சிந்தனைகளைப் புரிந்து கொள்கின்றனர். அதில் உள்ள சமத்துவ அரசியல், மக்கள் மைய அரசியலை ஏற்கின்றனர். (மதவாத, மரபுவாத சக்திகள் இதனை ஏற்பதில்லை, பாரத புராதன மகாத்மியம்தான் அவர்கள் தேசிய உணர்வு.) அதன் வழியாகப் பல நூற்றாண்டுகளாக நிலவி வரும் வன்முறையை, அநீதியை விளக்கிச் சொல்லி அதனை மாற்ற வேண்டும் என்ற கோரிக்கையை முன் வைக்கின்றனர். அதற்குப் பின் இந்திய வரலாற்றை, சமூக அமைப்பை முழுமையாக ஆய்ந்து அதன் சிக்கல்களை, அறமற்ற மரபுகளை விரிவாக விளக்கி மாற்றங்கள் செய்யப்பட வேண்டும் என்கின்றனர். அந்த மாற்றத்தை இந்திய வரலாற்றின் இன்னொரு நெடிய மரபுடன் உறவுபடுத்தி அதனைப் புதிய வாழ்வியல் (புத்த நெறி வழியாக) என முன்மொழிகின்றனர். அண்ணல் அத்துடன் மார்க்சிய அடித்தளத்தை ஏற்று பௌத்த தம்மத்துடன் அதாவது இந்திய மாற்று மரபுடன் இணைக்கிறார். மேற்கின் புதிய சமத்துவ அரசியல், சமூக-பொருளாதார முன்னெடுப்புகளை ஏற்று அதே சமயம் இந்திய முரண்கள், அடையாளங்கள் இன்னும் சிக்கலானவை என்று விளக்கி சாதி, சமய

அதிகாரம் பற்றிய கேள்விகளை இணைத்து இந்திய நவீனத்துவத்தை கட்டமைக்கிறார். இதனை புத்துருவாக்கம் என்றும், தலித் அரசியல் சார்ந்த பௌத்த மீளுருவாக்கம் என்றும் சொல்லலாம். அதே சமயம் தற்காலம் சார்ந்த புதிய கட்டமைப்பு என்றும் சொல்லலாம். ஆனால் இது மீளாய்வில் இருந்துதான் தொடங்கியது. சனாதன, புராதனவாத, மரபுவாத பக்தி முழுமையாக நீக்கப்படுகிறது. அதே போல மேற்கு மையவாதம், வெள்ளை மையவாதமும் நீக்கப்பட்டுள்ளது. நெடிய வரலாறு கொண்ட எதிர் மரபு, மாற்று மரபு பற்றிய நினைவூட்டலை அவர்கள் இருவரும் செய்திருப்பதை இந்தியவயமான நவீனத்துவச் செயல் என்று பின்நவீனத்துவம் கவனம் கொள்ளும்.

இ

"இயற்சொல், திரிசொல், திசைச்சொல், வடசொல், என்று அனைத்தே செய்யுள் ஈட்டச் சொல்லே." எனத் தமிழின் இலக்கிய, நூல் மரபு பன்மொழித்தன்மை கொண்டதாக இயங்கிவருவதை கவனத்தில் கொண்டால் தமிழின் அறிவு மரபும் சமய மரபும் பன்மைத்தன்மை கொண்டதாக இருப்பதற்கான காரணம் ஓரளவு புரிய வரும். "அவற்றுள், இயற்சொல்தாமே செந்தமிழ் நிலத்து வழக்கொடு சிவணி, தம் பொருள் வழாமை இசைக்கும் சொல்லே." தமிழுக்குள் செந்தமிழ் (இயற்சொல்) என்ற பகுப்பு உருவானதற்கு அரசு-பேரரசு எல்லைகள் காரணமாக இருந்தது என்பதுடன் இனக்குழுக்கள், குடிமரபுகள் பேசிய மொழிகளையும் தமிழுக்குள் (திரிசொல் என) இணைத்துக் கொள்ளும் வழக்கம் இருந்துள்ளது என்பதையும் அறிய முடிகிறது.

"செந்தமிழ் சேர்ந்த பன்னிரு நிலத்தும் தம் குறிப்பினவே திசைச்சொல் கிளவி" என்ற தொல்காப்பிய மரபில் "வடவேங்கடம் தென்குமரி ஆயிடைத் தமிழ்கூறு நல்லுலகத்து" என்ற நிலம் சார்ந்த மொழி, மொழி சார்ந்த நிலம் என்ற வரையறை பின்பற்றப்பட்டிருப்பதைக் காண்கிறோம்.

பன்னிரு நிலம், அவை சார்ந்த மக்கள் எனத் தமிழ்ச் சொல் பரப்பை கொங்கணம், மகாராஷ்டிரம் வரை விரிவுபடுத்துவதற்கான காரணம் வேளாண்மை, குடிமரபு வாழ்வியல் சார்ந்து அமைவதை நாம் புரிந்துகொள்ள முடிகிறது. வடசொல்லை (சமஸ்கிருதம், பிராகிருதம், பாலி) இலக்கிய-செய்யுள் மரபில் இணைப்பது ஊடாட்ட இயக்கத்தன்மை சார்ந்த பார்வை தமிழுக்குள் இருந்து வருவதற்கான சான்று. வைதிக-பிராமண-ஆரியப் புலம் பெயர்வை தமிழ்க் குடிகள் ஏற்றுக்கொண்ட போது இங்கிருந்த வள்ளுவ, அந்தண, அறிவோர் மரபுகளுடன் (முரசு கொடிப்பிக்கும் முதுகுடிப் பிறந்தோர்) தம்மை அடையாளம் கண்டு பின் அவர்களைப் புறம்தள்ளிய வரலாறு கவனத்திற்குரியது. பார்ப்பனர்க்கு மூத்தோர் பறையோர் என்ற முதுமொழியின் நெடிய

வரலாறு கவனத்திற்குரியது. பார்ப்பனச் சேரி சமய ஆதிக்கம் பெற (உத்தமதானபுரம், இறையிலி மங்களம்) நிலம் பிடுங்கப்பட்ட பறைச்சேரி தீண்டாமைக்குட்பட்டு கொத்தடிமைகளான வரலாற்றை பண்டிதர் வழி அறியலாம்.

சமண, பௌத்த, சார்வாக, ஆஜீவக கருத்தியல்கள் தமிழ் நிலத்தில் குடி மரபுகளில் வேரோடியதற்கு மாற்றுகள் தேடிய மக்கள் வரலாறு காரணமாகிறது. சைவ, வைணவ உருவாக்கம் வைதிகத்திற்கு பாதுகாப்பளிக்கும் சாதிச் சமூக அமைப்பிற்கு அடிப்படையாக அமைந்துவிட்டது. பௌத்த, சமணத்தை புறச் சமயம் என்பவர்கள் ஆரிய-வைதிக அடிப்படை கொண்ட சைவ-வைஷ்ணவத்தை தமிழ்ச் சமயம் என்னும் வேடிக்கை இன்றும் நடந்து வருகிறது. தொல் தமிழ்க்குடிச் சமயங்களை வைதிகம் உள்ளிழுத்துக் கொண்ட (வேலன் கந்தனானதும், கொற்றவை காளியானதும், சுடலை சிவமானதும்) வரலாறு அனைவருக்கும் தெரியும்.

மயோன், சேயோன், வேந்தன், வருணன் என்பன வடபுலச் சமயத் தொன்மங்களின் கூறுகளை உள்ளடக்கியவை என்பதை அதிகம் விளக்கத் தேவையில்லை. தொடர்ந்து மாறுதலடையும் மக்கள் வழக்காறுகளின் தொகுப்பான தமிழ் தனது கதை சொல்லும் மரபில்கூட இமயம், கங்கை, அவனி ஐம்பத்தாறு தேசம் எனப் பெருநிலப் பரப்பைத் தன் புனைவுக்களில் இணைத்துக்கொண்டதுடன் தமது தெய்வங்களையும், தொன்மங்களையும் பரத கண்டம் சார்ந்த புராணமாக விரிந்த பரப்பில் வைத்துப் புனைந்துள்ளது வெளிப்படையானது. தொன்மங்களில் மகாபாரதம் (ஜயா), ராமாயணம் இரண்டையும் தமிழ்ச் சொல்கதை மரபு பல்வேறு வடிவில் பெருக்கியுள்ளதையும் இதில் உள்ள தன்வயமாக்கத்தையும் கவனத்தில் கொள்ள வேண்டும். சமஸ்கிருத மரபு இதிலிருந்து மாறுபட்டது, அது தன் தொன்ம (தொல்கற்பனையான) நிலவியலை பிற மொழி, மக்கள், பண்பாடு, வரலாற்றின் மீது சுமத்தி பிற இன மக்களை அசுர, ராக்ஷஸ, வானர, நாக, பிசாச என்பது போல வகைப்படுத்தி வரலாற்று நீக்கம் செய்வது. தமிழில் பரத கண்டம் சார்ந்த புனைவுகள் இணைக்கப்பட்டதும் பிராமண-ஆரிய குடியேற்றத்தை வரவேற்று இடமளித்ததும், பன்மொழி மாக்கள் கொண்ட நகர அரசுகள் உருவாக்கப்பட்டதும் நெடிய வரலாறு கொண்டது. ஆனால் எனது அக்கறை தலித் அரசியல் சார்ந்து இவற்றை விளக்குவதும் மறு உருவாக்கம் செய்வதும்தான். தனித்த தூய தமிழ் அடையாளம் எது என்று ஆய்வது இயங்கியல் மறுத்த வேலை. பிராமணிய மேலாதிக்க, வைதிக மைய அரசியல்-பண்பாடு இங்கு நிறுவப்பட்டு (வழக்கு எனப்படுவது உயர்ந்தோர் மேற்றே) அது ஒடுக்கப்பட்ட மக்களின் மீது கொடிய வன்முறையை, அடக்குமுறையை செலுத்தி வந்துள்ளது என்பதை மட்டும் யாரும் மறுக்க முடியாது. அதற்கெதிரான ஒடுக்கப்பட்ட மக்களின் போராட்டங்களும் தொடர்ந்து பல்வேறு வடிவில் நடந்து

வந்துள்ளன. பேரரசுகள், நிலவுடைமைச் சாதிகள் பிராமணிய-சாதி அமைப்பை பாதுகாத்து வந்துள்ளன என்பதையும் நாம் மறக்க முடியாது.

தீண்டாமையின் தமிழ் நில வடிவம் சாதி காக்கும் தமிழ் வரலாற்றுடன் இணைந்துள்ளது. தமிழக, தமிழ்ச் சன வரலாற்றை தற்காலப் பார்வையில் தலித், பொதுச் சமூகப் பார்வையில் மீள எழுத வேண்டும்.

இதனை வெள்ளாள, சைவ, வைஷ்ணவ, சத்திரிய குலச் சாதிகள் தம் பார்வையில் எழுதும் முயற்சிகள் நடந்துள்ளன, நடந்து வருகின்றன. அவற்றிற்குள் ஒடுக்குமுறைகள், ஒதுக்குதல்கள் பற்றிய பேச்சுகள் புதைக்கப்பட்டுள்ளன.

தலித் (மண்ணும் மரபும் இணைந்த மக்கள்) அரசியலும் மாறுதலுற்ற அடையாளமும்தான் இதனை மீள விளக்கும். இந்திய அளவில் இன ஒதுக்குதலை, சாதி, வர்ண ஒடுக்குதலை நேரடியாக நியாயப்படுத்தும், கொண்டாடும், புனிதப்படுத்தும் சமஸ்கிருத பாடங்களை அறிவது வரலாற்று மீளுருவாக்கத்திற்கும், கட்டுக்கதை நீக்கத்திற்கும் துணைக்கருவியாக அமையும். மறைக்கப்பட்ட தொல்குடிக்கதைகளின் தடயங்கள் பற்றி அறியவும் உதவும். இதில் உள்ளது மொழி பற்றிய சிக்கல் மட்டும் அல்ல வரலாற்றை மாற்றி எழுதுவது பற்றியது.

ஈ

பிராமணியம், சமஸ்கிருத மையவாதம், வைதிகம் இவற்றை எதிர்ப்பதும் தலைகீழாக்கம் செய்வதும் சாதி அழிப்பு, பெண்ணிய உரிமைகள், சமத்துவ அரசியலுக்கு மட்டும் இல்லை நவீனத்துவ மனித அறங்களுக்கும், புதிய வாழ்வியல் முறைகளுக்கும்கூட முன் நிபந்தனையாக உள்ளன என்பது ஒவ்வொரு ஆய்வின் முடிவிலும் உறுதியாகிக்கொண்டே இருக்கிறது.

பிராமண அடையாளம் சாதி, இனம், மொழி கடந்து அடக்குமுறை, கீழிறக்கம், சமூகப் புறம்தள்ளல், வாழ்வுரிமை மறுத்தல், மண்ணின் மக்களை இழிநிலைக்குள்ளாக்குதல் எனப் பலவித அரசியல் வடிவங்களைக் கொண்டுள்ளது. இந்தியாவின் மொழிகள் அனைத்தும் வட்டார மொழிகள், அல்லது இழிமொழிகள் என்றும் சமஸ்கிருதம் மட்டுமே தேவபாஷை அதுவே அறிவு, கலை, இலக்கியம் அனைத்துக்கும் மூலம் என்றும் சொல்லுவதில் தொடங்கும் வன்முறை, சமய, வர்ண, உழைப்பு முறைகள் மீதான இழிவாக்கங்களாக விரிவடைகின்றன. தாங்கள் வாழும் மண், தங்களுக்கு உணவிட்டு உறைவிடம் தரும் மக்கள் இவற்றையே இழிந்த நிலம், கொடுமையான மக்கள் என்று நிறுவப் புனிதவாத புனைவுகளைக் கட்டுவது பிராமணியத்தின் ஒரு வடிவம். இதன் கொடுஞ்செயல் சாதியை, தீண்டாமையை, பெண்ணிழிப்பை புனித நியதிகளாக மாற்றிக் காட்டுவதுடன் பூர்வகுடிகள் மற்றும் மண்சார்

மரபுகளின் மீது செலுத்தப்படும் வன்முறைகளை புனித விளைவுகளாகவும் விளக்கிக் காட்டுகிறது. இந்தியச் சமூகத்தில் மாற்றங்களுக்கு எதிரான சொல்லாடலை தொடர்ந்து உருவாக்கிக் கொண்டே இருப்பதும் பிராமணியமே. அதனால்தான் ஜோதிபா புலே, அண்ணல் அம்பேத்கர், எதிர்ப்பு மரபாளர் பெரியார் என நவீன கால மாறுதல் பற்றிச் சிந்தித்த அனைவரும் பிராமணிய தகர்ப்பில் இருந்து தங்கள் கருத்தியலைத் தொடங்குகிறார்கள். இந்து மதத்தின் அடிப்படை பிராமணிய, வைதீகம் இல்லை என்று ஒரு பகுதியினர் சொல்லலாம். ஆனால் வர்ண, சாதி, வைதிகம் அற்றதாக இந்து மதம் மாறும் என்றால் அதனை அழிப்பதில் முன்நிற்பது பிராமணிய குழுக்களாக, சமிதிகளாகவே இருக்கும். சுதந்திர இந்தியா என்றால் அது பிராமண அதிகாரம், மேலாதிக்கம் கொண்ட தேசிய அரசாகத்தான் இருக்க முடியும் என்று தொடர்ந்து சொல்லிவருவதுதான் தேசியவாத பிராமணிய அரசியல். நவீன முதலாளித்துவத்திற்கு இது பொருந்திப் போகும் உத்தி. பிராமணியம் உலமயமாக, தேசிய மயமாக மாறும் போது அது பாசிச, பேராதிக்க, இனஒதுக்குதல் கொண்ட அரசியலுடன் மகிழ்ச்சியுடன் இணைந்துகொள்வதாக அர்த்தப்படுகிறது. சாதி இந்துத் தன்மை என்பது பிராமணிய பக்தியும், பிராமணிய புனிதவாதமும் இணைந்த வடிவம். இதனைக் கொண்டாடும் சாதிகளின் பிராமணிய இயல்பாக்கம் புனிதவாத அரசியலாக மாறுகிறது. தமிழில் முறையான பிராமணிய நீக்க அரசியல் (பிராமணரல்லாதார் அரசியலல்ல), வரலாற்று வாசிப்பு தொடங்கப்படாததால்தான் தமிழ் அடையாளமும், தலித் அடையாளமும் இணைய முடியாமல் நிற்கிறது. தமிழின் ஆதிக்கசாதி அடையாளம் தமிழைப் புனித வடிவமாக்கி மண், மக்கள், மரபு என்ற பன்மைகளை இழிநிலை அடையாளங்களாக்குகின்றன.

மண்ணும், மக்களும் இல்லாமல் பிராமணியம் இன்றும் பெருகுவதற்கும் நவீன பாசிசப் பொதுஉளவியல் பெருகுவதற்கும் நெருங்கிய உறவு உண்டு. சிறுபான்மையான பிராமண சாதிகளை நவீன சமூகமாக மாற்ற பிராமணிய நீக்கம், தலைகீழாக்கம், புனித மறுப்புகள் தேவையானது. தமிழில் தலைகீழாக்க அரசியலைப் பண்டிதர் அயோத்திதாசரிடமிருந்து நாம் கற்க வேண்டும்.

★ ★ ★

குறிப்பு நூல்கள்

கட்டுரைகளில் தமிழன் இதழின் தேதியுடன் இடம் பெறும் மேற்கோள்கள் அனைத்தும் அயோத்திதாசர் சிந்தனைகள் (தொகுப்பாசிரியர் ஞான. அலாய்சியஸ்) தொகுதிகளின் அடிப்படையில் அமைந்தவை. இவ்வாறு குறிப்பிடுவதன் வழியாக அயோத்திதாசர் அக்கருத்துகளை எழுதிய காலம் மனதில் பதிகிறது.

அயோத்திதாசர் சிந்தனைகள் I (தொகுப்பாசிரியர். ஞான. அலாய்சியஸ்). பாளையங்கோட்டை: நாட்டார் வழக்காற்றியல் ஆய்வு மையம், 2011 (1999)

அயோத்திதாசர் சிந்தனைகள் II (தொகுப்பாசிரியர். ஞான. அலாய்சியஸ்). பாளையங்கோட்டை: நாட்டார் வழக்காற்றியல் ஆய்வு மையம், 2011 (1999)

அயோத்திதாசர் சிந்தனைகள் III (தொகுப்பாசிரியர். ஞான. அலாய்சியஸ்). பாளையங்கோட்டை: நாட்டார் வழக்காற்றியல் ஆய்வு மையம், 2003.

க. அயோத்திதாஸப் பண்டிதர் சிந்தனைகள், தொகுதி: ஒன்று. சென்னை: தலித் சாகித்ய அகாடமி, 1999.

க. அயோத்திதாஸப் பண்டிதர் சிந்தனைகள், தொகுதி இரண்டு. சென்னை: தலித் சாகித்ய அகாடமி, 1999.

க. அயோத்திதாஸப் பண்டிதர் சிந்தனைகள் தொகுதி: நான்கு. சென்னை: தலித் சாகித்ய அகாடமி, 1999.

கௌதம சன்னா. பண்டிதரின் கொடை. சென்னை: சங்கம் வெளியிடு, 2007.

தருமராஜ், டி. நான் பூர்வ பௌத்தன். மதுரை: டாக்டர் அம்பேத்கர் பண்பாட்டு மையம், 2003.

________. நான் ஏன் தலித்தும் அல்ல? சென்னை: கிழக்கு, 2016.

பெரியார் ஈ.வெ.ரா. சிந்தனைகள்: முதல் தொகுதி (தொகுப்பாசிரியர் வே. ஆனைமுத்து) திருச்சிராப்பள்ளி: சிந்தனையாளர் கழகம், 1974.

பெரியார் ஈ.வெ.ரா. சிந்தனைகள் : இரண்டாம் தொகுதி (தொகுப்பாசிரியர் வே. ஆனைமுத்து) திருச்சிராப்பள்ளி: சிந்தனையாளர் கழகம், 1974.

பெரியார் ஈ.வெ.ரா. சிந்தனைகள் : மூன்றாம் தொகுதி (தொகுப்பாசிரியர் வே. ஆனைமுத்து). திருச்சிராப்பள்ளி: சிந்தனையாளர் கழகம், 1974.

ராஜ் கௌதமன். க. அயோத்திதாசர் ஆய்வுகள். நாகர்கோவில்: காலச்சுவடு பதிப்பகம், 2004.

ஆங்கிலம்

Ambedkar, B.R. What Congress and Gandhi have done to the Untouchables. Bombay: Thacker and Co., Ltd., 1946 (1945).

------------. Who were the Shudras?. Bombay: Thacker and Co., LTD, 1946.

----------- What Congress and Gandhi Have Done to the Untouchabels. Bombay: Thacker and Co., LTD., 1945.

--------------Thoughts on Pakistan. Bombay: Thacker and Company Limited, 1941.

Ambedkar, B.R.Dr. The Untouchabels Who Were They and Why they became Untouchables?. New Delhi: Amrit Book Co., 1948.

--------------. Ranade Gandhi and Jinnah. Bombay: Thacker and Co., LTD, 1943.

---------------. Pakistan or the Partition of India. Bombay: Thacker and Co., LTD, 1946 (1940).

--------------. Mr.Gandhi and Emancipation of the Untouchables. Jullundur: Bheem Patrika Publications, 1943.

--------------. Federation Versus Freedom. Bombay: Gokhale Institute of Politics and Economics, 1939.

-------------- The Buddha and His Dhamma. Bombay: Siddharth College Publication, 1957.

Breitman, George. (ed.) Malcolm X Speaks: Selected Speeches and Statements. New York: Grove Press, 1965.

Doniger, Wendy. The Hindus an Alternative History. New Delhi: Speaking Tiger, 2015.

Dr.Babasheb Ambedkar: Writings and Speeches, Volime.1-17 (20 Books) Edited by Vasant Moon. First Published by Education Department, Government of Maharashtra, Re-printed by Dr. Ambedkar Foundation , 2014.

Fanon, Frantz. The Wretched of the Earth. New York: Grove Press, 2004.

Karl Marx, Frederick Engels Collected Works Volume 12, Moscow: Progress Publishers, 1979.

Keer, Dhananjay. Dr.Ambedkar Life and Mission. Bombay: Popular Prakashan, 1962 (1954)

Luther King. Jr., Martin. Where do we go from here: Chaos or Community?. Boston : Beacon Press, 2010.

Marx, Karl and Frederick Engels. The German Ideology, Moscow: Progress Publishers, 1976 (3rd).

Marx, Karl. A Contribution to the Critique of Political Economy. (Tr.) N.I.Stone. Chicago: Charles H. Kerr & Company, 1904.

Moon, Vasant. Dr.Babasaheb Ambedkar.(Tr.) Asha Damle. New Delhi: National Book Trust, India,2012 (2002).

Narasu, Lakshmi. The Essence of Buddhism with a preface by B.R.Ambedkar. Bombay: Thacker and Co., LTD., 1948.(1907).

Nietzsche, Friedrich. On the Genealogy of Morality. New York: Cambridge University Press, 2006 (1887).

Shourie, Arun. Worshipping False Gods. New Delhi: ASA Publications, 1997.

Teltumbde, Anand. Mahad The Making of the First Dalit Revolt. Delhi: Aakar Books, 2016.

நன்றி

பொதினிவளவன், 1982 தொடங்கி இன்று வரை விடுதலைக்கான அரசியலில் என்னை நிலைப்படுத்தும் உரையாடலைச் செய்து வருவதற்காக.

பேராசிரியர், ஆய்வாளர். ராஜ் கௌதமன், 1987-91 காலகட்டத்தில் தொடர்ந்து தலித் அரசியலைப் பற்றியும் அதன் உளவியல் சிக்கல்களையுமே என்னிடம் பேசியிருக்கிறார் என்பதைப் பின்னாட்களில் உணர வைத்தமைக்காக.

தலைமைத் தோழர்.தொல். திருமாவளவன் அவர்களுக்கு, கோட்பாட்டுச் சிக்கல்களில் தேங்கிவிடாமல் விடுதலை அரசியலை முன்னெடுத்துச் செல்வதே நம் காலத்தின் பணி என்பதைத் தொடர்ந்து கற்பித்து வருவதற்காகவும், நமது தமிழ்மண் இதழில் தொடர்ந்து எழுதும் தகுதியளித்தமைக்காகவும், இந்நூலுக்கு முன்னுரை அளித்தமைக்காகவும்.

தோழர். பாலசிங்கம், ஒவ்வொரு மாதமும் தொலைபேசியில் இந்த மாதக் கட்டுரை என்ன நிலையில் இருக்கிறது என்று கேட்பதுடன் முன்னெழுதிய கட்டுரை பற்றி உரையாடி இந்த நூல் உருவாகக் காரணமாக இருந்தமைக்காக.

மகள் தாபிதா மைத்ரி, உலக அரசியல் பற்றியும் அரசியலின் மாற்று வடிவங்கள் பற்றியும் எனக்கு உணர்த்தியமைக்காவும், எனது எழுத்து-அரசியல் இனி என்னவாக இருக்க வேண்டும் என்பதை ஒருவகையில் உறுதிப்படுத்தியமைக்காகவும்.

மாலதி மைத்ரி, எழுதும் ஒவ்வொரு பக்கத்தையும் வாசித்து கருத்துச் சிக்கல், வாக்கியச் சிக்கல், வார்த்தைச் சிக்கல்களை நீக்கி நிறைவு செய்து தருவதற்காக.

என் ஆய்வு மாணவர்கள் சி. பாலமுருகன், சு. பாண்டிக்குமார், விடுதலை அரசியலின் வரலாற்றையும் கோட்பாடுகளையும் தினம் என்னைத் தமிழில் பேச வைத்தமைக்காக.

முதல்பதிப்பாளர் ஆழி. செந்தில்நாதன், இந்த நூல் நம் காலத்தின் தேவை என்று கூறியதுடன் குறைந்தகால அளவில் ஆக்கியளித்தமைக்காக. அனுஷ், எதிர் வெளியீடு; இந்நூலைப் பரவலாகக் கொண்டுசெல்ல வேண்டும் எனத் தற்போது செப்பமான பதிப்பாக அளிப்பதற்காக.